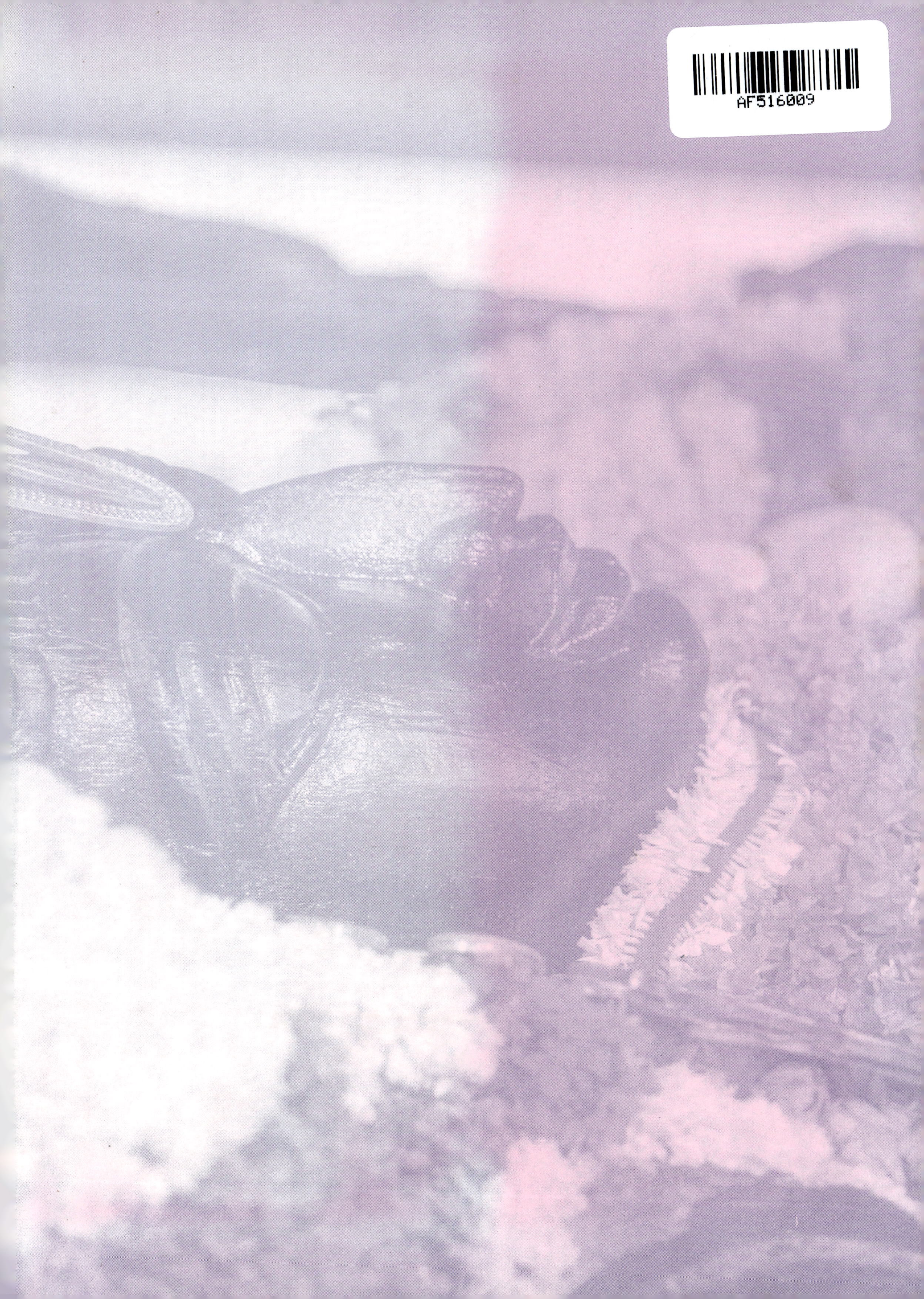

Atthigiri

அத்திகிரி అత్తిగిరి

Splendour of the Devaraja Swamy Temple

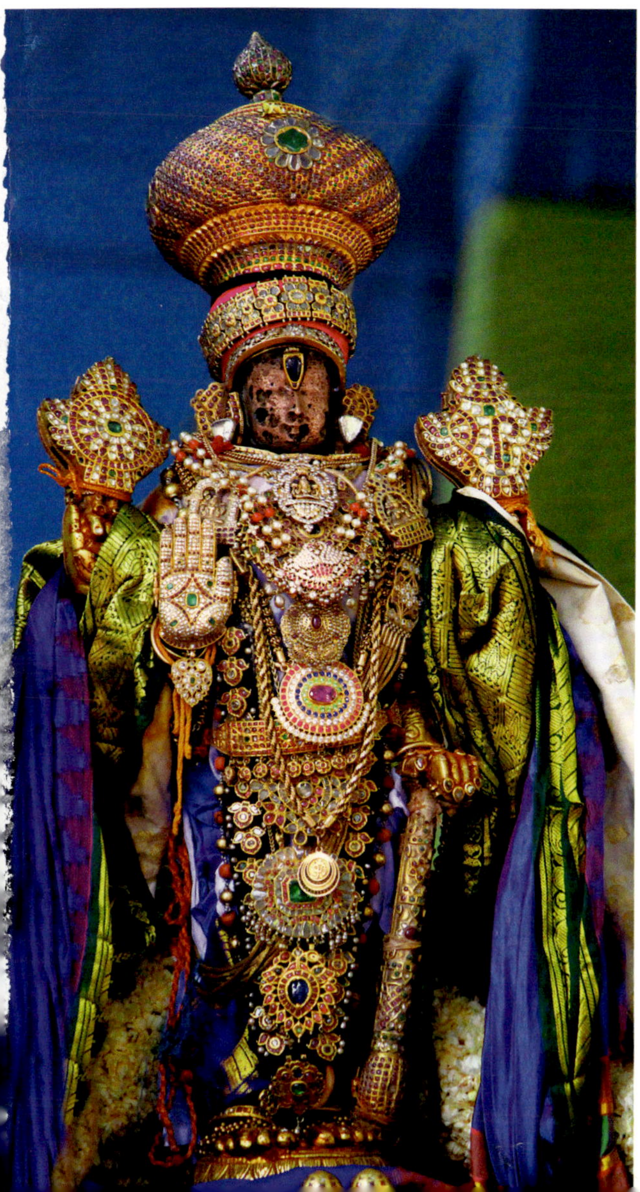

Compiled by
Chithra Madhavan

Published by
Arulmigu Devaraja Swamy Temple
Kancheepuram - 631 501. Tamilnadu. India
Phone: 044-27269773.
www.kanchivaradarajartemple.com

Special thanks to

Principal Secretary / Commissioner : **Thiru K. Phanindra Reddy** IAS

Kancheepuram District Collector : **Thiru. P. Ponniah** IAS

Joint Commissioner : **Thiru. R. Senthilvelavan (Vellore)**

Assistant Commissioner / Executive Trustee (IC) : **Thiru. N.Thiagarajan**

and Staff of Devarajaswamy Temple

Tamil Translation

E S Kannangopalan

Telugu Translation

Veluvalli Siva Surya Nagendra Prasad

Photography

R Vinod, R Murali, R Prasad, A Chandrasekar

Lakshminarayanan J

Creative

Lakshminarayanan J

Colour Illustrations

R Kesav

Design

GD Karthik, KSP Reddy, S Kathiravan

First Edition: 2019

ISBN: 978-81-938839-4-5

Published by

Arulmigu Devaraja Swamy Temple

Kancheepuram - 631 501. Tamilnadu. India

Phone: 044-27269773.

www.kanchivaradarajartemple.com

In Association with

Grantha

RESEARCH FOUNDATION

UNIVERSAL PUBLISHING

69, Royapettah High Road, 142 IOA Complex, Chennai - 600 014. INDIA. Tel: 9840789096

Atthigiri

அத்திகிரி అత్తిగిరి

SPLENDOUR
OF
THE DEVARAJA SWAMY
TEMPLE

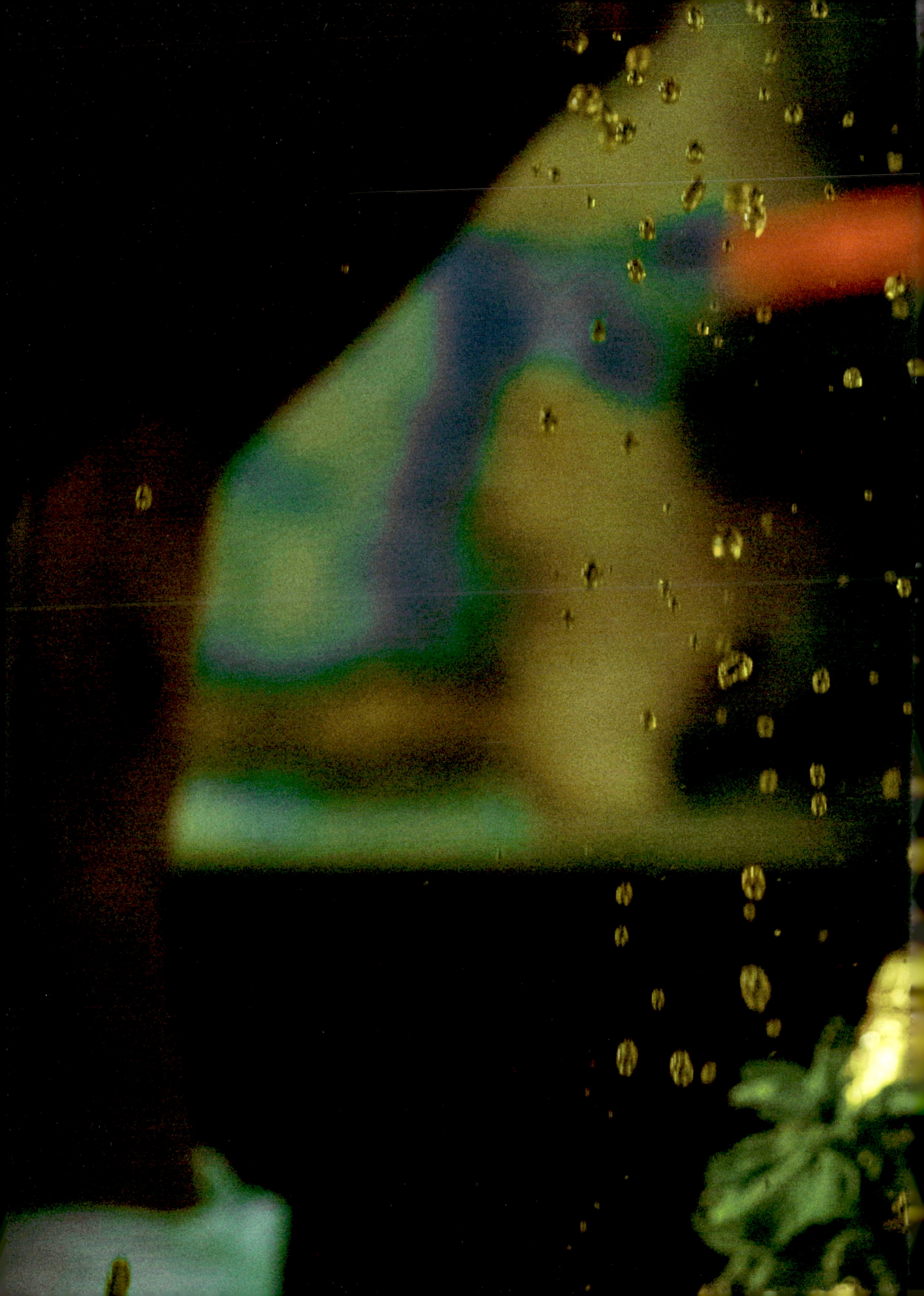

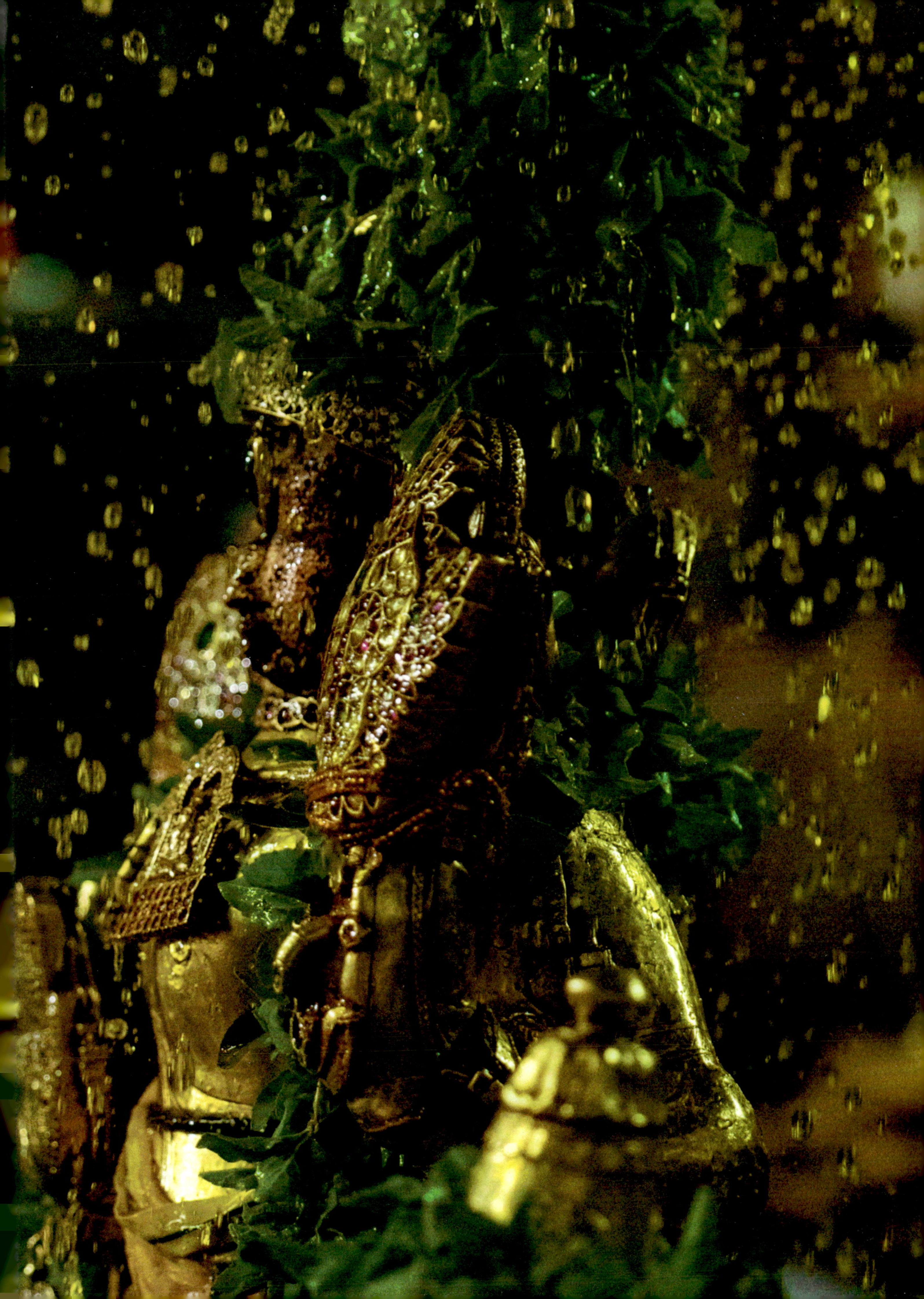

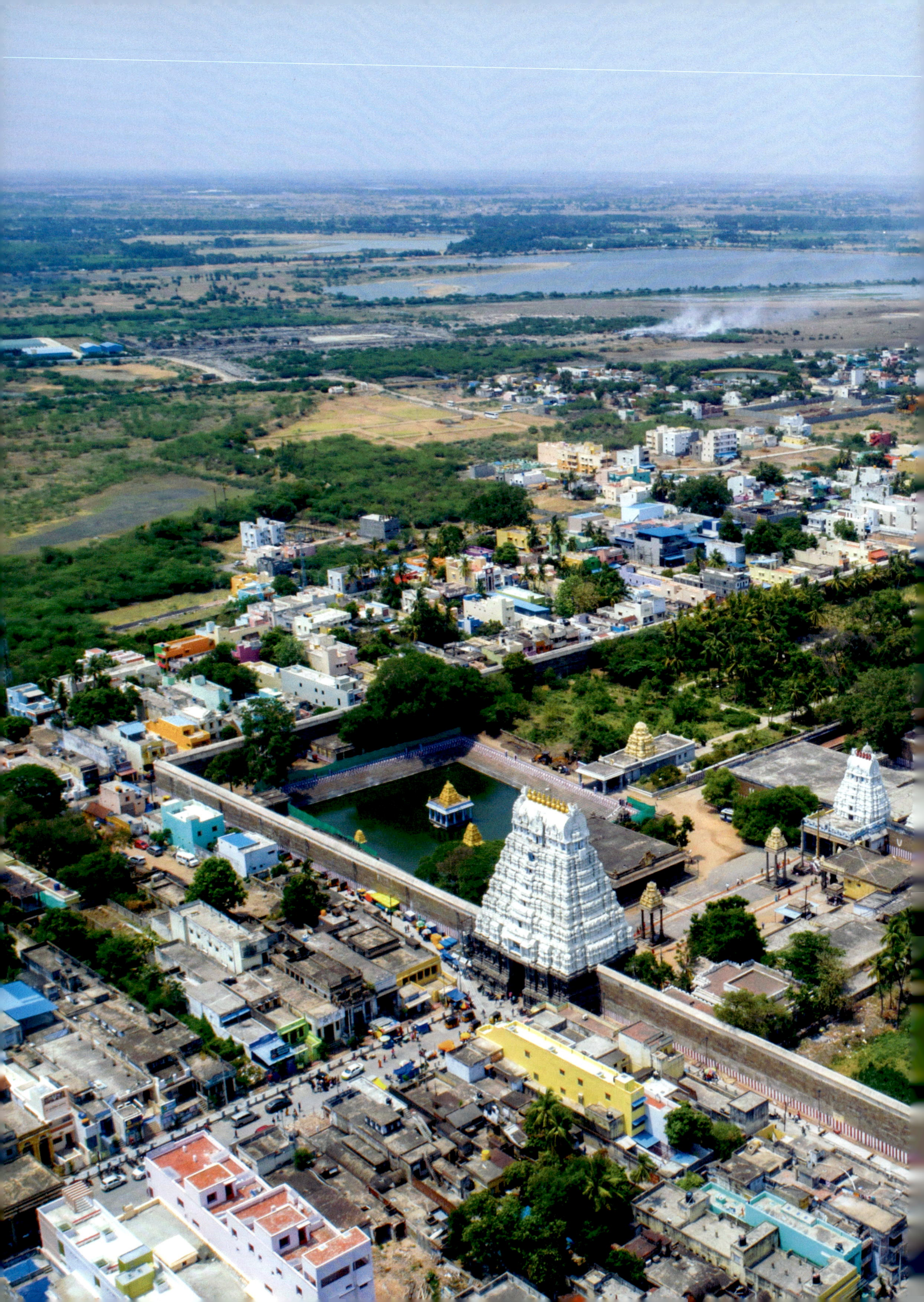

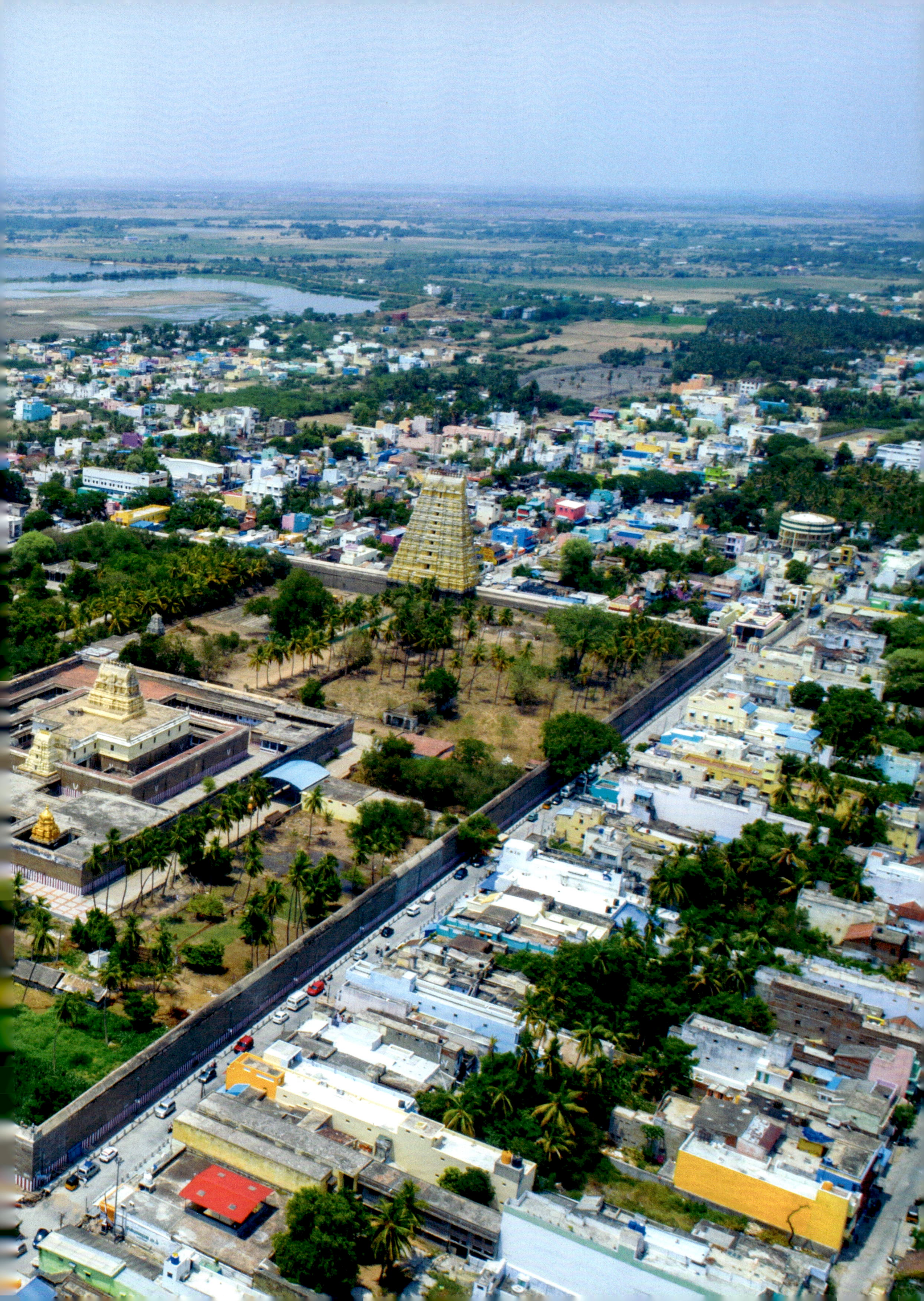

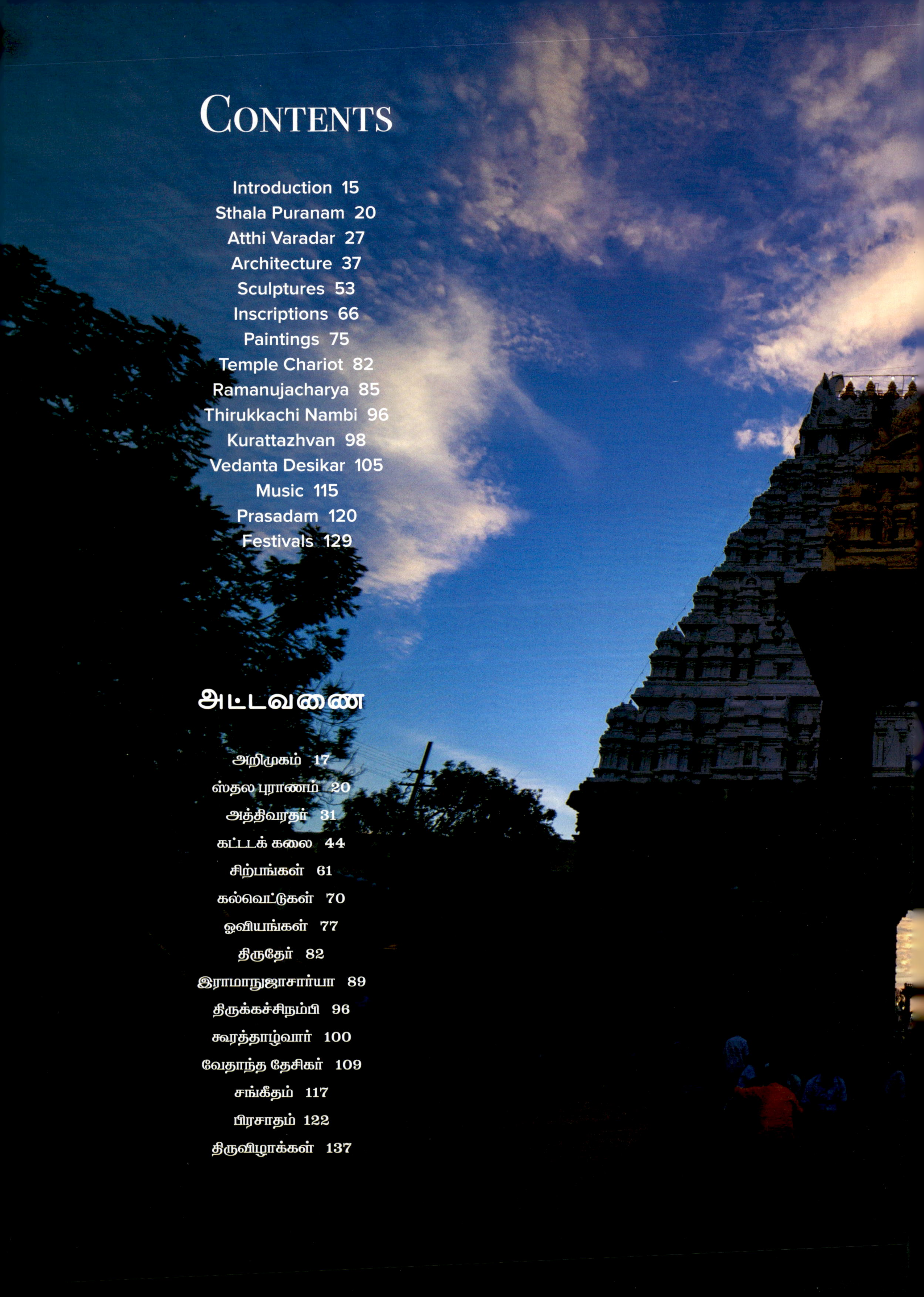

Contents

அட்டவணை

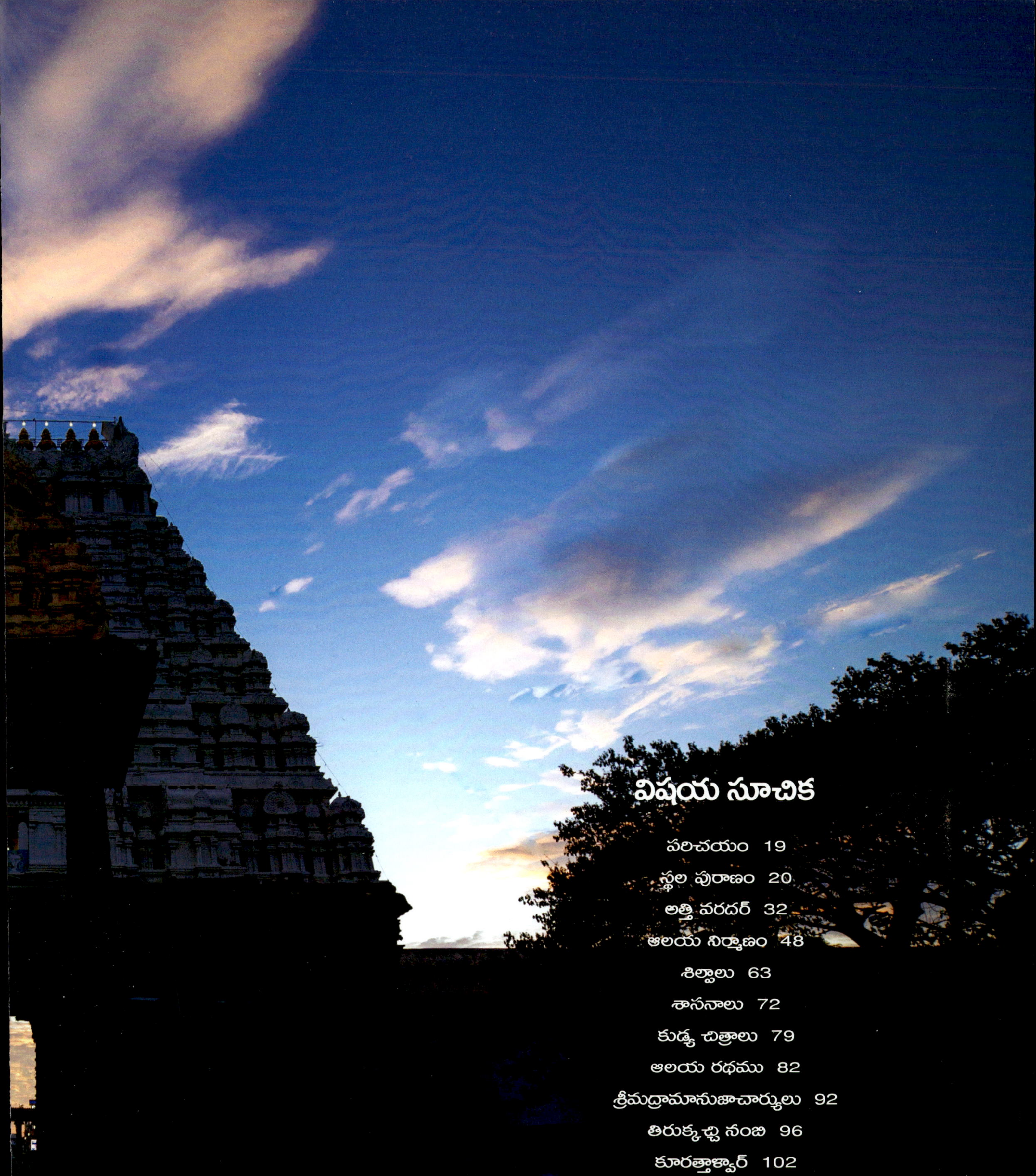

విషయ సూచిక

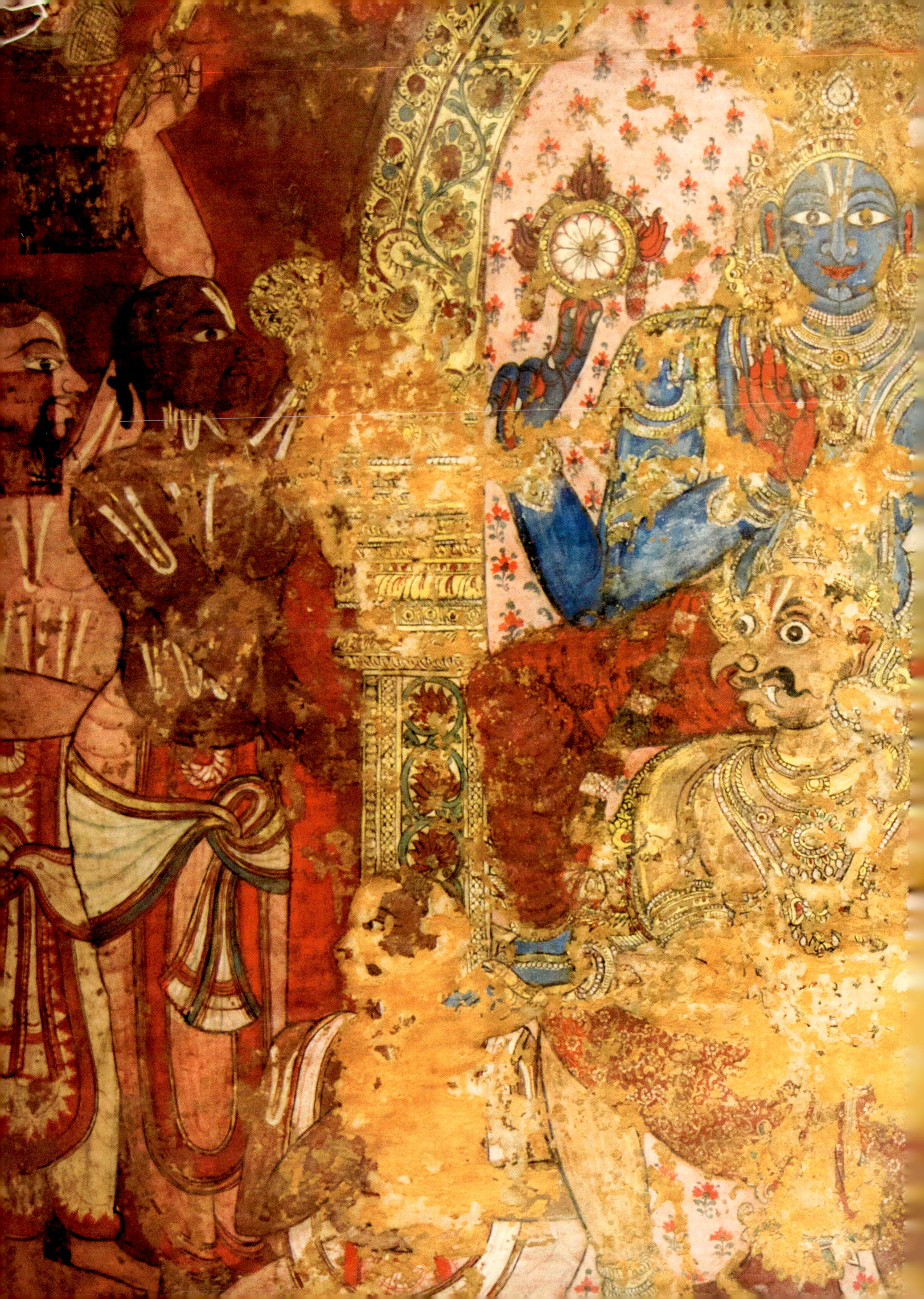

Thiru Edappadi K. Palaniswami
Honble Chief Minister of Tamil Nadu

Thiru Sevvoor S.Ramachandran
Honble Minister
Hindu Religious and Charitable Endowments Department

Thiru Apurva Varma IAS
Additional Chief Secretary to Government
Tourism, Culture and Religious Endowments

Thiru K. Phanindra Reddy IAS
Principal Secretary / Commissioner
Hindu Religious Charitable Endowments Department

Thiru. P. Ponniah IAS
Kancheepuram District Collector

Tmt. N. Thirumagal
Additional Commissioner - General
Hindu Religious Charitable Endowments Department

Thiru. C. Lakshmanan
Joint Commissioner - Head Quaters
Hindu Religious Charitable Endowments Department

Tmt. G.S. Mangaiarkarasi
Joint Commissioner - Education
Hindu Religious Charitable Endowments Department

Tmt. R. Vanmathi
Joint Commissioner - Verification Officer
Hindu Religious Charitable Endowments Department

Thiru. R. Senthilvelavan
Joint Commissioner - Vellore
Hindu Religious Charitable Endowments Department

Thiru. N. Thiagarajan
Asstitant Commissioner - Executive Trustee (IC)
Kancheepuram

Preface

The Varadaraja Perumal temple is one of the oldest and most important temples of India. Its architectural growth spans many centuries and its inscriptions give a glorious account of its history. The sculptures of this Vishnu temple are among the best in South India. The festivals and rituals in this temple have been celebrated in a virtually unbroken tradition for many centuries. The Garuda Seva celebration draws thousands of devotees to this temple year after year. The rising of Atthi Varadar is one of the most unique festivals of this country. This large temple in Kanchipuram, a prominent Divya Desam, has been associated with many of the Srivaishnava Acharyas. The Varadaraja Perumal Temple, Kanchipuram has something for everyone- those interested in religion, history, architecture, sculptures, festivals, rituals and much more.

முன்னுரை

இந்தியாவின் தொன்மைச் சிறப்பு மிக்க, முக்கியமான திருக்கோயில்களில் ஒன்றாக காஞ்சி வரதராஜ பெருமாள் கோயில் விளங்குகிறது. வரதராஜ பெருமாள் கோயிலின் கட்டடக்கலையானது பல நூற்றாண்டுகளாக வளர்ந்து பூரணத்துவம் பெற்றதாகும். கோயிலில் காணப்படும் எண்ணற்றக் கல்வெட்டுகள் கோயிலின் எல்லையற்ற மகத்துவத்தை வெளிப்படுத்துகின்றன. கோயிலில் காணப்படும் சிற்பங்கள் தென்னிந்தியாவின் மிகச் சிறந்த சிற்பங்களாகத் திகழ்கின்றன. கோயிலில் நடைபெறும் பூஜை, வழிபாடுகள், விழாக்கள் அனைத்தும் பல நூற்றாண்டுகளாகப் பாரம்பரியம் மாறாமல் நடைபெற்று வருகிறது. கோயிலின் பிரசித்தி பெற்ற விழாவான கருடசேவை விழா, பல்லாயிரக்கணக்கான பக்தர்களைக் கவர்ந்திழுக்கும் விழாவாகத் திகழ்கிறது. அதேபோல் நாற்பது வருடங்களுக்கு ஒருமுறை அனந்தசரஸ் தீர்த்தக்குளத்திலிருந்து அத்திவரதர் எழுந்தருளி, பக்தர்களுக்கு தரிசனம் தருவது இந்த நாட்டின் தனித்துவம் மிக்க விழாவாக உள்ளது. காஞ்சிபுரத்தில் அமைந்திருக்கும் இத்திருக்கோயில் பல ஸ்ரீவைஷ்ணவ ஆசார்யர்களுடன் தொடர்பு கொண்டிருக்கிறது. காஞ்சிபுரம் வரதராஜ பெருமாள் கோயில், மதம், வரலாறு, கட்டடக்கலை, சிற்பங்கள், திருவிழாக்கள், சடங்குகள் என்று பலதரப்பட்ட விஷயங்களில் ஆர்வம் கொண்டிருக்கும் எல்லோருக்கும் ஏதோ ஒரு வகையில் முக்கியத்துவம் கொண்டதாகவே விளங்குகிறது.

ముందుమాట

వరదరాజ పెరుమాళ్ ఆలయం భారతదేశంలోని పురాతన మరియు అతి ముఖ్యమైన ఆలయాలలో ఒకటి. ఈ దేవాలయ వాస్తు-నిర్మాణ వృద్ధి అనేక శతాబ్దాల పరంపర కలిగినది. ఇంకా ఇక్కడి శాసనాలద్వారా ఆలయ అద్భుత చరిత్రను తెలుసుకొనవచ్చు. ఈ వైష్ణవ ఆలయంలో శిల్పకళ దక్షిణ భారతదేశంలో ఉత్తమమైన వాటిలో ఒకటిగా సుప్రసిద్ధం. ఆలయం లో పండుగలు, ఆచారాలు అనేక శతాబ్దాలుగా మార్పు లేకుండా, సాంప్రదాయబద్ధంగా, నిరవధికంగా, నేటికీ కొనసాగుతున్నాయి. ఇక్కడి పండుగలలో ముఖ్యంగా ప్రతియేటా జరిగే గరుడ సేవ వేడుకకు వేలాదిగా జనం తరలివస్తుంటారు. ఆలయంలో జరిగే 'అత్తి వరదర్ ఆరోహణం' (The Raising of Athi Varadar) ఈ దేశంలోని అత్యంత ప్రత్యేకమైన పండుగలలో ఒకటి. ప్రముఖ దివ్య దేశంగా విరాజిల్లుతూ, కాంచీపురంలో వున్న ఈ పెద్ద దేవాలయం అనేక శ్రీవైష్ణవ ఆచార్యులతో ముడిపడి వుంది. కాంచీపురంలో వెలసిన ఈ వరదరాజ పెరుమాళ్ ఆలయం శిల్పకళ, వాస్తు-నిర్మాణ శాస్త్రం, మతం-భక్తి, ఆచారం, చరిత్ర, పండుగలు ఇత్యాదివి - ఏ రంగం/విషయంలో ఆసక్తివున్న వారినైనా విశేషంగా ఆకర్షిస్తుంది!

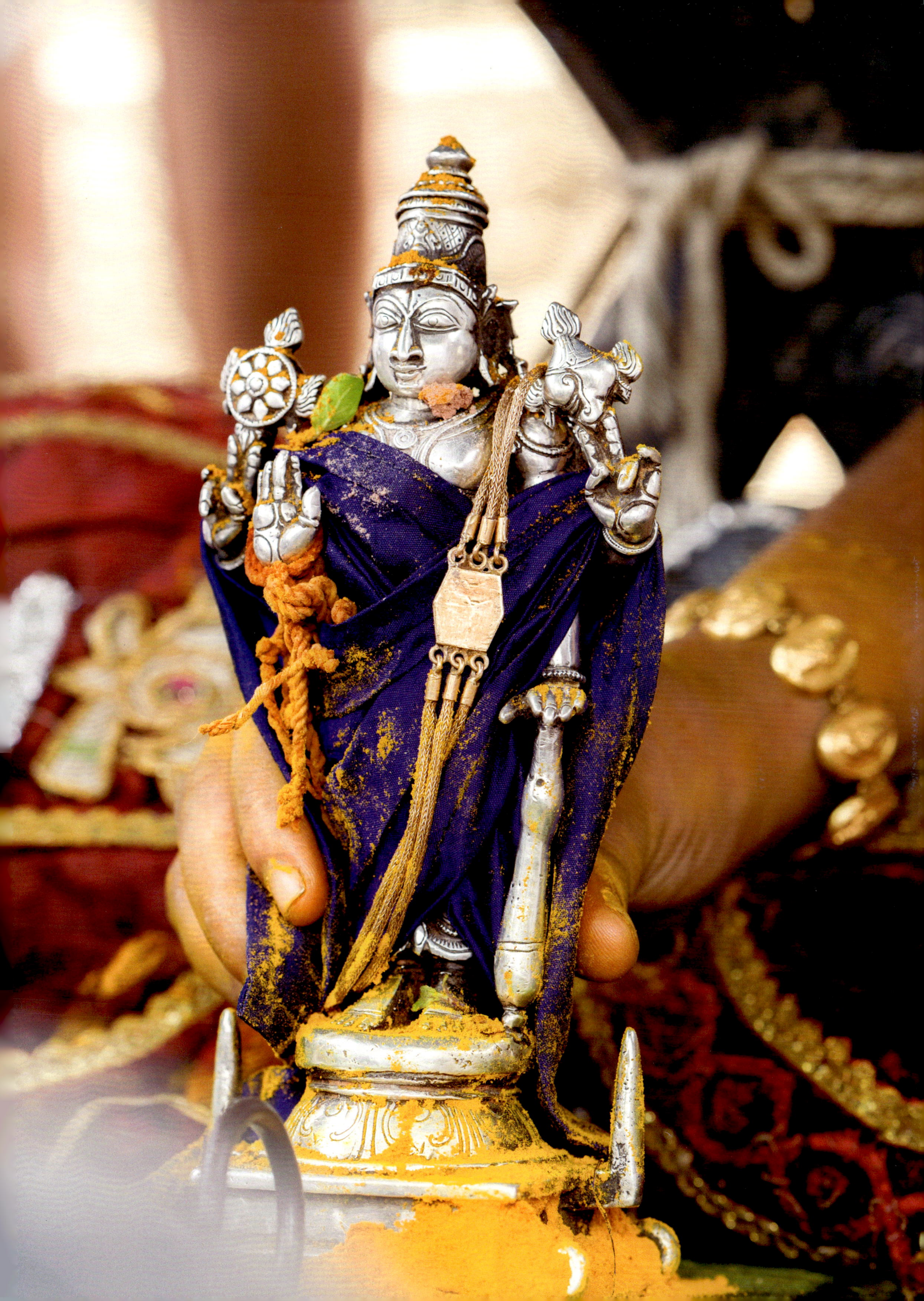

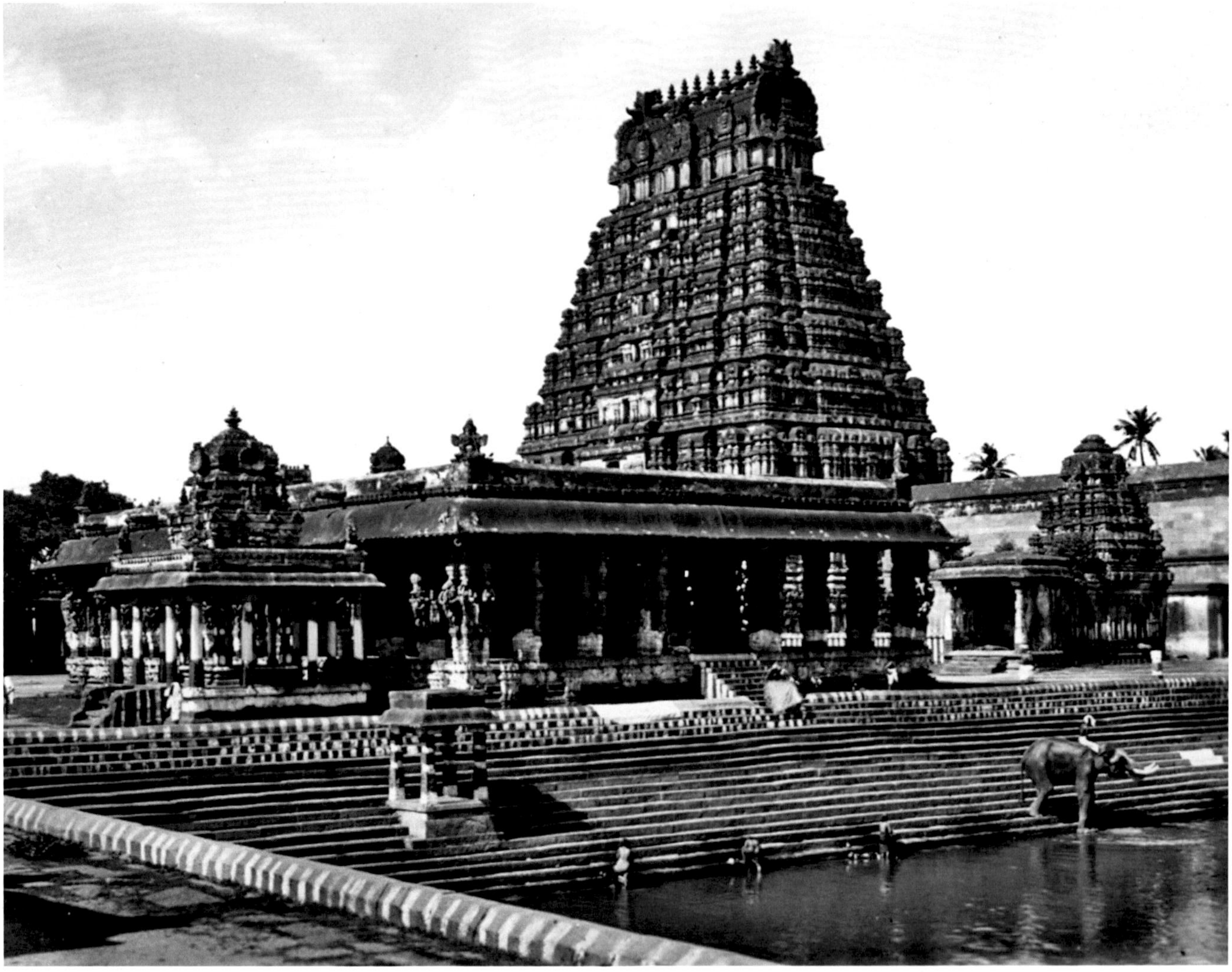

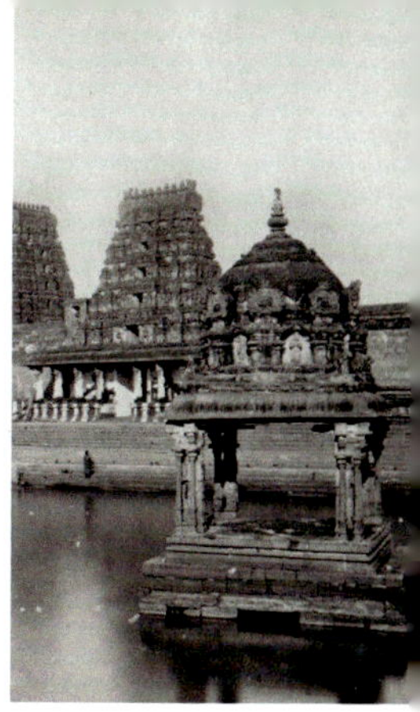

Introduction

Kanchipuram, one of the seven Mukti Sthalams of India and the only one in south India, is a place known for its religious and historical importance. It is home to a very large number of temples, of which fourteen Vishnu temples are Divya Desams (deities praised in the Tamil hymns of the Azhvars) and five Siva temples are Padal Petra Sthalams (deities sung in praise of by the Nayanmars).

One of the best-known temples of South India and the most famous Vishnu temple in Kanchipuram is the one for Varadaraja Perumal. This temple, along with the Vishnu temples in Srirangam and Thirumala are considered by Srivaishnavas as the most important ones. The Varadaraja Perumal temple is called Thyaga-mandapam, while the Ranganatha Swami temple in Srirangam is Bhoga-mandapam and the Venkateshwara temple in Thirumala is Pushpa-mandapam. Varadaraja Perumal is worshipped by various names such as Devaraja Perumal, Arulala Perumal and Perarulalar. The earliest reference to this deity is in the Pasuram (Tamil verses) of Bhudattazhvar who refers to this God as Attiyuran (resident of Atthiyur) in his Irandam Thiruvandadi. From inscriptions, it is clear that as early as the 12th century A.D., during the time of Ramanujacharya, the Tamil prabandhams (Tamil hymns) of Poigai Azhvar and Bhudattazhvar were popular in this temple. The Pasurams of Pey Azhvar and Thirumangai Azhvar are associated with this temple. Atthiyur or the place of fig (atthi) trees was the original name of the area in which this temple was situated and the original deity, made of the wood of the fig tree was worshipped as Atthi Varadar. This temple is now situated in the area of Kanchipuram which is popularly called Vishnu Kanchi.

A very large number of famous personages have been associated with this temple. Important Srivaishnava Acharyas like Thirukkachi Nambi, Ramanujacharya, Kurattazhvan; Appayya Dikshitar, a great scholar were devotee of Varadaraja Perumal; music composers such as Shyama Sastri, Thyagaraja and Muttuswami Dikshitar and many others have visited this place and worshipped the deity. Their compositions are recited and sung even today.

This temple is known for its beautiful architecture and has many gopurams, sanctums and mandapams, each constructed at different times, over many centuries. Royalty and the common man alike have contributed to the architectural growth of this temple and have donated generously for rituals and festivals to be held here. The sculptural wealth of this temple is fascinating and is a veritable store-house of Vaishnava iconography. A large number of inscriptions in many languages and scripts are etched here. These epigraphs provide authentic and detailed information about various aspects of the temple's history.

Centres of education functioned in the premises as authenticated by inscriptions. An epigraph of the reign of Kulottunga Chola I (1070-1122 A.D.) mentions a mutt called Arikesavan-mutt which was near the holy tank. Another epigraph dated 1359 A.D. mentions a mutt under the care of Vaishnavadasa alias Brahmatantra Svatantra, a great scholar and disciple of Vedanta Desikar. The Ramanuja Darsana was taught in this mutt which also had many manuscripts. Several mutts of later times are also mentioned in the inscriptions.

Numerous are the festivals celebrated for Varadaraja Perumal and the other deities in this vast temple-complex. The best-known is the Brahmotsavam and the most unique is that for Atthi Varadar, the original image in this temple which is taken out from the bottom of the Anantasaras tank once in forty years.

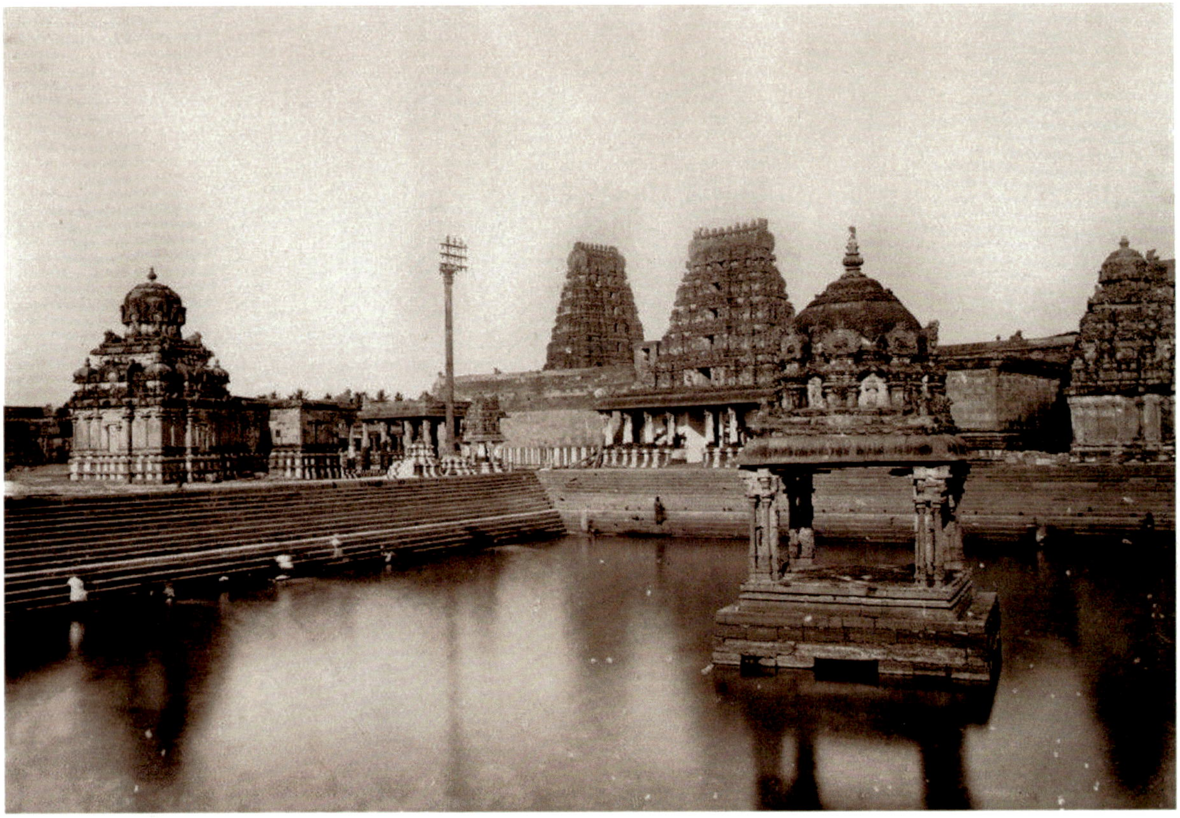

அறிமுகம்

இந்தியாவின் முக்தித் தலங்கள் என்று சொல்லப்படும் ஏழு தலங்களில் ஒன்றாகவும், தென்னிந்தியாவில் அமைந்துள்ள ஒரே முக்தித் தலமாகவும் இருப்பது காஞ்சிபுரம். ஆன்மிகம் மற்றும் வரலாற்று ரீதியாகவும் முக்கியத்துவம் வாய்ந்த நகரம் காஞ்சிபுரம். எண்ணற்ற கோயில்கள் அமைந்திருக்கும் கோயில் நகரம் காஞ்சிபுரம். அவற்றுள் ஆழ்வார்களால் மங்களாசாசனம் செய்யப்பட்ட பதினான்கு திவ்யதேசங்களும், சமயக் குரவர்களால் பாடல் பெற்ற ஐந்து சிவாலயங்களும் காஞ்சிபுரத்தில் அமைந்திருக்கின்றன.

எல்லோருக்கும் நன்றாகத் தெரிந்த தென்னிந்திய கோயில்களில் ஒன்றாகவும், மிகவும் பிரபலமான விஷ்ணு கோயிலாகவும் வரதராஜ பெருமாள் கோயில் திகழ்கிறது. ஸ்ரீ ரங்கம், திருமலையைப் போலவே இந்தக் கோயிலும் ஸ்ரீவைஷ்ணவர்களால் பெரிதும் முக்கியத்துவம் கொடுக்கப்பட்டு போற்றப்பெறுகிறது. வரதராஜ பெருமாள் கோயில், 'தியாக மண்டபம்' என்றும், திருவரங்கம் ரங்கநாத பெருமாள் கோயில், 'போக மண்டபம்' என்றும், திருமலை, 'புஷ்ப மண்டபம்' என்றும் அழைக்கப்படுகிறது.

தேவராஜ பெருமாள், அருளாள பெருமாள், பேரருளாளன் என்று பல திருப்பெயர்களால் வரதராஜ பெருமாள் வழிபடப்பெறுகிறார்.

வரதராஜ பெருமாள் கோயிலைப் பற்றிய மிகவும் தொன்மையான குறிப்பு, பூதத்தாழ்வாரின் பாசுரமான இரண்டாம் திருவந்தாதியில் காணப்படுகிறது. பூதத்தாழ்வார் இந்தக் கோயில் பெருமாளை, 'அத்தியூரான்' என்று குறிப்பிட்டுப் பாடியுள்ளார்.

ராமானுஜரின் காலத்தில் பொய்கையாழ்வார் மற்றும் பூதத்தாழ்வார் ஆகியோரின் பாசுரங்கள் கோயிலில் பிரபலமாக இருந்திருக்கிறது. இந்தத் தகவல் 12-ம் நூற்றாண்டைச் சேர்ந்த கல்வெட்டுகளின் மூலம் நமக்குத் தெளிவாகிறது. மேலும் பேயாழ்வார், திருமங்கையாழ்வார் ஆகியோரின் பாசுரங்களும் இந்தக் கோயிலுடன் தொடர்பு கொண்டிருக்கின்றன.

இந்தக் கோயில் அமைந்திருக்கும் பகுதி முழுவதும் அத்தி மரங்கள் அடர்ந்திருந்ததால் அத்தியூர் என்று இந்தப் பகுதி அழைக்கப்பட்டது. கோயிலில் முதல்முறையாகப் பிரதிஷ்டை செய்யப்பட்ட தெய்வமும் அத்திமரத்தினால் செய்யப்பட்டது என்பதால்தான் பெருமாளுக்கு அத்திவரதர் என்ற பெயர் ஏற்பட்டது. தற்போது இந்தக் கோயில் விஷ்ணுகாஞ்சி என்று அழைக்கப்படும் பகுதியில் அமைந்திருக்கிறது.

முக்கியத்துவம் வாய்ந்த பலர் இந்தக் கோயிலுடன் தொடர்பு கொண்டிருக்கிறார்கள். முக்கியமான வைஷ்ணவ ஆசார்யர்களான ஸ்ரீவேதாந்த தேசிகர், ஸ்ரீதிருக்கச்சி நம்பிகள், ஸ்ரீராமாநுஜாசார்யர், கூரத்தாழ்வான், சங்கீத மும்மூர்த்தியரான சியாமா சாஸ்திரி, தியாகராஜர், முத்துஸ்வாமி தீக்ஷிதர் என்று பலரும் இந்தக் கோயிலுக்கு வந்து வழிபட்டிருக்கின்றனர். அவர்களின் கீர்த்தனைகளும் ஸ்தோத்திரங்களும் கோயிலில் இன்றும் பாடப்படுகின்றன.

பல்வேறு காலக் கட்டங்களில் கட்டப்பட்ட பல கோபுரங்கள், சந்நிதிகள், மண்டபங்கள் என்று பல நூற்றாண்டுகளாக நடைபெற்ற கோயில், அதன் கட்டடக் கலையின் அழகின் காரணமாக மிகவும் பிரபலமடைந்திருக்கிறது. மன்னர்கள், செல்வந்தர்கள் மட்டுமல்லாமல், பொதுமக்களும் கோயிலின் வளர்ச்சிக்கும், நித்திய பூஜைகள் மற்றும் விழாக்களுக்கும் நன்கொடைகள் வழங்கியிருக்கின்றனர். இந்தக் கோயிலின் சிற்பக் களஞ்சியங்கள் அனைத்தும் வைணவத்தின் சின்னங்களாக விளங்குகின்றன. பல மொழிகளில் பொறிக்கப்பட்ட ஏராளமான கல்வெட்டுகள் மூலம் கோயிலின் வரலாறு உள்ளிட்ட பல்வேறு அம்சங்களைப் பற்றிய உண்மையான, ஆதாரப்பூர்வமான தகவல்கள் நமக்குத் தெரிய வருகிறது.

கோயிலில் கல்விக்கூடங்கள் செயல்பட்டதாகவும் கல்வெட்டுகள் மூலம் தெரிந்துகொள்ள முடிகிறது. முதலாம் குலோத்துங்க சோழன் (கி.பி.1070 - 1122) காலத்திய கல்வெட்டு ஒன்று, கோயில் வளாகத்தில் ஒரு மடம் அரிகேசவன் மடம் என்ற பெயரில் திருக்குளத்துக்கு அருகில் இருந்ததாகத் தெரிவிக்கிறது. கி.பி. 1359-ஆம் வருடத்திய கல்வெட்டு ஒன்றின் மூலம், மிகப் பெரிய அறிஞரும், வேதாந்த தேசிகரின் சீடருமான வைஷ்ணவதாசர் என்னும் பிரம்மதந்த்ர ஸ்வதந்த்ரர் என்பவரின் மேற்பார்வையில் ஒரு மடம் செயல்பட்டு வந்ததாகத் தெரிந்துகொள்ள முடிகிறது. இந்த மடத்தில், பல கையெழுத்துப் பிரதிகளும் அடங்கிய ராமாநுஜ தர்சனம் பயிற்றுவிக்கப் பட்டதாகவும் தெரிய வருகிறது. பிற்காலத்திலும் பல மடங்கள் செயல்பட்டு வந்ததாகக் கல்வெட்டுகள் தெரிவிக்கின்றன.

மிகப் பெரிய பரப்பளவில் அமைந்திருக்கும் இந்தக் கோயிலில் வரதராஜபெருமாளுக்கும், மற்ற தெய்வங்களுக்கும் எண்ணற்ற விழாக்கள் நடைபெற்று வருகின்றன. எல்லோருக்கும் தெரிந்த பிரம்மோற்சவத்துடன் மற்றுமொரு தனிச் சிறப்பு வாய்ந்த வைபவமும் உண்டு. அந்த வைபவமே அத்தி மரத்தினால் செய்யப்பட்ட அத்தி வரதர், நாற்பது வருடங்களுக்கு ஒருமுறை அனந்தசரஸ் தீர்த்தக்குளத்திலிருந்து வெளியில் எடுக்கப்பட்டு, பக்தர்களின் தரிசனத்துக்கு எழுந்தருளச் செய்யும் வைபவமே ஆகும்.

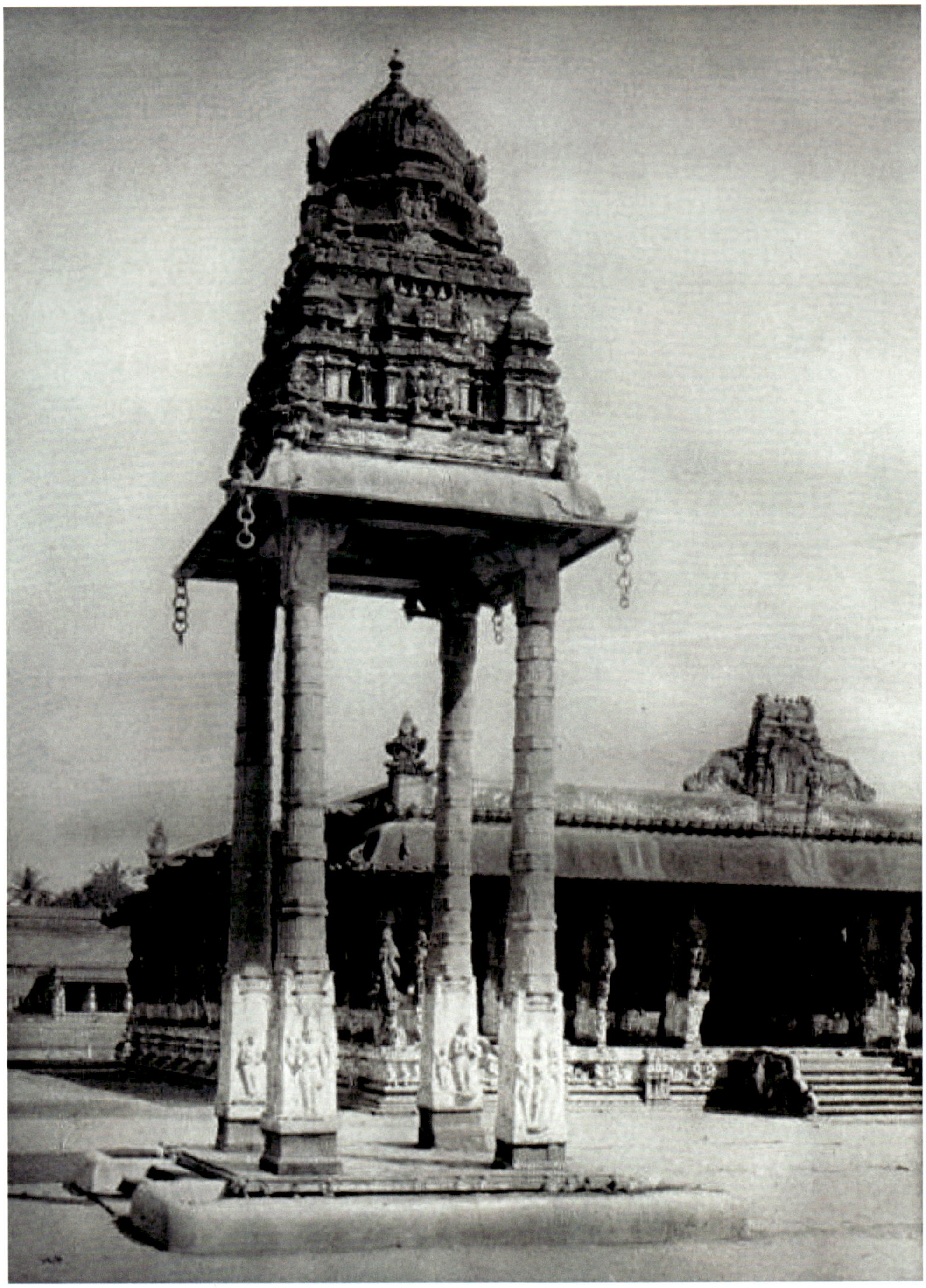

పరిచయం

కాంచీపురం భారతదేశంలోని ప్రధానమైన ఏడు ముక్తి స్థలాలలో ఒకటి. దక్షిణ భారతదేశంలోవున్న కాంచీపురం ఏకైక మతపరంగానూ, చారిత్రాత్మకంగానూ ఎంతో ప్రసిద్ధి చెందిన ప్రదేశం. ఇది చాలా ఎక్కువ సంఖ్యలో దేవాలయాలకు నిలయంగా వుంది. ఈ అసంఖ్యాకమైన దేవాలయాలలో పద్నాలుగు విష్ణు దేవాలయాలు దివ్య దేశాలు (ఆళ్వార్‌లయొక్క తమిళ శ్లోకాలలో ప్రశంసించబడిన దేవుళ్ళవి) మరియు ఐదు శివాలయాలు పాదల్ పెట్రా స్థలాలు (నయనార్‌లచే ప్రశంసించ బడిన దేవుళ్ళవి) వున్నాయి.

దక్షిణ భారతదేశంలోని ప్రసిద్ధ దేవాలయాలలో ఒకటిగానూ మరియు కాంచీపురంలోని అత్యంత ప్రసిద్ధ విష్ణు ఆలయం వరదరాజ పెరుమాళ్ వారి ఆలయం ప్రసిద్ధి చెందింది. ఈ ఆలయాన్ని శ్రీ వైష్ణవులు శ్రీరంగం, తిరుమలలోని విష్ణు దేవాలయాలతోపాటు చాలా ముఖ్యమైనవిగా భావిస్తారు. శ్రీరంగంలోని శ్రీరంగనాథస్వామి ఆలయాన్ని భోగ మండపం లాగా, తిరుమలలోని శ్రీ వేంకటేశ్వర ఆలయాన్ని పుష్ప మండపం లాగా పిలుస్తున్నట్టుగా వరదరాజ పెరుమాళ్ ఆలయాన్ని త్యాగ మండపం అని కూడా పిలుస్తారు. వరదరాజ పెరుమాళ్‌వారిని దేవరాజ పెరుమాళ్, అరులాల పెరుమాళ్, పేరరులాళర్‌వంటి వివిధ పేర్లతో పూజిస్తారు. ఈ దేవునియొక్క ప్రథమ ప్రస్తావన భూతత్తాళ్వార్‌లోని పాశురం (తమిళ శ్లోకాలు)లో వుంది. ఈ భగవంతుడిని తన ఇరాండం తిరువందడిలో అట్టియురాన్ (అతియూర్ నివాసి) అని ప్రస్తావిస్తాడు. పోయిగై ఆళ్వార్ మరియు భూతత్తాళ్వార్‌యొక్క తమిళ ప్రబంధాలు (తమిళ శ్లోకాలు) క్రీ॥శ॥ 12వ సం॥లోనే అంటే రామానుజాచార్య కాలంలోనే, ఈ ఆలయంలో బాగా ప్రాచుర్యంలోవున్నాయని శాసనాలద్వారా తెలుస్తోంది. పేయాళ్వార్ మరియు తిరుమంగై ఆళ్వార్‌యొక్క పాశురములలో ఈ ఆలయంతో సంబంధం కలిగియున్నాయి. అతియూర్ (అత్తి చెట్ల ప్రదేశం) అన్నది ఈ ఆలయంవున్న ప్రాంతానికి అసలు పేరు. అత్తి చెట్టుయొక్క చెక్కతో చేసిన అసలు దేవుణ్ణి 'అత్తి వరదర్' అని పూజిస్తారు. ఆ ఆలయం ఇప్పుడు కాంచీపురం సమీపంలోవుంది. దీనిని 'విష్ణు కంచి' అని పిలుస్తారు.

ఈ ఆలయంతో చాలా అనేకులకైన ప్రసిద్ధ వ్యక్తుల సంబంధ బాంధవ్యాలను కలిగివున్నారు. తిరుక్కచ్చి నంబి, శ్రీ రామానుజా చార్యులు, కురత్తాళ్వార్‌వంటి ముఖ్యమైన శ్రీవైష్ణవ ఆచార్యులు, శ్యామా శాస్త్రి, త్యాగరాజు మరియు ముత్తుస్వామి దీక్షితార్‌వంటి గొప్ప సంగీత స్వరకర్తలు ఈ ప్రదేశాన్ని సందర్శించి, ఆరాధించారు. వారు స్వర పరచిన కీర్తనలు నేటికీ ప్రాచుర్యంలో వున్నాయి.

ఈ ఆలయం అనేక గోపురాలు, గర్భగుడి మరియు మండపాలను కలిగివుండి అందమైన నిర్మాణానికి ప్రసిద్ధి చెందింది. ఈ ఆలయంలోని వివిధ మండపాలు విడి విడిగా అనేక శతాబ్దాలపాటుగా వేర్వేరు సమయాల్లో నిర్మించబడ్డాయి. రాజులతోపాటు సామాన్య ప్రజానీకంకూడా ఈ ఆలయంయొక్క నిర్మాణము మరియు అభివృద్ధికి దోహదపడ్డారు. అంతేకాకుండా ఇక్కడ జరిగే ఉత్సవాలకు మరియు సాంప్రదాయాలకు ఉదారంగా విరాళాలు ఇచ్చారు. ఈ ఆలయంయొక్క శిల్ప సంపద మనోహరమైనది మరియు వైష్ణవ సంప్రదాయ పరమయిన శిల్పాలకు ప్రసిద్ధి. అనేక భాషలలో మరియు లిపులలో అసంఖ్యాకమయిన శాసనాలు ఇక్కడ చెక్కబడ్డాయి. ఈ శాసనాలు మనకు ఈ ఆలయ చరిత్రలోని వివిధ అంశాల గురించి ప్రామాణికమైన మరియు వివరణాత్మక సమాచారాన్ని అందిస్తాయి.

పలు విద్యాలయాలు ఈ ప్రాంగణంలో వెలసిల్లాయని ఇక్కడి శాసనాలు ధృవీకరించాయి. కులోత్తుంగ చోళ (క్రీ॥శ॥ 1070-1122) పాలనయొక్క ఒక శాసన స్థూపములో పవిత్రమైన పుష్కరిణివద్దగల అరికేవవన్ మాతా అనే మఠం గురించి ప్రస్తావన వున్నది. క్రీ॥శ॥ 1359 నాటి మరొక శిలా శాసనంలో గొప్ప పండితుడు మరియు వేదాంత దేశిక శిష్యుడైన వైష్ణవ దాస అనబడే బ్రహ్మంత్రా స్వతంత్రా సంరక్షణలోవున్న ఒక మఠం గురించిన ప్రస్తావన వున్నది. ఈ మఠంలో రామానుజ దర్శనం బోధించబడేదని తెలుస్తోంది. ఇందులో చాలా లిఖిత ప్రతులుకూడా వున్నాయి. తరువాత కాలంలో అనేక మఠాలు గురించిన ప్రస్తావన అనేక శాసనాల్లో వున్నది.

ఈ విశాలమైన ఆలయ సముదాయంలో వరదరాజ పెరుమాళ్ మరియు ఇతర దేవుళ్ళకు జరుపుకునే పండుగలు చాలా వున్నాయి. వీటిల్లో బాగా ప్రసిద్ధి చెందినది మరియు అత్యంత ప్రత్యేకమైనది బ్రహ్మోత్సవం. అత్తి వరదర్ ఈ ఆలయంలోని అసలైన విగ్రహాన్ని, నలభై సంవత్సరాలకు ఒకసారి "అనంతసారస్" పుష్కరిణి నుండి బయటకు తీస్తారు.

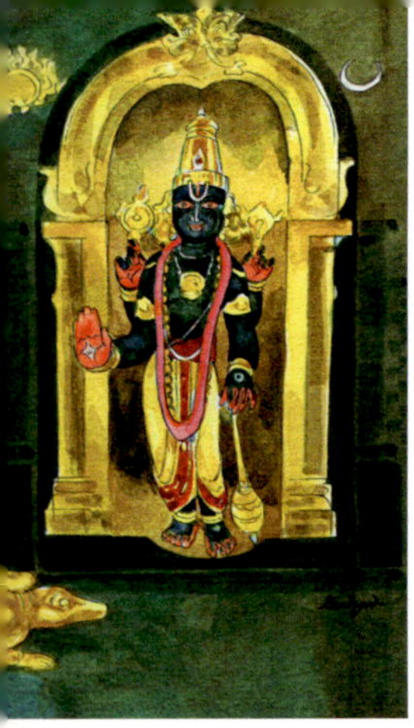

Sthala Puranam

ஸ்தல புராணம்

స్థల పురాణం

The traditional account of this temple (Sthala Puranam) states that Brahma conducted a sacrifice (yaga) in order to see Vishnu with four arms (chaturbhujam). Narayana appeard before him in the form of sacred water (tirtha-rupam). But, Brahma was not satisfied and Vishnu appeared as a forest, which represented the earth. Brahma, still not satisfied, heard a heavenly voice at that time telling him that he could see Vishnu in the form desired only if he performed a hundred Ashvamedha yagas. Since this was a difficult task, Brahma prayed to Vishnu who told him to perform only one Ashvamedha yaga on Hastigiri (the hill on which the main sanctum of Varadaraja Perumal is situated today) which would yield the result of one hundred Ashvamedha yagas. Brahma asked Vishwakarma, the celestial architect to create a homa-kundam (Uttara Vedhi) to conduct the yaga on Hastigiri. From this yaga rose Varadaraja Perumal in full splendour.

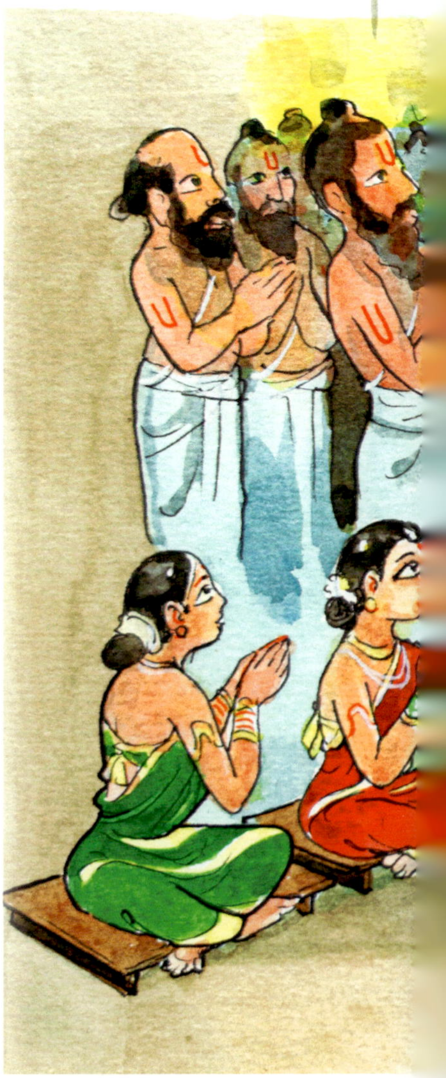

பிரம்மா, மகா விஷ்ணுவை நான்கு திருக்கரங்களுடன் தரிசிக்க விரும்பி, ஒரு யாகம் செய்தார். அவருக்கு மகாவிஷ்ணு தீர்த்த வடிவில் காட்சி அருளினார். ஆனால், அதில் திருப்தி கொள்ளாத பிரம்மாவுக்காக மகாவிஷ்ணு பூமியின் பிரதிபலிப்பாக விளங்கும் வனத்தின் வடிவில் பிரம்மாவுக்குக் காட்சி அருளினார். அதனாலும் பிரம்மா திருப்தியடையவில்லை. அவர் விரும்பியபடி மகாவிஷ்ணுவை நான்கு திருக்கரங்களுடன் தரிசிக்க வேண்டுமானால், நூறு அஸ்வமேத யாகம் செய்யவேண்டும் என்பதாக ஓர் அசரீரி பிரம்மாவுக்குக் கேட்டது. ஆனால், நூறு அஸ்வமேத யாகம் செய்வது மிகவும் கடினமான காரியம் என்பதால், பிரம்மா மகாவிஷ்ணுவை பிரார்த்தித்தார். பிரம்மாவுக்கு அருள்புரியத் திருவுள்ளம் கொண்ட மகாவிஷ்ணு, தற்போது வரதராஜ பெருமாள் சந்நிதி அமைந்திருக்கும் ஹஸ்திகிரி மீது ஒரு யாகம் செய்தால், அது நூறு அஸ்வமேத யாகம் செய்வதற்கு நிகரான பலன்களைத் தரும் என்று கூறினார்.

ఈ ఆలయంయొక్క సాంప్రదాయక వృత్తాంతం (స్థల పురాణం) ప్రకారం బ్రహ్మ చతుర్భుజుడైన విష్ణుమూర్తి దర్శనానికి ఒక యాగాన్ని నిర్వహించారు. నారాయణుడు ముందు పవిత్ర జలం (తీర్థ రూపం) రూపంలో కనిపించినా సంతృప్తి చెందడు బ్రహ్మ. అప్పుడు విష్ణువు భూమిని సూచించే అడవిగా కనిపించాడు. బ్రహ్మ, అప్పటికీ సంతృప్తి చెందలేదు. పైగా వంద అశ్వమేధ యాగాలు చేస్తేనే కోరిన రూపంలో విష్ణు మూర్తి దర్శన భాగ్యం కల్గుతుందని ఒక అశరీర వాణి వినపడింది. ఇది చాలా కష్టమైన పని కనుక, బ్రహ్మ విష్ణువును ప్రార్థించగా మెచ్చిన విష్ణుమూర్తి-హస్తిగిరి (ఈ రోజు వరదరాజ పెరుమాళ్ యొక్క ప్రధాన గర్భగుడి ఉన్న కొండ) పై ఒక అశ్వమేధ యాగం మాత్రమే చేయమని చెప్పాడు, ఇది వంద అశ్వమేధ యాగాల ఫలితాన్ని ఇస్తుంది.

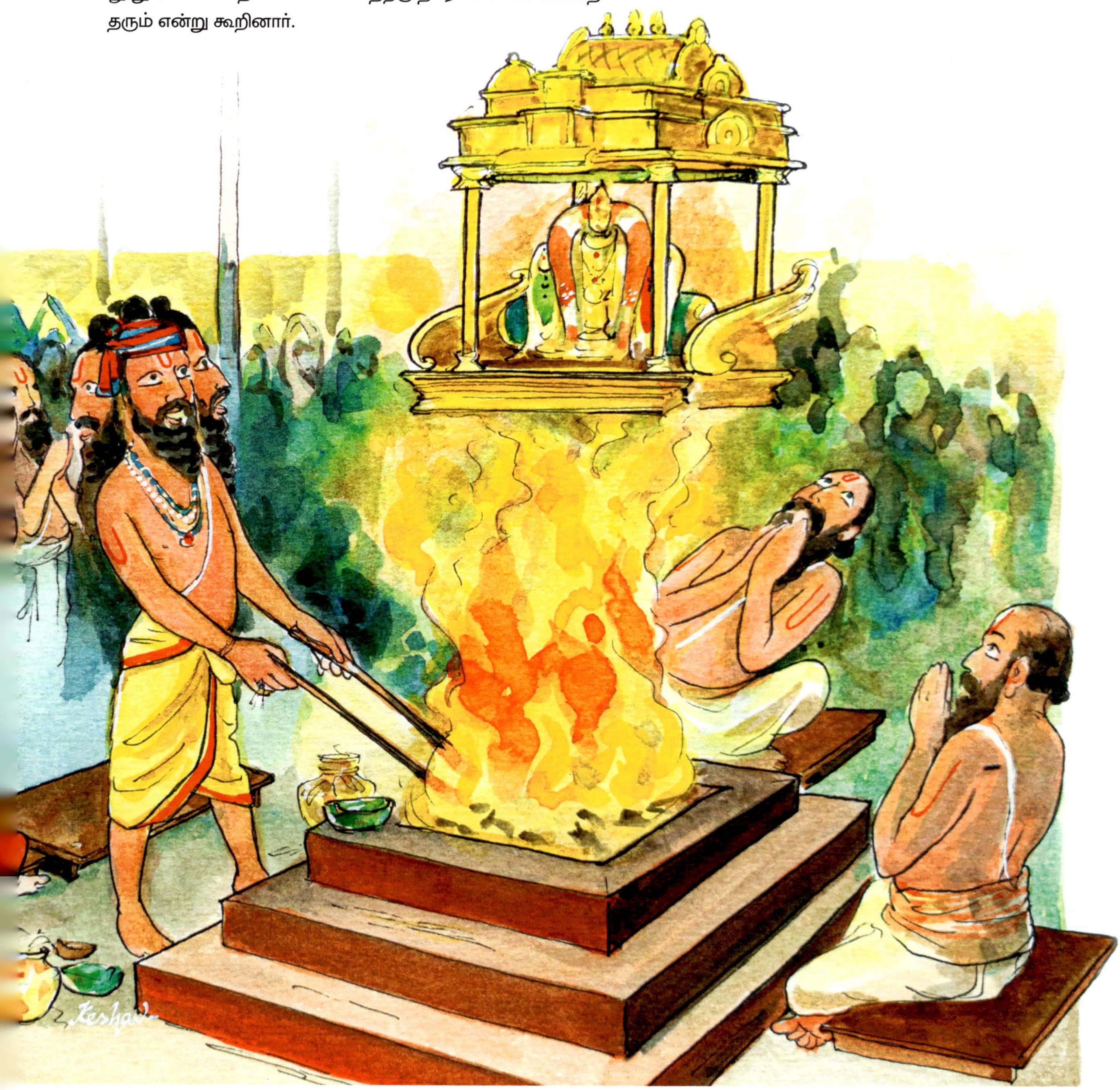

Brahma's consort, Sarasvati, who was angry that he was performing the yaga without Her, tried to prevent the sacrifice by assuming the form of the swift-flowing River Vegavati. However, Narayana prevented Her from doing so by lying across the river and thus, Brahma continued the yagam. From the sacrificial fire came Varadaraja Perumal, in a resplendent form under the Punyakoti Vimanam. Brahma requested Varadaraja Perumal to stay permanently on Hastigiri and bless His devotees.

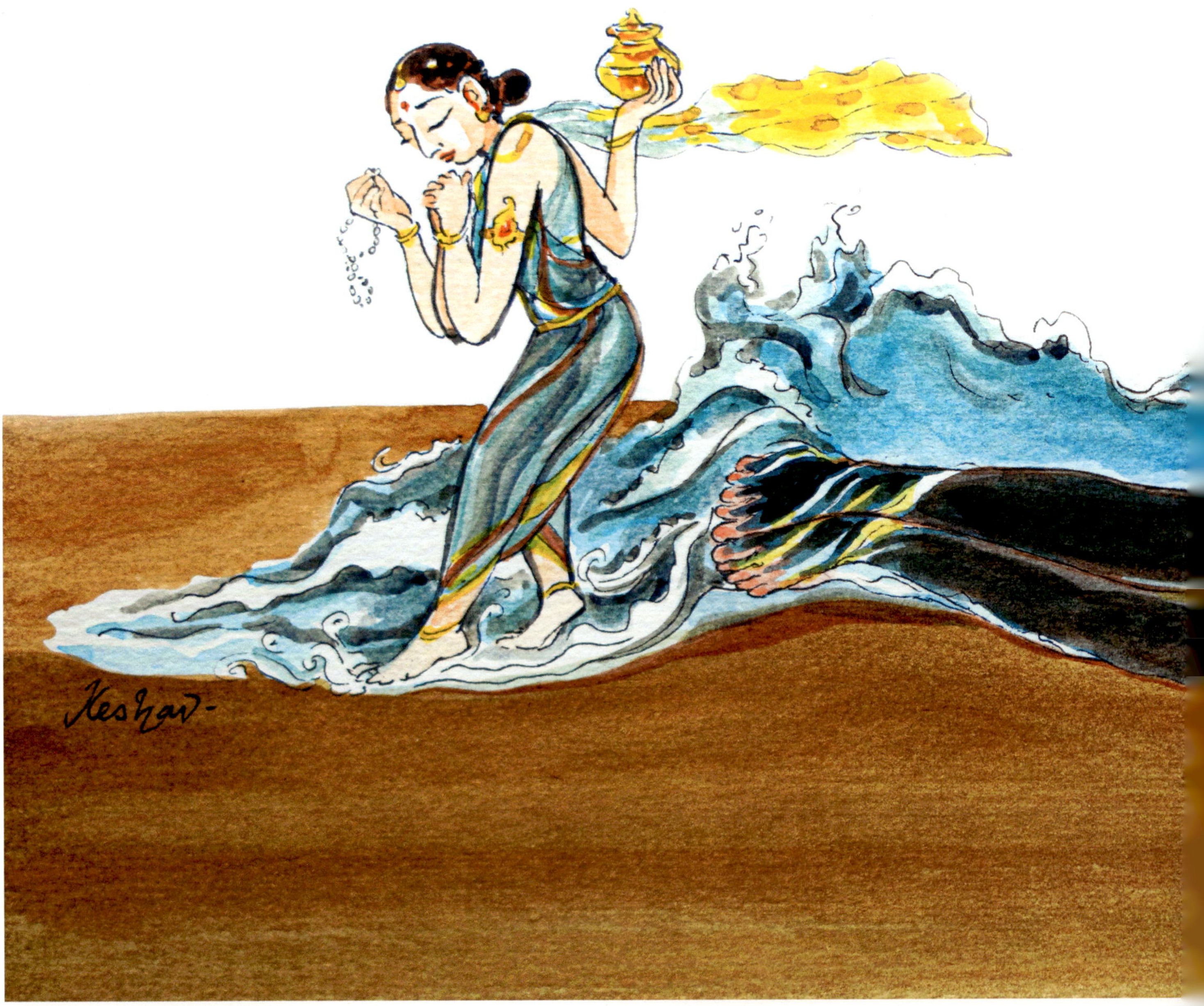

பிரம்மா தேவலோகச் சிற்பியான விஸ்வகர்மாவை அழைத்து, ஹஸ்திகிரி மீது யாகம் செய்வதற்காக ஒரு ஹோம குண்டம் (உத்தரவேதி) அமைக்கச் செய்து, தன் மனைவி சரஸ்வதியை அழைக்காமல் யாகத்தைத் தொடங்கினார். அதனால் சினம் கொண்ட சரஸ்வதி வேகவதி நதியாக வெள்ளப் பெருக்கெடுத்து வந்து யாகத்தை அழிக்க முயன்றாள். ஆனால், பகவான் நாராயணன், நதியின் குறுக்காக சயனித்துக்கொண்டதன் மூலம் வெள்ளப்பெருக்கைத் தடுத்தார். பிரம்மா யாகத்தைத் தொடர்ந்தார். யாகத்தின் நிறைவில் வரதராஜ பெருமாள் நான்கு திருக்கரங்களுடன் புண்ணிய கோடி விமானத்தின்கீழ் பிரம்மாவுக்குக் காட்சி அருளினார். பெருமாளின் தரிசனத்தில் மனம் மகிழ்ந்த பிரம்மா, பெருமாள் அந்த ஹஸ்திகிரிமீது நிரந்தரமாக எழுந்தருளி, வழிபடும் பக்தர்களுக்கு அருள்புரியவேண்டும் என்று பிரார்த்தித்துக்கொண்டார். இதுவே வரதராஜ பெருமாள் ஹஸ்திகிரி மீது எழுந்தருளிய திவ்ய வரலாறு.

హస్తిగిరిపై యాగం నిర్వహించడానికి బ్రహ్మ ఖగోళ వాస్తుశిల్పి అయిన విశ్వకర్మను హోమ-కుండం (ఉత్తర వేధి) సృష్టించమని కోరాడు. యాగానికి తనను పిలవని కారణంగా అలిగిన సరస్వతి (బ్రహ్మ భార్య) వేగంగా ప్రవహించే వేగవతి నది రూపాన యాగాన్ని నిరోధింపచూసింది. ఐతే ఆ నది కి అడ్డంగా విశ్రమిస్తూ ఆమె ప్రయత్నాన్ని విఫలం చేసాడు విష్ణుమూర్తి, అందువలన బ్రహ్మ యాగం కొనసాగించాడు యాగం చేసిన అగ్ని నుండి ఉద్వేగం తలెత్తింది మరియు దాని నుండి పుణ్యకోటి విమానం క్రింద ధగధగా విరాజిల్లుతున్న వరదరాజ పెరుమాళ్ ఉద్భవించారు. హస్తిగిరిపై శాశ్వతంగా ఉండి తన భక్తులను ఆశీర్వదించమని బ్రహ్మ వరదరాజ పెరుమాళ్‌ను అభ్యర్థించారు.

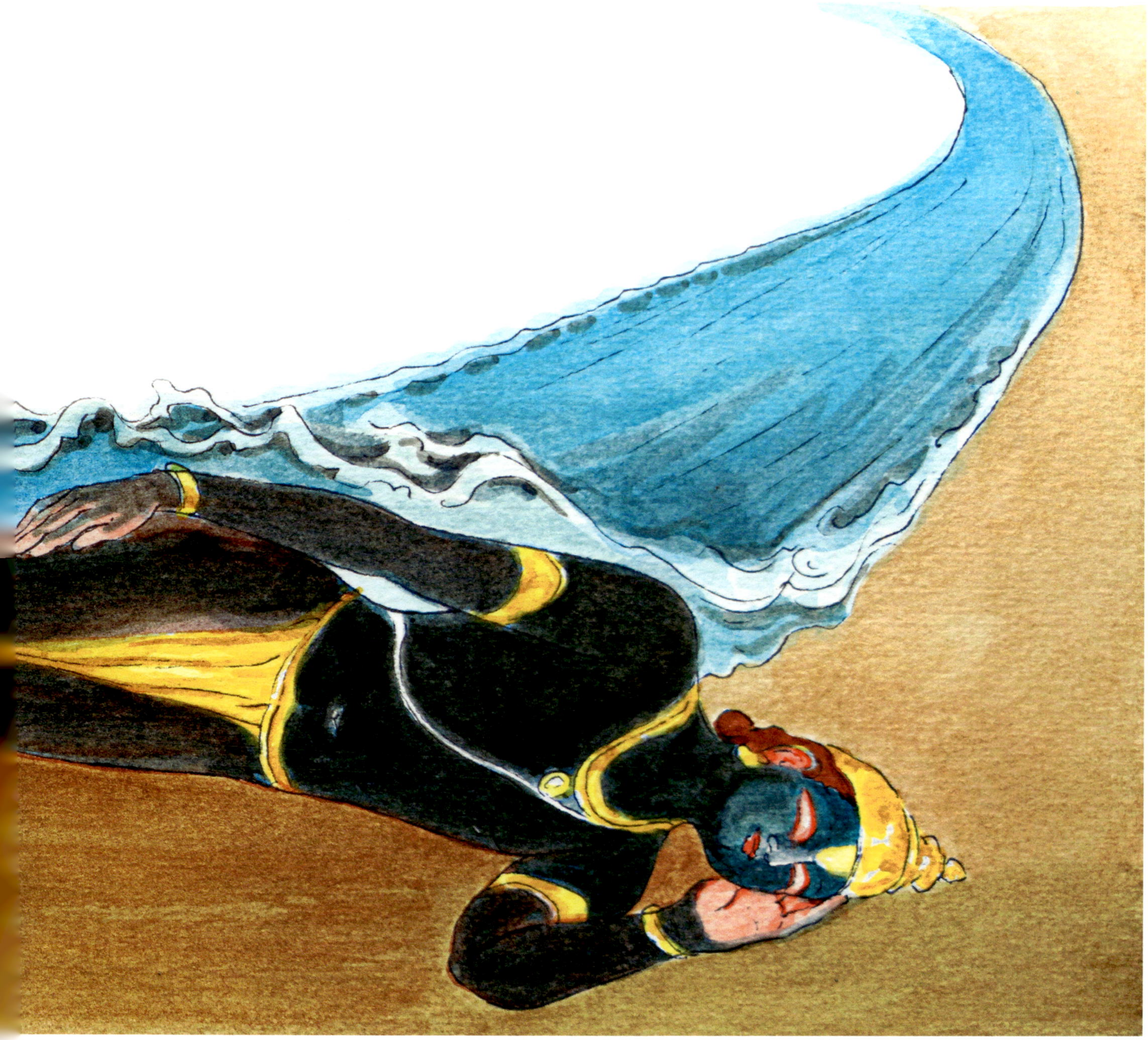

Another traditional story connected with this temple is to do with the images of two lizards seen on the ceiling of the first enclosure (prakaram) around the central sanctum of Varadaraja Perumal on top of Hastigiri hill. These lizards, seen along with the images of the sun and the moon, are considered sacred and devotees throng to see them and propitiate them. It is said that two disciples of Sage Gautama brought water for their teacher from a forest. Since they left the pot uncovered, a lizard fell inside. When the Sage wanted to use the water, he noticed the lizard. Greatly angered, he cursed the two students to be born as lizards. As the disciples were truly repentant, Sage Gautama told them that redemption from the curse could take place only in the Varadaraja Perumal temple, Kanchipuram. Answering the prayer of the two disciples, Varadaraja Perumal said that their souls would attain salvation, but their mortal forms would remain here. The deity also declared that those who worship the lizards would be relieved of all bad and adverse effects. The Sun and the Moon would be witness to this assurance given by Perumal. It is believed that those who pray to Varadaraja Perumal and see and also touch these lizards as they go around the sanctum, will be relieved of ill-health and other problems.

மற்றுமொரு பாரம்பர்யமான கதையும் இந்தக் கோயிலுடன் தொடர்புடையதாகச் சொல்லப்படுகிறது. வரதராஜ பெருமாள் சந்நிதி அமைந்திருக்கும் ஹஸ்திகிரியின் முதல் பிராகாரத்தின் கூரையில் இரண்டு பல்லிகளின் உருவங்கள் காணப்படுகின்றன. இந்த பல்லிகள் சூரியன் மற்றும் சந்திரனுடன் காணப்படுகின்றன. பக்தர்கள் அவற்றைத் தொடுவதற்கு மிகுந்த ஆர்வம் காட்டுகிறார்கள்.

இந்த பல்லிகள் முற்பிறவியில் கௌதம மகரிஷியின் சீடர்களாக இருந்தன. அப்போது ஒருநாள் தங்கள் குருநாதருக்கு ஒரு காட்டிலிருந்து தண்ணீர் கொண்டு வந்தனர். தண்ணீர் கொண்டு வந்த பானையை அவர்கள் மூடாமல் விட்டதால், அந்தப் பானைக்குள் பல்லி விழுந்துவிட்டது. சீடர்கள் கொண்டு வந்த தண்ணீரில் பல்லி இருப்பதைக் கண்ட கௌதம மகரிஷி, அவர்கள் இருவரையும் பல்லிகளாக மாறும்படிச் சபித்துவிட்டார். தங்கள் தவற்றுக்கு உண்மையிலேயே மனம் வருந்தி சாபவிமோசனம் அளிக்கும்படி மகரிஷியிடம் வேண்டினர். அவர்களிடம் இரக்கம் கொண்ட மகரிஷி, காஞ்சிபுரம் வரதராஜ பெருமாள் கோயிலுக்குச் சென்றால் சாபம் நீங்கும் என்று சாபவிமோசனத்துக்கான வழியைக் கூறினார். பல்லிகளின் வடிவத்தில் பிரார்த்தனை செய்த மகரிஷியின் சீடர்களிடம் இரக்கம் கொண்ட வரதராஜ பெருமாள், அவர்களிடம், அவர்களுடைய ஆத்மா மன்னிக்கப்பட்டு விட்டதாகவும், ஆனால், அவர்களுடைய ஸ்தூல உருவங்கள் மட்டும் அங்கேயே இருக்கும் என்று அருள்புரிந்தார். மேலும், அந்த பல்லிகளை வழிபடும் அனைவரும் அனைத்து மோசமான தோஷங்களிலிருந்தும் விடுபடுவர் என்றும் வரம் அளித்தார். வரதராஜ பெருமாளை வழிபட்டுவிட்டு, பிராகாரம் வலம் வரும்போது இந்த இரண்டு பல்லிகளையும் வழிபடுபவர்கள் அனைத்து பிணிகள் மற்றும் பிரச்னைகளிலிருந்து விடுபடுவர் என்பது நம்பிக்கை.

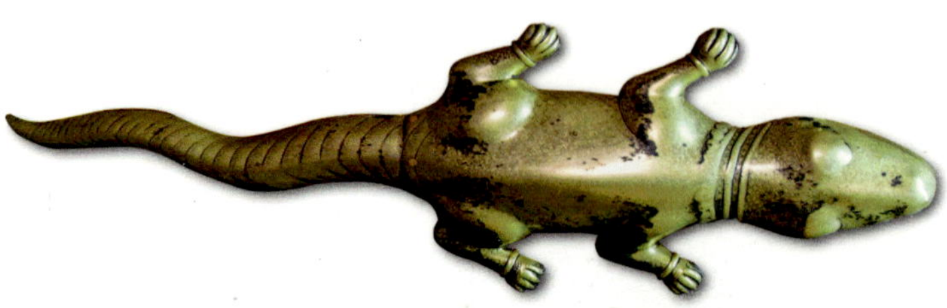

ఈ ఆలయానికి సంబంధించిన మరో సాంప్రదాయిక కథ:- హస్తిగిరి కొండపైన ఉన్న వరదరాజ పెరుమాళ్‌యొక్క కేంద్ర గర్భగుడి చుట్టూ మొదటి ఆవరణ (ప్రాకారం) పైకప్పుపై కనిపించే రెండు బల్లుల ఆకారాలకు సంబంధించినది. సూర్యుడు మరియు చంద్రుల చిత్రాలతోపాటు కనిపించే ఈ బల్లులను భక్తులు పవిత్రంగా భావిస్తారు, శ్రద్ధగా పూజిస్తారు. దీనికి చెందిన కథ:- గౌతమ ముని శిష్యులిద్దరు తమ గురువు కోసం ఒక అడవి నుండి కుండతో నీరు తెచ్చారు. వారు కుండను బయటపెట్టినప్పుడు, ఒక బల్లి లోపల పడింది. గౌతమ ముని నీటిని ఉపయోగించాలనుకున్నప్పుడు, అందులోని బల్లిని గమనించారు. చాలా కోపంగా, ఇద్దరు శిష్యులనూ బల్లులుగా పుట్టమని శపించారు. శిష్యులు నిజంగా పశ్చాత్తాపపడినందున, శాపం నుండి విముక్తిని కోరగా కాంచీపురంలోని వరదరాజ పెరుమాళ్ ఆలయంలో మాత్రమే ఉంటుందని గౌతమ ముని చెప్పారు. ఆ ఇద్దరి ప్రార్థనని మన్నించిన వరదరాజ స్వామి, వారి ఆత్మలకు మోక్షాన్ని ప్రసాదించారు. కానీ వారి మర్త్య రూపాలను ఈ గుడిలో నేడు మనం చూసే బల్లుల ఆకృతులలో ఉండమని ఆజ్ఞాపించారు. బల్లులను ఆరాధించే వారికి చెడు మరియు ప్రతికూల ప్రభావాల నుండి ఉపశమనం లభిస్తుందని వరం ప్రసాదించారు వరదరాజ స్వామి. పెరుమాళ్ ఇచ్చిన ఈ హామీకి సూర్యుడు మరియు చంద్రుడు సాక్ష్యమిస్తారు. వరదరాజ పెరుమాళ్‌ను ప్రార్థిస్తూ, ఈ బల్లులను స్పర్శిస్తూ గర్భగుడి చుట్టూ తిరిగిన వారికి అనారోగ్యం మరియు ఇతర సమస్యల నుండి ఉపశమనం పొందుతారని నమ్మకం.

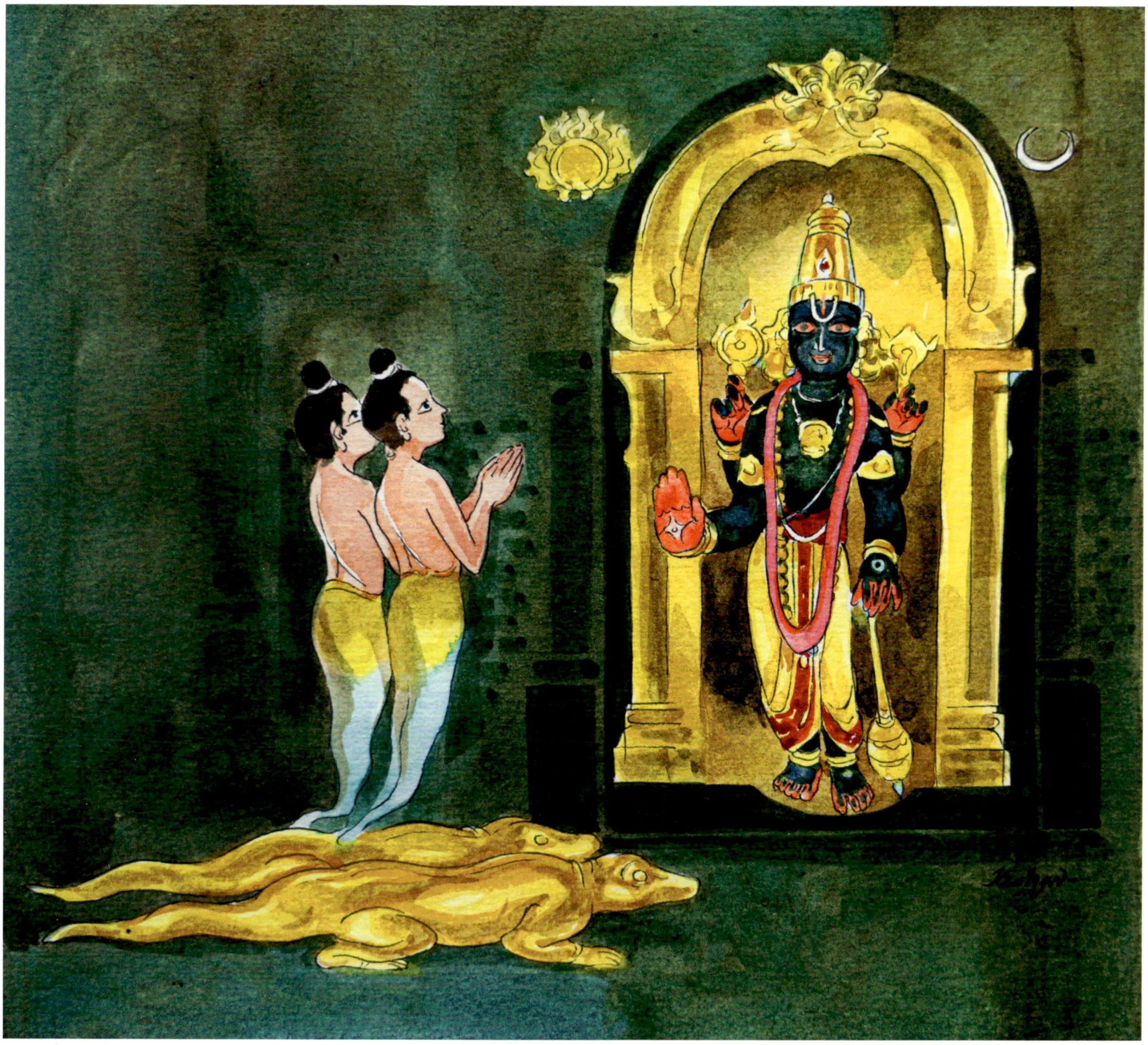

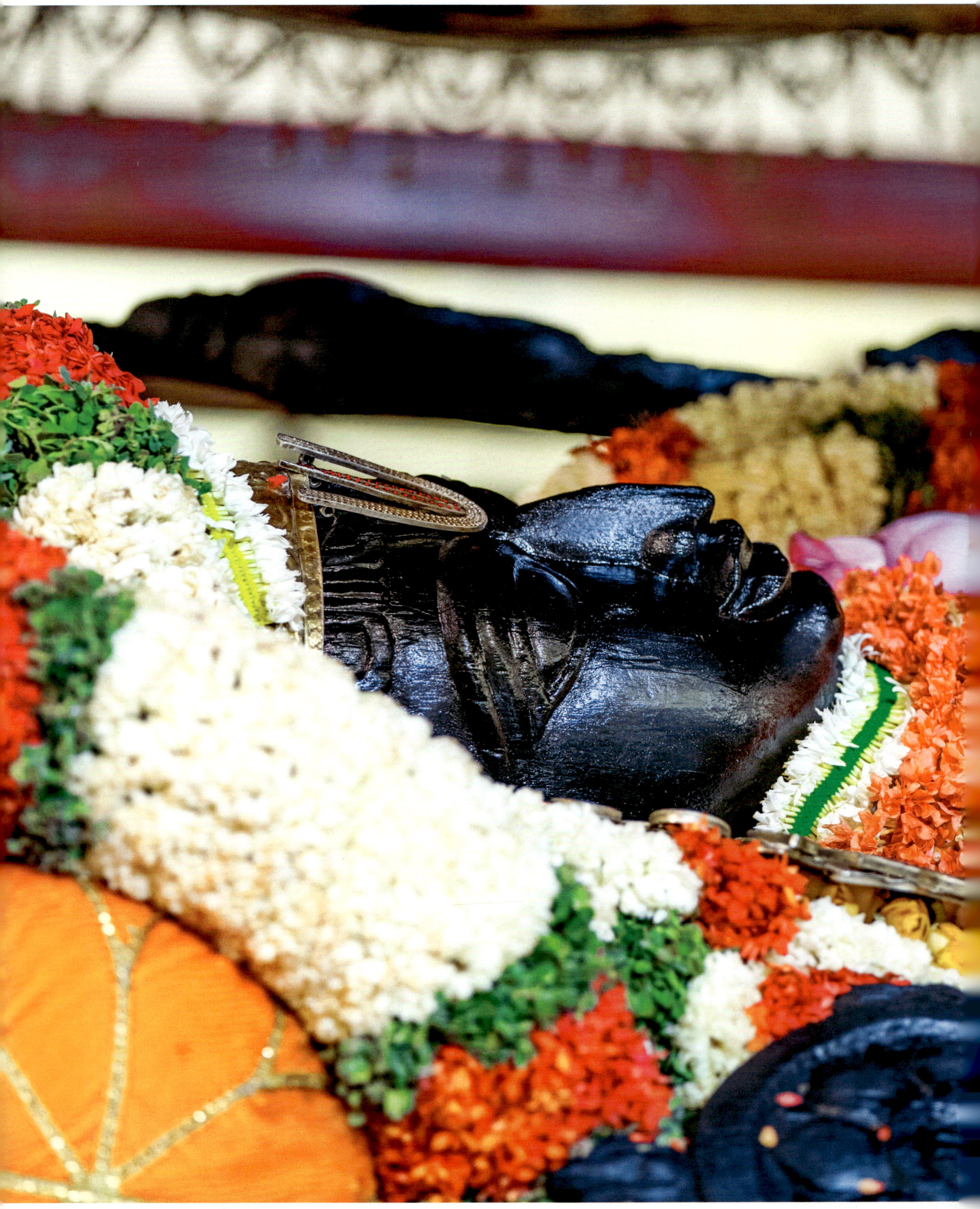

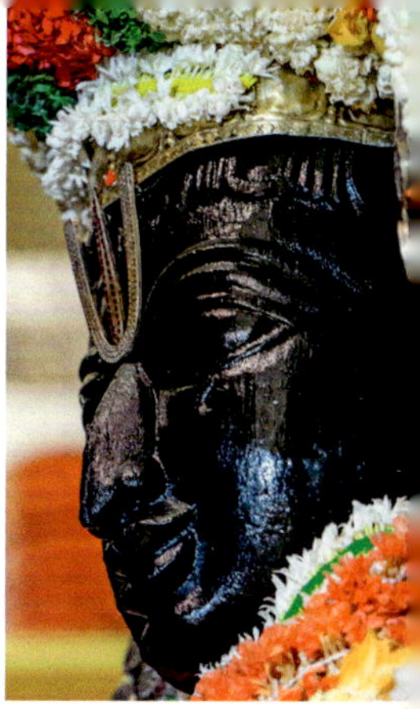

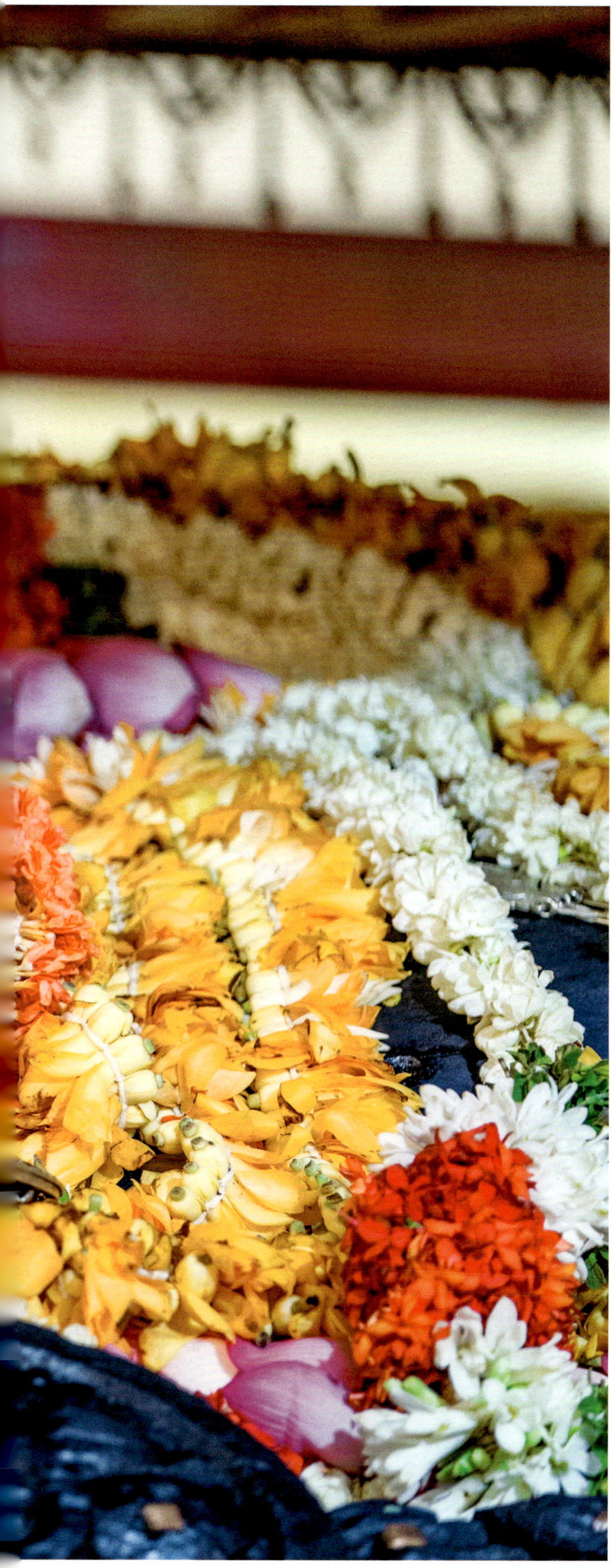

Atthi Varadar

At the epicentre of the vast campus of the biggest Vishnu temple in Kanchipuram is the Hastigiri on top of which is enshrined the grand and resplendent stone image of Varadaraja Perumal. However, the original image of this temple, well known as Atthi Varadar is made of the wood of the Atthi (fig) tree, which, according to tradition was fashioned by Vishwakarma, the celestial architect. The Atthi tree (Udumbara in Samskritam) is special to Vishnu. Bhudattazhvar refers to this deity as Atthiyuran. In the inscriptions of the Chola times, this deity's name is mentioned as Thiru-Atthiyur-Azhvar, Atthiyur-Azhvar and Thiru-Atthiyur-Ninrarulina-Perumal.

At some point in time, perhaps a few centuries back, the image of Atthi Varadar was replaced by the present deity in worship and the original image was kept at the bottom of the tank (pushkarini) known as Anantasaras which is near the Kalyana-mandapa. Whether the deity was placed there as the image was damaged or due to the threat of invasions is not clear. Atthi Varadar is kept in a nine feet tub and nagakal (stones carved into images of serpent) are kept at the corners to keep this image in place. The spot in which this deity is kept under water is marked by a small four-pillar mandapam. Atthi Varadar is taken out from the tank once in forty years after draining out the water from the Anantasaras. Devotees can worship him for forty-eight days after which the image is placed back in the pushkarini after applying natural preservatives. The previous darshan of Atthi Varadar was in 1979 and earlier to that was in 1939. The Darshan of this remarkable deity will be between 1st July and 18th August, 2019.

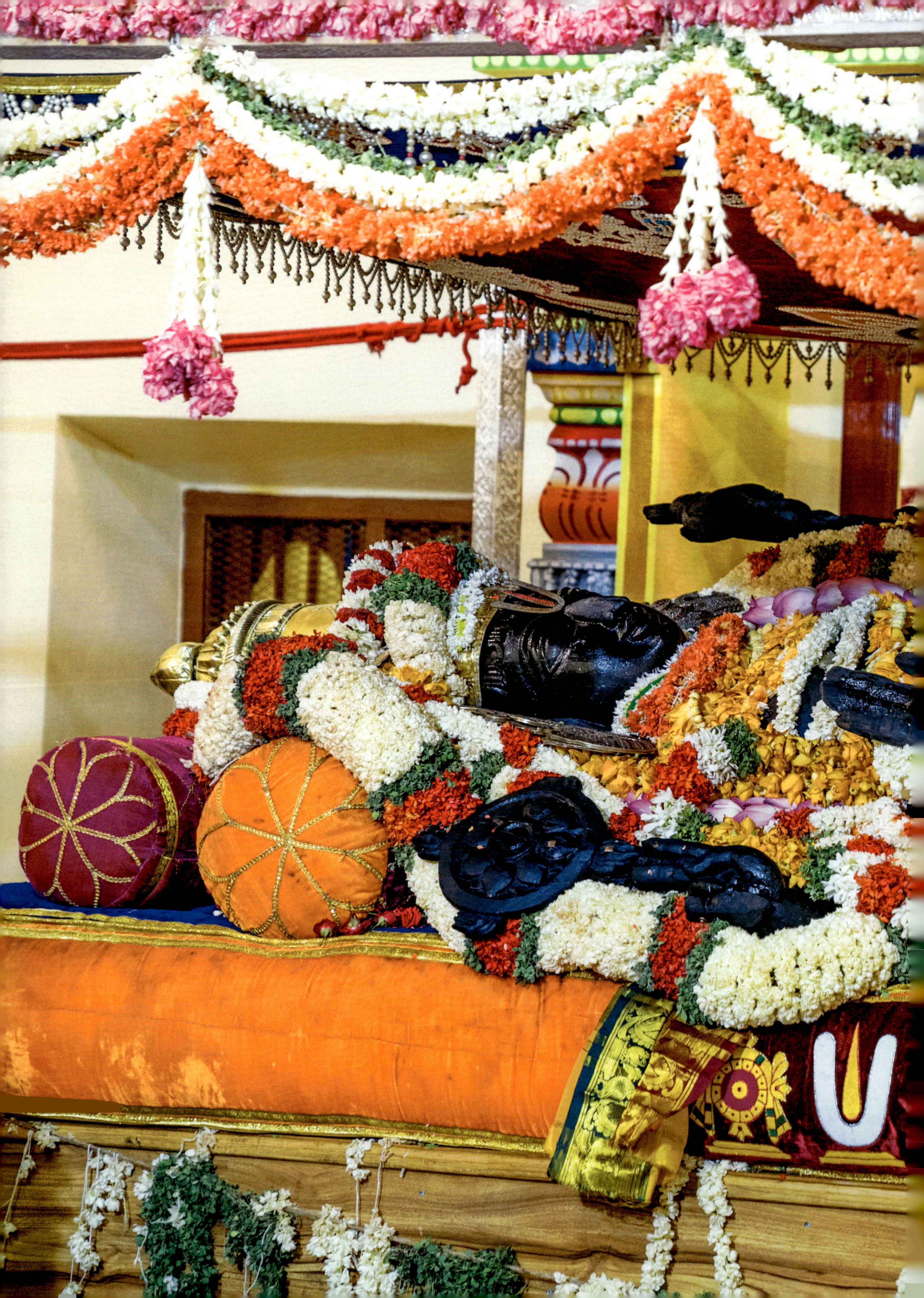

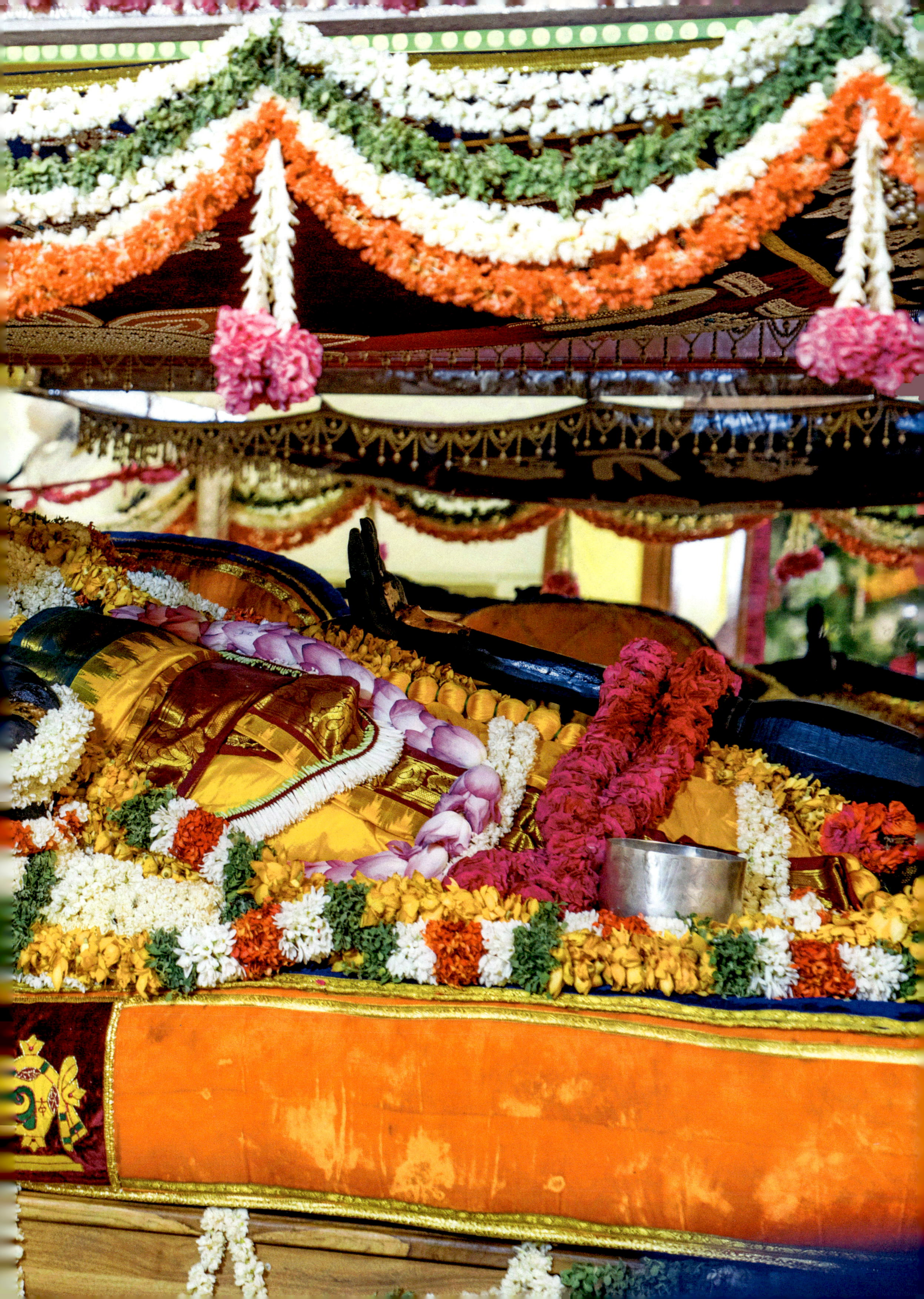

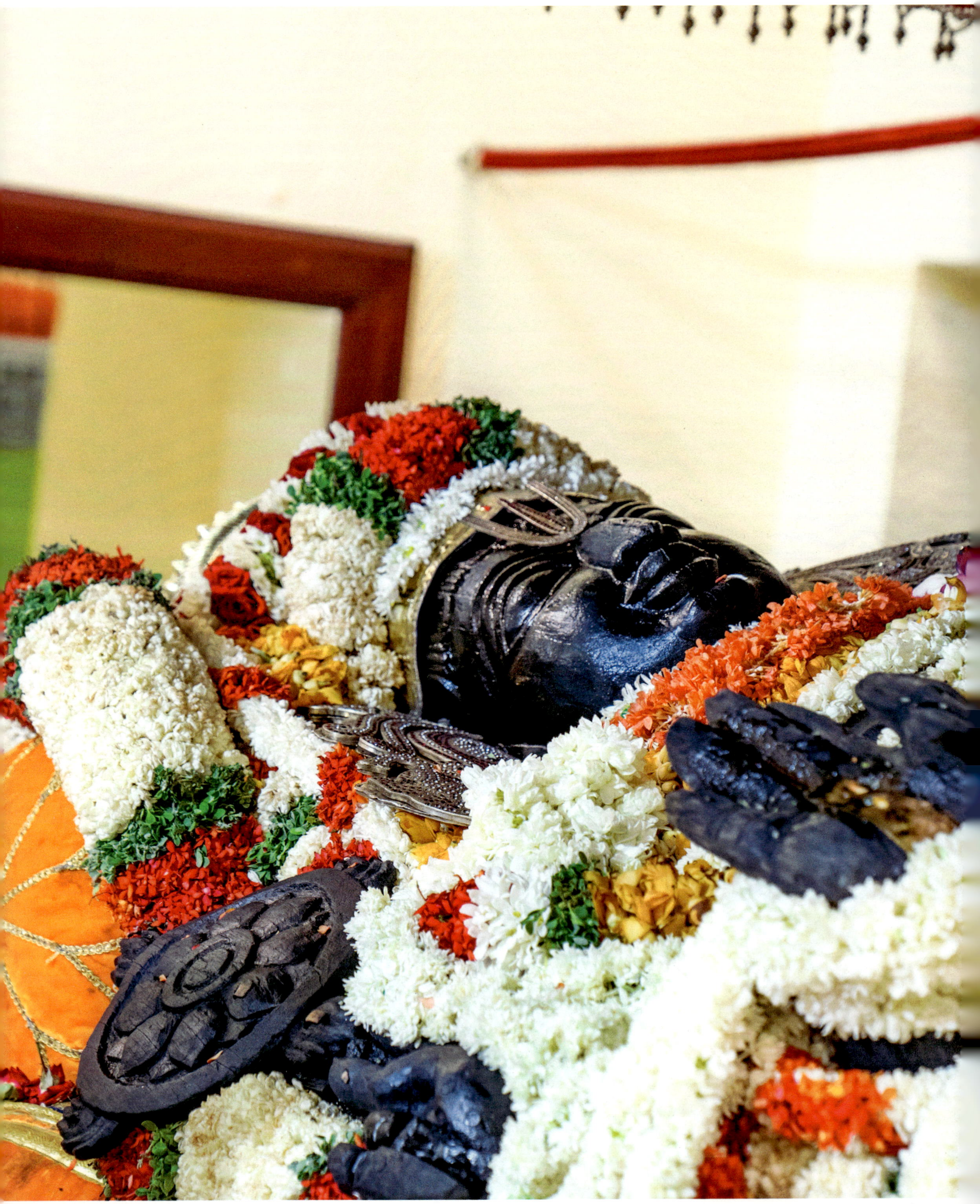

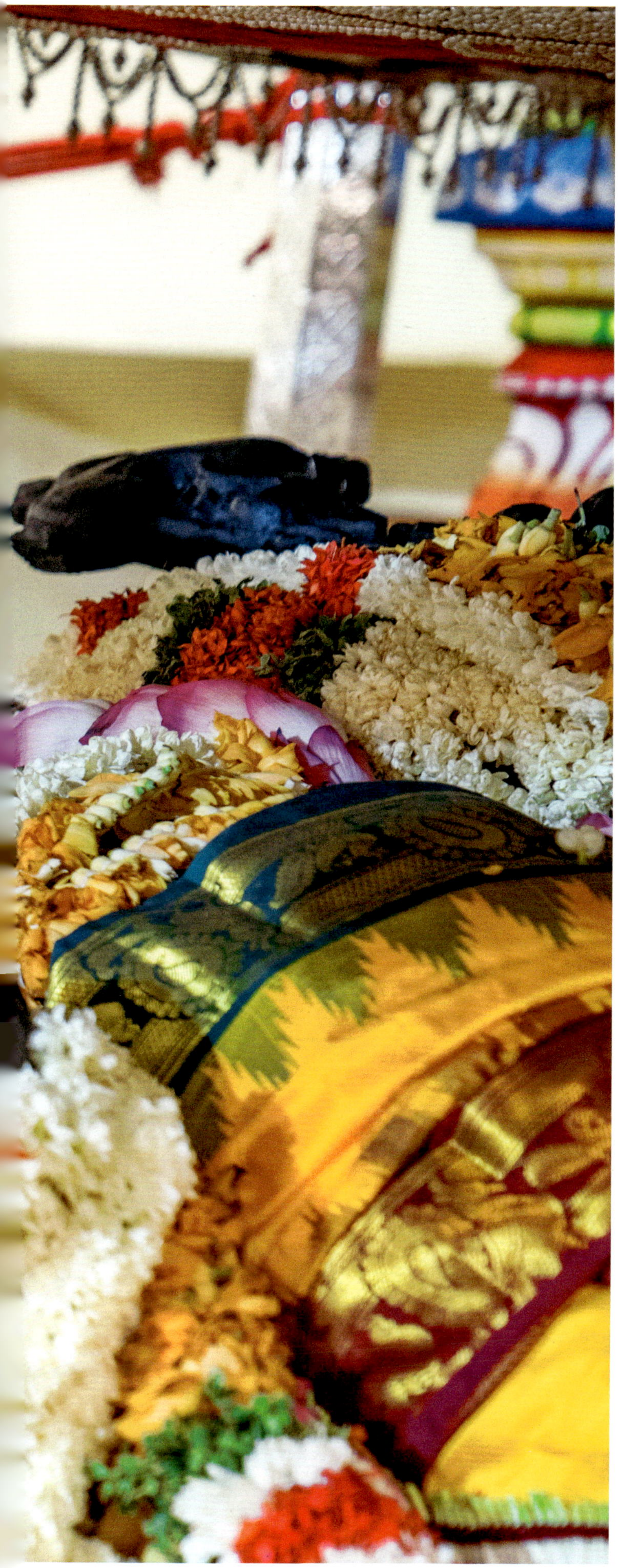

அத்தி வரதர்

காஞ்சி நகரத்தில் விரிந்து பரந்த வளாகத்தில் அமைந்திருக்கும் மிகப் பெரிய விஷ்ணு கோயிலின் மையப் பகுதியான ஹஸ்திகிரி மீது சந்நிதி கொண்டிருக்கிறார் வரதராஜ பெருமாள். எனினும், இந்தக் கோயிலின் ஆதி மூர்த்தமாக இருந்தவர் எல்லோருக்கும் நன்கு தெரிந்த, அத்திமரத்தினால் வடிக்கப்பட்ட அத்தி வரதர்தான். விண்ணுலக சிற்பி விஸ்வகர்மாவினால் சிற்ப சாஸ்திரப்படி வடிக்கப்பட்டது அத்தி வரதர் திருவுருவம். உதும்பரா என்று சமஸ்கிருதத்தில் அழைக்கப்படும் அத்தி மரம் விஷ்ணுவுக்கு மிகவும் பிரியமானது.

முதலாழ்வார்களில் ஒருவரான பூதத்தாழ்வார், அத்தி வரதரை 'அத்தியூரான்' என்று குறிப்பிட்டிருக்கிறார். சோழர்கள் காலத்தைய கல்வெட்டுகளில் அத்தி வரதர், 'திரு அத்தியூர் ஆழ்வார்', 'அத்தியூர் ஆழ்வார்', 'திரு அத்தியூர் நின்றருளின பெருமாள்' போன்ற பெயர்களால் குறிப்பிடப்பட்டிருக்கிறார். சில நூற்றாண்டுகளுக்கு முன்பாக அத்தி வரதர் சிலைக்கு பதிலாகத் தற்போது வழிபடப்பெறும் திருவுருவம் பிரதிஷ்டை செய்யப்பட்டது. அத்தி வரதர் திருவுருவம் கோயிலின் கல்யாண மண்டபத்துக்கு அருகிலுள்ள அனந்தசரஸ் என்ற திருக்குளத்தின் அடியில் வைக்கப்பட்டுவிட்டது.

அந்நியர்களின் படையெடுப்பின் காரணமாகவோ, அல்லது அத்தி வரதரின் திருவுருவம் பின்னப்பட்டதாலோ இவ்விதம் நிகழ்ந்திருக்கலாம் என்று தோன்றுகிறது. இது பற்றிய உண்மை தெளிவாகத் தெரியவில்லை.

ஒன்பது அடி நீளமுள்ள பேழையில், அத்தி வரதரின் உருவம் வைக்கப்பட்டு, அதன் மூலைகளில் கல்லினால் வடிக்கப்பட்ட நாகர் உருவங்கள் வைக்கப்பட்டன. சிலை வைக்கப்பட்டிருக்கும் இடத்தை அடையாளம் காண்பதற்காக நான்கு தூண்களுடன் கூடிய மண்டபம் அமைக்கப்பட்டது.

நாற்பது வருடங்களுக்கு ஒருமுறை அனந்தசரஸ் திருக்குளத்தின் தண்ணீர் முழுவதையும் வெளியேற்றிவிட்டு அத்தி வரதரின் திருவுருவம் பக்தர்களின் தரிசனத்துக்காகக் கோயிலில் வைக்கப்படும். நாற்பத்தியெட்டு நாள்களுக்குப் பிறகு, அத்தி வரதரின் திருவுருவத்தை மறுபடியும் பேழையில் வைத்து, திருவுருவத்துக்கு சேதம் எதுவும் ஏற்படாமல் இருப்பதற்காக, இயற்கையான முறையில் பாதுகாப்பு ஏற்பாடுகள் செய்து, அனந்தசரஸ் திருக்குளத்தில் வைத்துவிடுகின்றனர்.

இதற்கு முன்பாக 1939 மற்றும் 1979 ஆகிய ஆண்டுகளில் அத்தி வரதர் தரிசனம் அருளினார். தற்போது கடந்த ஜூலை மாதம் 1-ம் தேதி முதல் ஆகஸ்ட் மாதம் 17-ம் தேதி வரை அத்தி வரதரை தரிசிக்கலாம்.

అత్తి వరదర్

కాంచీపురంలోని అతిపెద్ద విష్ణు ఆలయంయొక్క విశాలమైన ప్రాంగణంవద్ద హస్తిగిరి ఉంది. ఈ హస్తిగిరిమీద వరదరాజ పెరుమాళ్‌వారి అద్భుతమయిన గొప్ప రాతి విగ్రహం ఉంది. అయితే ఈ ఆలయంలోని మూల విరాట్టును 'అత్తి వరదర్' అని పిలుస్తారు. ఈ మూర్తిని అత్తి చెట్టుయొక్క చెక్కతో తయారు చేశారు. ఇది శాస్త్ర పురాణాల ప్రకారం ఖగోళ వాస్తుశిల్పి అయిన విశ్వకర్మచేత రూపొందించబడింది. అత్తి చెట్టు (సంస్కృతంలో ఉడుంబర) విష్ణువుకు ప్రత్యేకమైనది. భూతత్తాళ్వార్ ఆ దేవుని 'అట్టియురాన్' అని సంబోధించేవారు. చోళుల కాలంలోని శాసనాల్లో, ఈ దేవుని తిరు అట్టియూర్ ఆళ్వార్, అట్టియూర్ ఆళ్వార్ మరియు తిరు అట్టియూర్ నిన్రు అరులినా పెరుమాళ్ అని పేర్కొనబడింది.

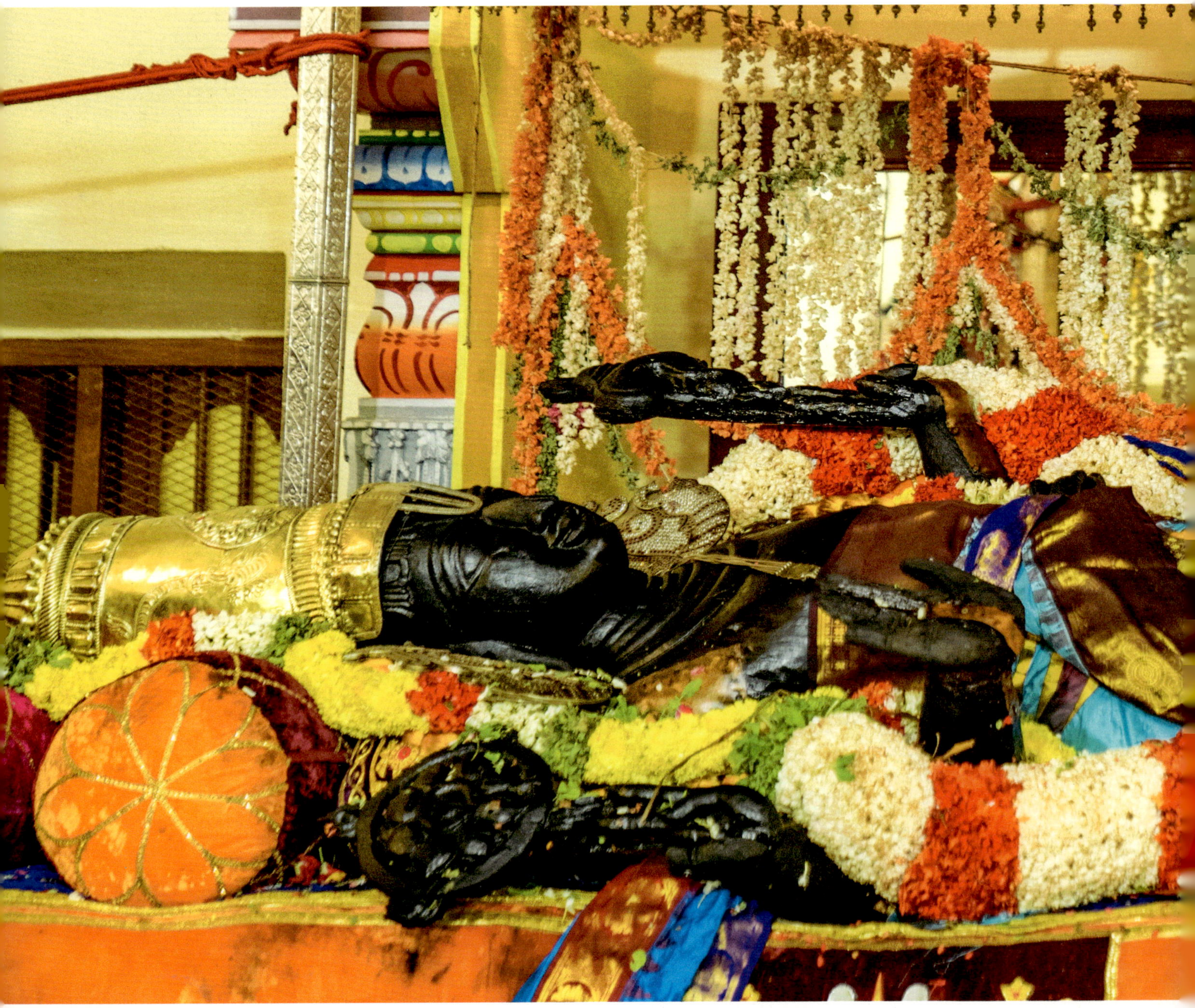

బహుశా కొన్ని శతాబ్దాల క్రితం, ఒకానొకప్పుడు అంటే ప్రస్తుతం పూజలు అందుకుంటున్న అత్తి వరదర్‌యొక్క విగ్రహం ఆరాధనలోకి వచ్చింది. అసలైన మూల విరాట్టు కల్యాణ మండపానికి సమీపంలోవున్న అనంతసరస్సు అని పిలువబడే కొలనులో (పుష్కరిణి) ఉంచబడింది. మూల విరాట్టు దెబ్బ తిన్నందువల్ల లేదా దండయాత్రల ముప్పు కారణంగా ఈ విగ్రహాన్ని అక్కడ ఉంచారా అనేది స్పష్టంగా తెలియడం లేదు. అత్తి వరదర్ తొమ్మిది అడుగుల తొట్టెలో ఉంచి, నాగ బంధాల (పాము చిత్రాలలో చెక్కబడిన రాళ్ళు)ను నలుమూలల్లో ఉంచుతారు. ఈ విగ్రహాన్ని నీటిలో ఉంచిన ప్రదేశాన్ని నాలుగు స్తంభాల మండపం ద్వారా గుర్తించవచ్చును. నలభై సంవత్సరాలకు ఒకసారి అనంత సరస్సు నుండి నీటిని తీసివేసి అత్తి వరదర్‌ను పుష్కరిణి నుండి బయటకు తీస్తారు. భక్తులు ఆ దేవుణ్ణి నలభై ఎనిమిది రోజులు ఆరాధించవచ్చు, ఆ తరువాత సహజ సంరక్షణములను ధరింపపజేసిన పిదప మూల విరాట్టును తిరిగి పుష్కరిణిలో ఉంచుతారు. అత్తి వరదర్‌యొక్క మునుపటి దర్శనం 1979లో మరియు అంతకు ముందు 1939లో జరిగింది. ప్రస్తుతం ఈ మహిమాన్వితమయిన దేవునియొక్క దర్శనం 2019 జూలై 1 నుండి ఆగస్టు 18 వరకు లభిస్తుంది.

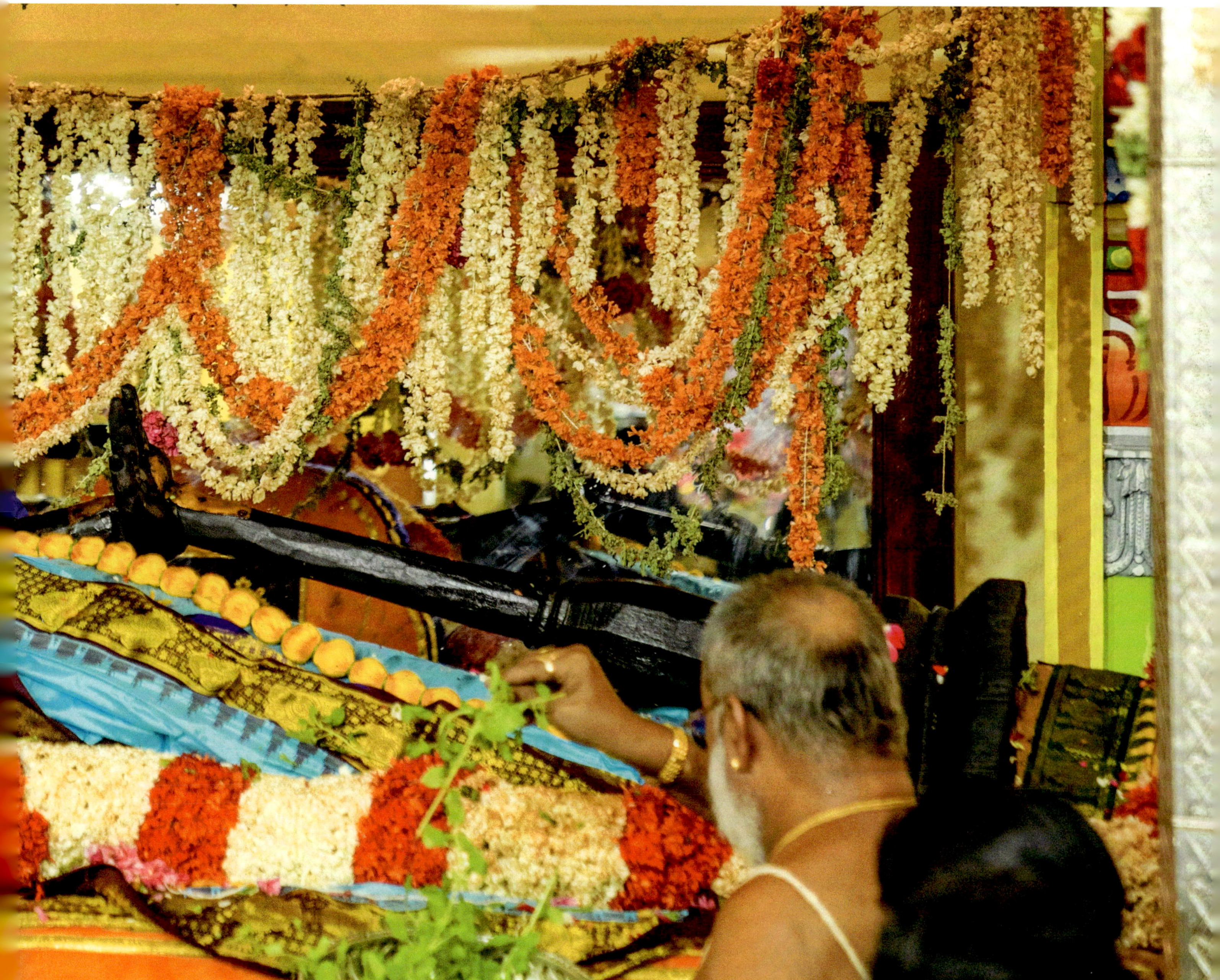

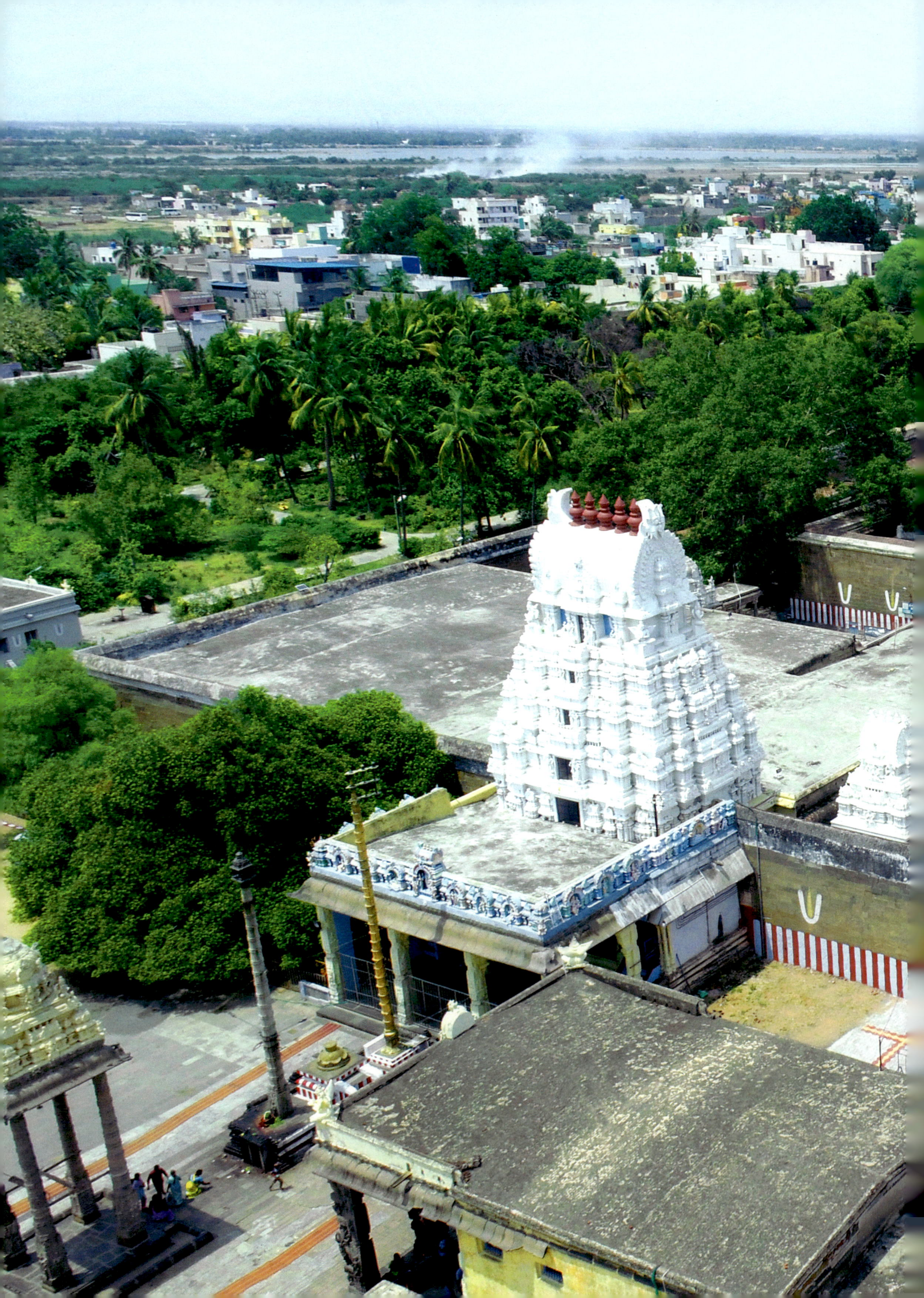

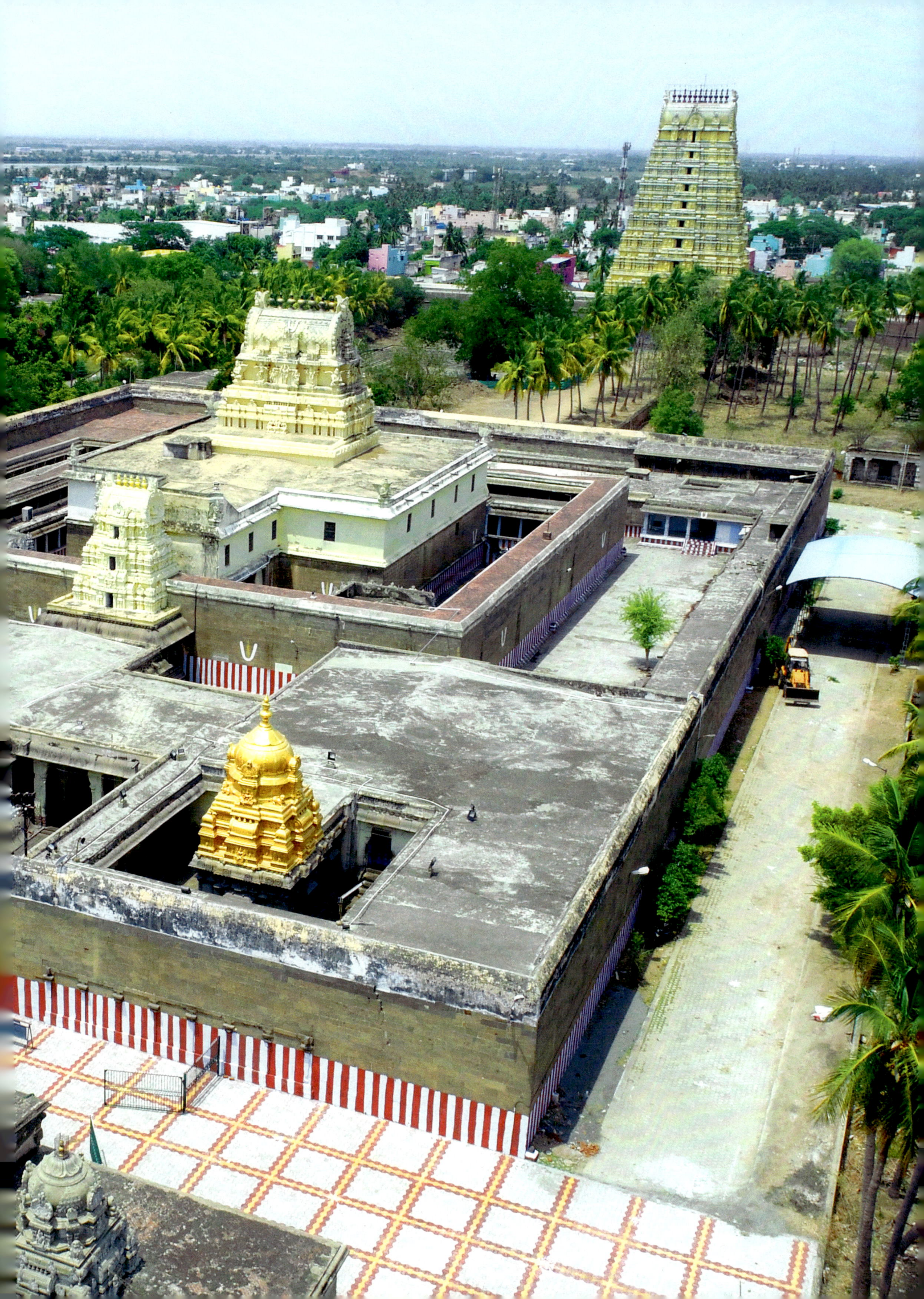

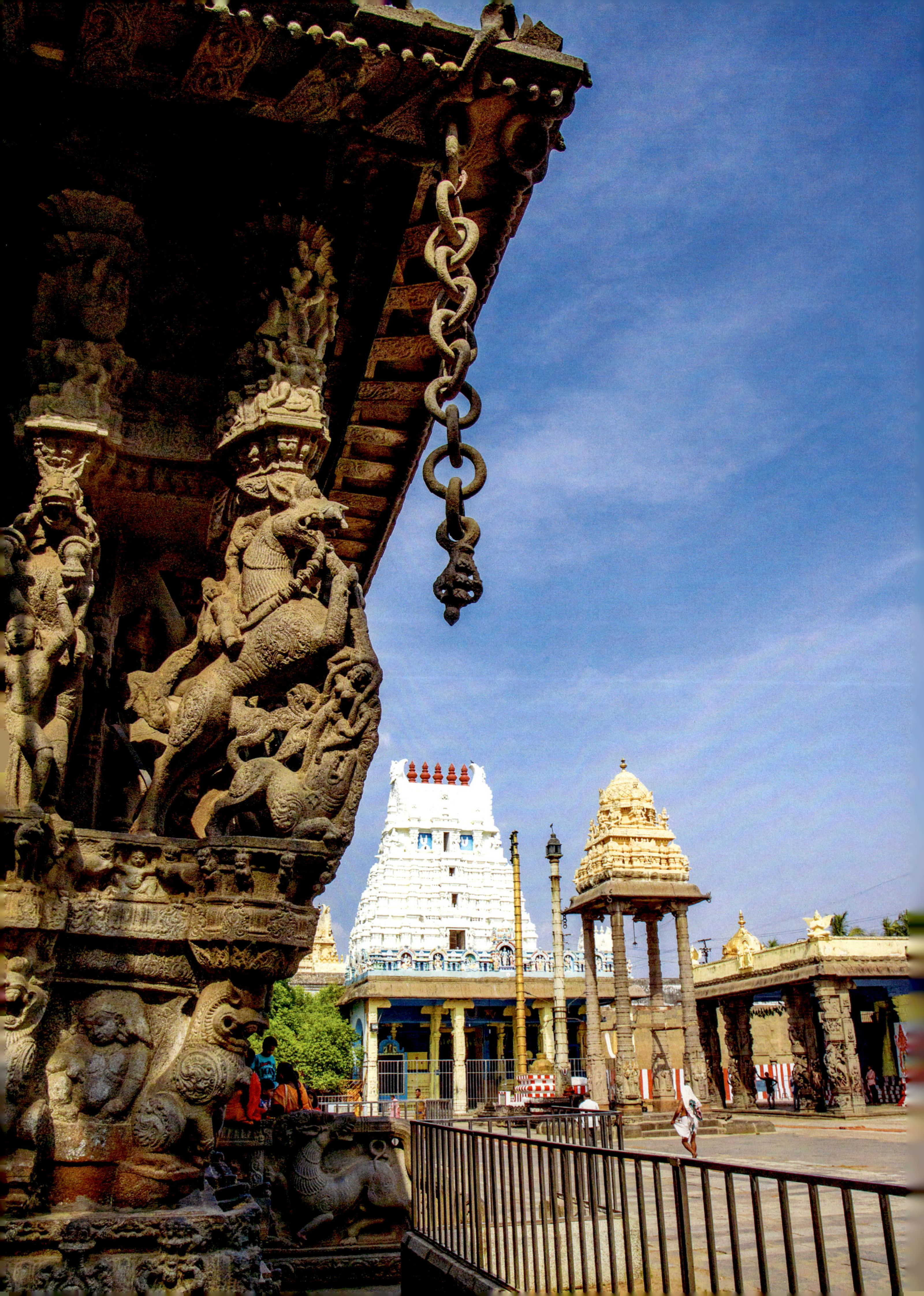

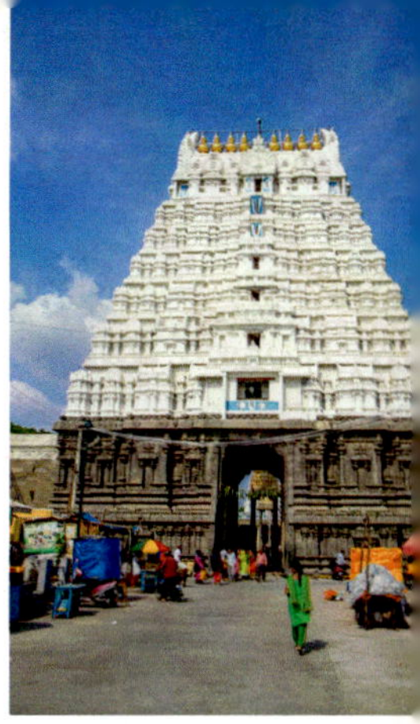

Architecture

The Varadaraja Perumal temple in Kanchipuram is one the largest in India, the epicentre of which is the Hastigiri hill with the principal deity enshrined atop it. This west-facing temple has witnessed several centuries of architectural growth as seen from the sculptures and architectural elements herein and also from the information gleaned from the inscriptions. It has five enclosures (prakarams), with gopurams, mandapams and sanctums. Some of the important features are described as below.

The first prakaram of this temple goes around the central sanctum on Hastigiri hill which enshrines Varadaraja Perumal with the Punyakoti Vimanam on top. This enclosure has pillars of the Vijayanagar style of architecture and paintings of different forms of Vishnu from various temples especially Divya Desams, on the walls which are also of the same period. The famous images of lizards are seen on the ceiling of this prakaram. There are two mandapas in front of the principal shrine which possibly belong to the Chola times. A flight of steps leads from the ground level to the main sanctum. According to the traditional accounts of this temple, the Hastigiri on which the presiding deity of this temple is enshrined, is said to be the place where Brahma performed the yajna from which Varadaraja Perumal emerged. Brahma is said to have asked Vishvakarma, the celestial architect to create a Uttaravedi, which is a square platform in which the fire-altar could be placed, to perform the yajna. The Hastigiri which is also square with high walls could possibly represent the Uttaravedi concept.

The second prakaram is called `Malai-pradakshinam' as it goes around the base of Hastigiri hill (malai is hill in Tamil). The high walls of Hastigiri can be seen on all four sides from this prakaram, the other name for which is `Senaiyarkon-thirumuttram' since a shrine for Vishvaksena or Senaiyarkon is situated here. A sanctum for Yoga Narasimha is seen at the foot of Hastigiri on the west side which has an inscription dated 1053 C.E. This is clear evidence for this shrine having been in existence in the 11th century or even earlier. A mandapa of the Vijayanagara times is in front of the Narasimha sanctum. The imperial crest of the Vijayanagara dynasty (a boar with a sword in front and the sun and moon on top) is seen on several pillars of this mandapam. There is a sanctum for Dhanvantari, the presiding deity of medicine on the south-east corner of this prakara on the pillared veranda. Both the main image (moola-vigraha) and the processional image (utsava-bhera) in this Dhanvantari shrine are small in size. There are also sanctums for Andal and Cherakula Nachiyar in this prakaram, both of which have Vijayanagara era mandapas in front.

The third prakaram of this temple is known as the `madapalli prakaram' as the sacred kitchen of this temple is situated here. It is also known as `Yamunaithurai thirumuttram' named after Yamunaithuraivar or Yamunacharya (Alavandar), one of the foremost Srivaishnava preceptors (Acharyas). On his visit to this temple, he is said to have met Ramanujacharya for the first time in this prakaram. This subsequently led to Ramanujacharya becoming

Yamunacharya's successor in the pontifical seat in Srirangam. This prakaram has many mandapams and a gopuram which leads to the second prakaram. It has a sanctum for Garuda and another for Anantazhvar. Interestingly, there is an inscription which gives the date and details of the construction of the Anantazhvar sanctum. It mentions that a chieftain called Siyaganga of the Ganga dynasty, a feudatory of Kulottunga Chola III constructed this sanctum in 1212 C.E. The Karimanikka Perumal shrine, possibly belonging to the 12th century C.E.; the thousand-pillar mandapa (which though called as such over time, does not have a thousand pillars), constructed during the time of the Kakatiya ruler Prataparudra who ruled over Kanchipuram for a short time in the 14th century; the madapalli of the Chola times constructed under the patronage of the famous army general Naralokavira in the 11th century, and the Abhisheka-mandapa, also of the Chola age are in this prakaram. The most important sanctum in the third prakaram is that of Goddess Lakshmi, worshipped in this temple as Perundevi Thayar.

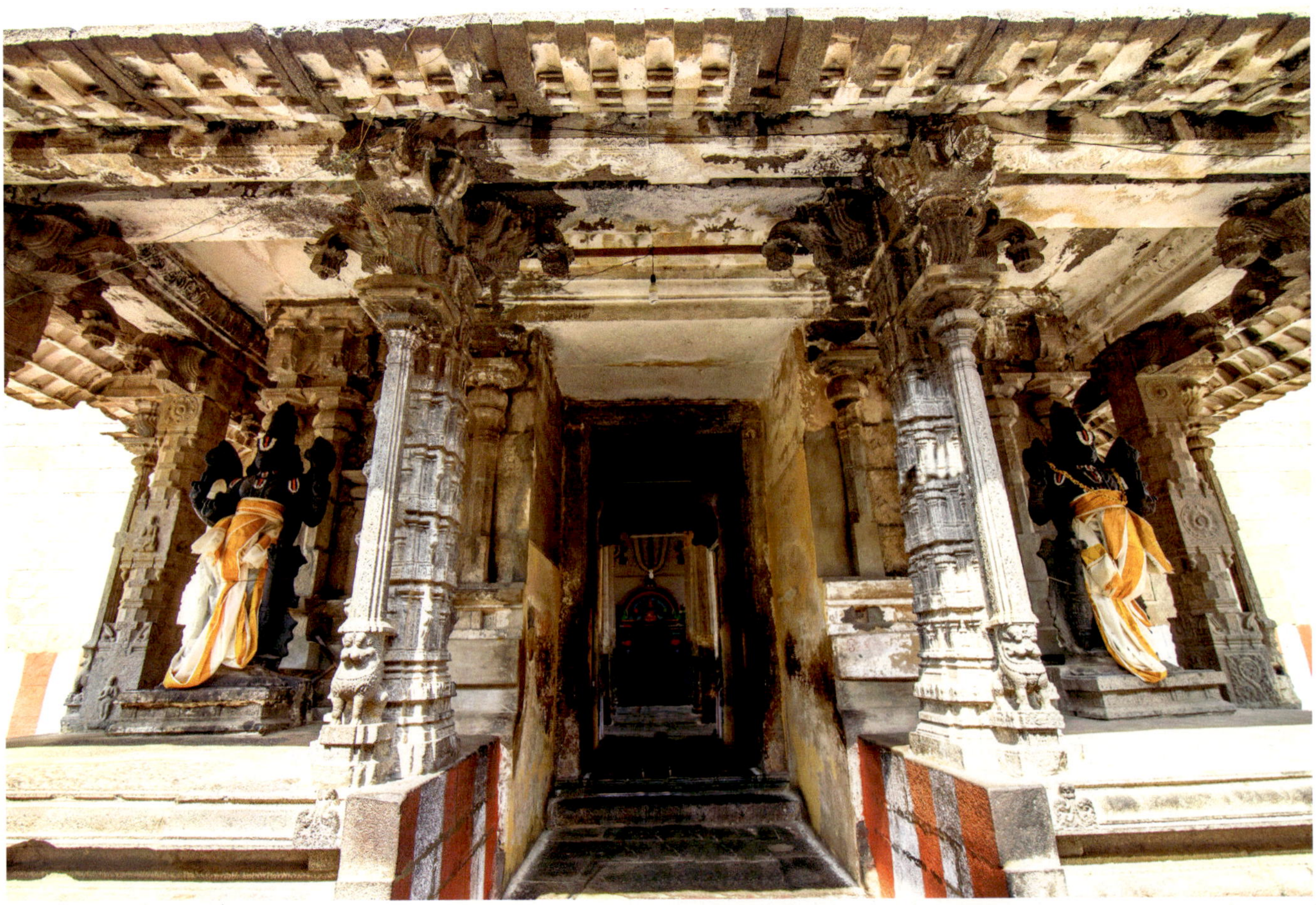

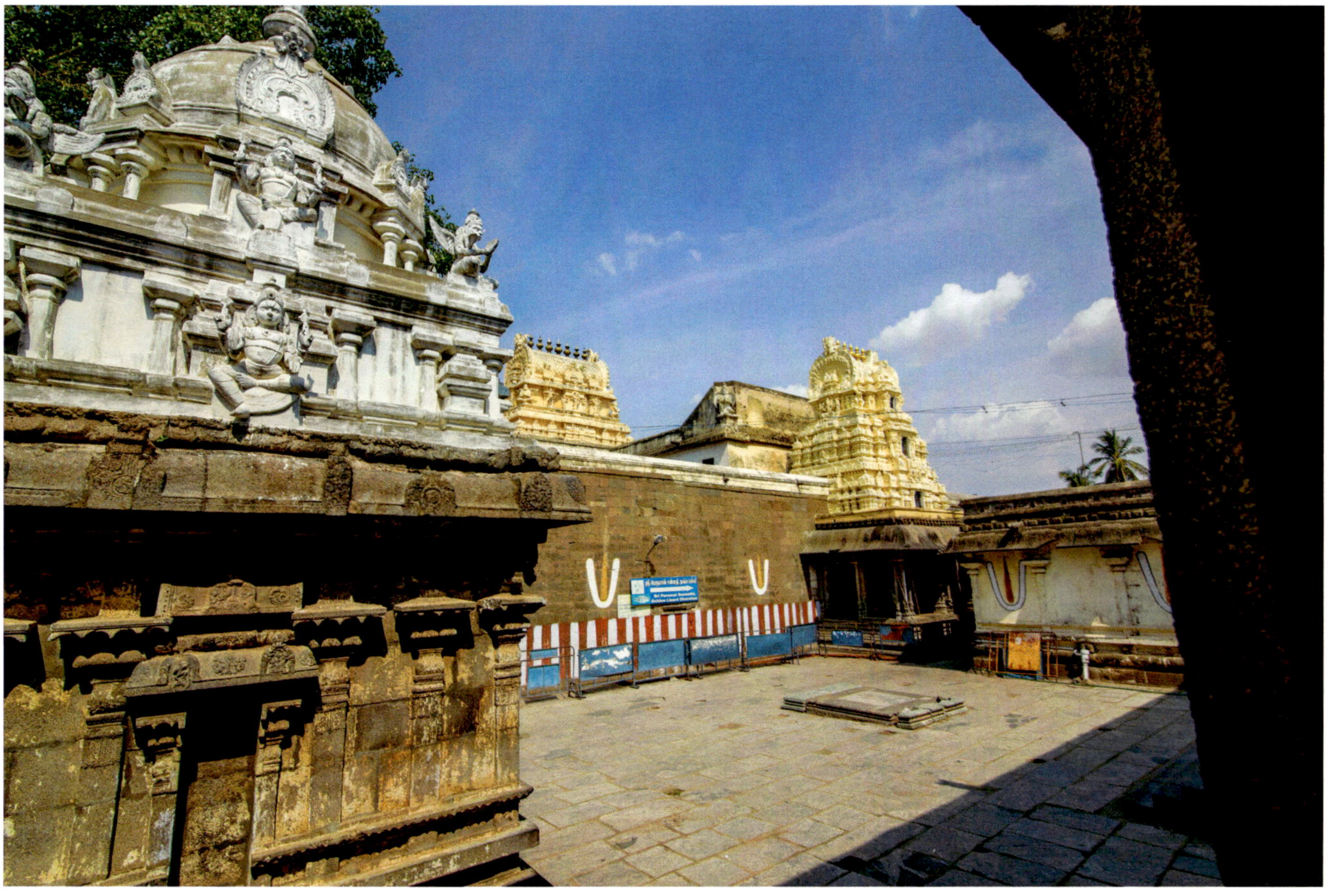

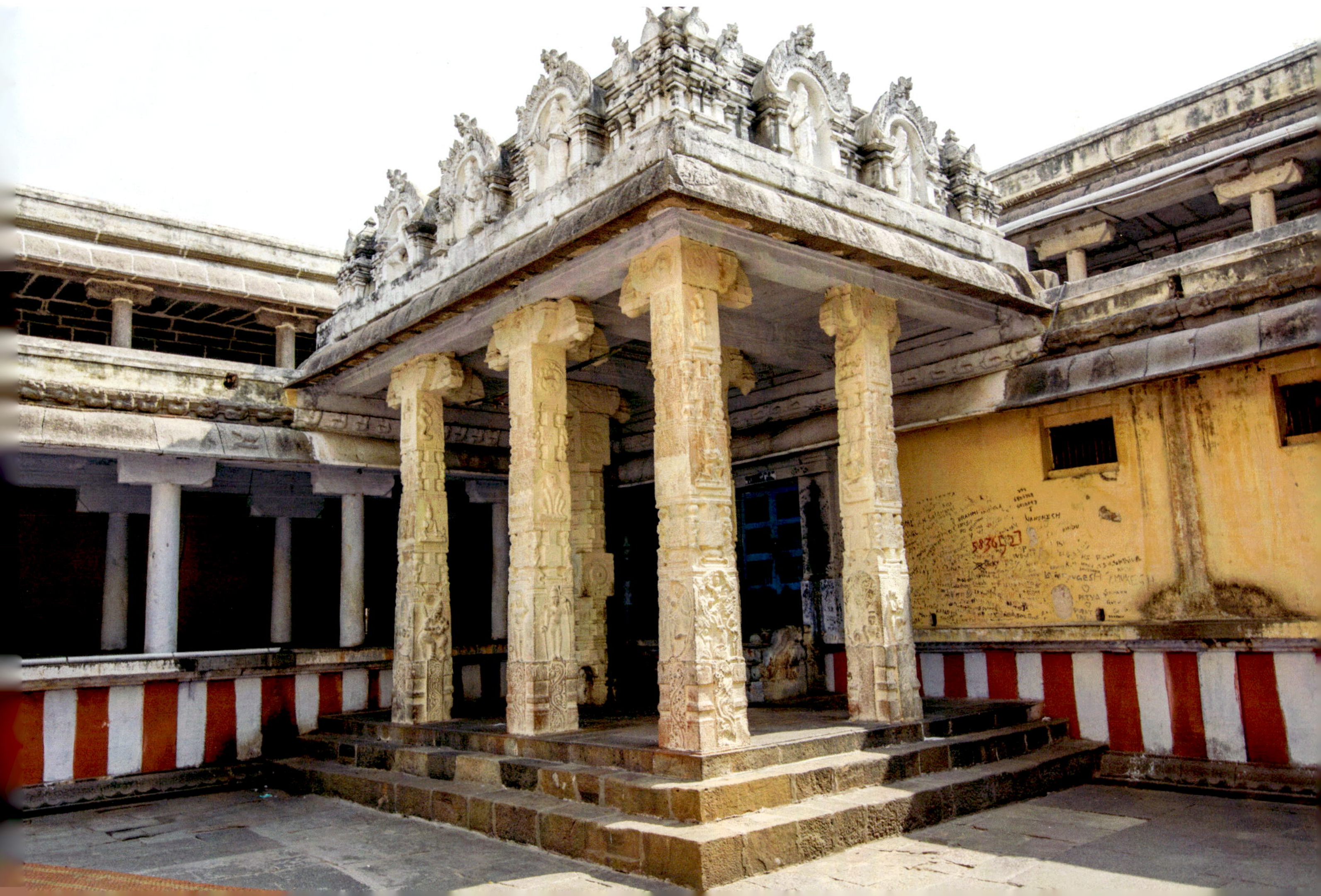

This shrine faces east and the Goddess is enshrined under the Kalyanakoti Vimanam. This sanctum, which can be reached by climbing a flight of steps, was originally constructed in the 13th century and was rebuilt in the Vijayanagara times in the 15th century. The mukha-mandapa of this shrine was built in 1259 and the maha-mandapa with beautiful pillars of the Vijayanagara era is in front. The Unjal-mandapa seen close to the Perundevi Thayar shrine, again belonging to the Vijayanagara age, is a beautiful structure with delicately carved pillars. A gopuram leads from this prakaram to the fourth enclosure.

The fourth prakaram, called `Azhvar-pradakshinam' and `Azhvar Thiruchuttru', since the images of the Azhvars are in worship here, has a number of sanctums and mandapams as well as the two tall gopurams and two tanks (pushkarini). The west gopuram which is the main entrance to this temple, with a solid granite base is in seven storeys. It was constructed in the 13th-14th century C.E. and has many inscriptions etched on it. In this prakaram are the dwajastambham , balipitham and two small four-pillar mandapas called as tulabhara-mandapas, similar in design. The tulabhara-mandapas were possibly constructed when the Vijayanagara Emperor Achyuta Raya in the 16th century performed the mukta-tulabhara ceremony, weighing himself against pearls (mukta). Close by is the vahana-mandapa which has pillars with the rearing horse motif of the Vijayanagara times. At the back of this mandapa are two sanctums. One is for Vedanta Desika and the other is for Thatha Desikan.

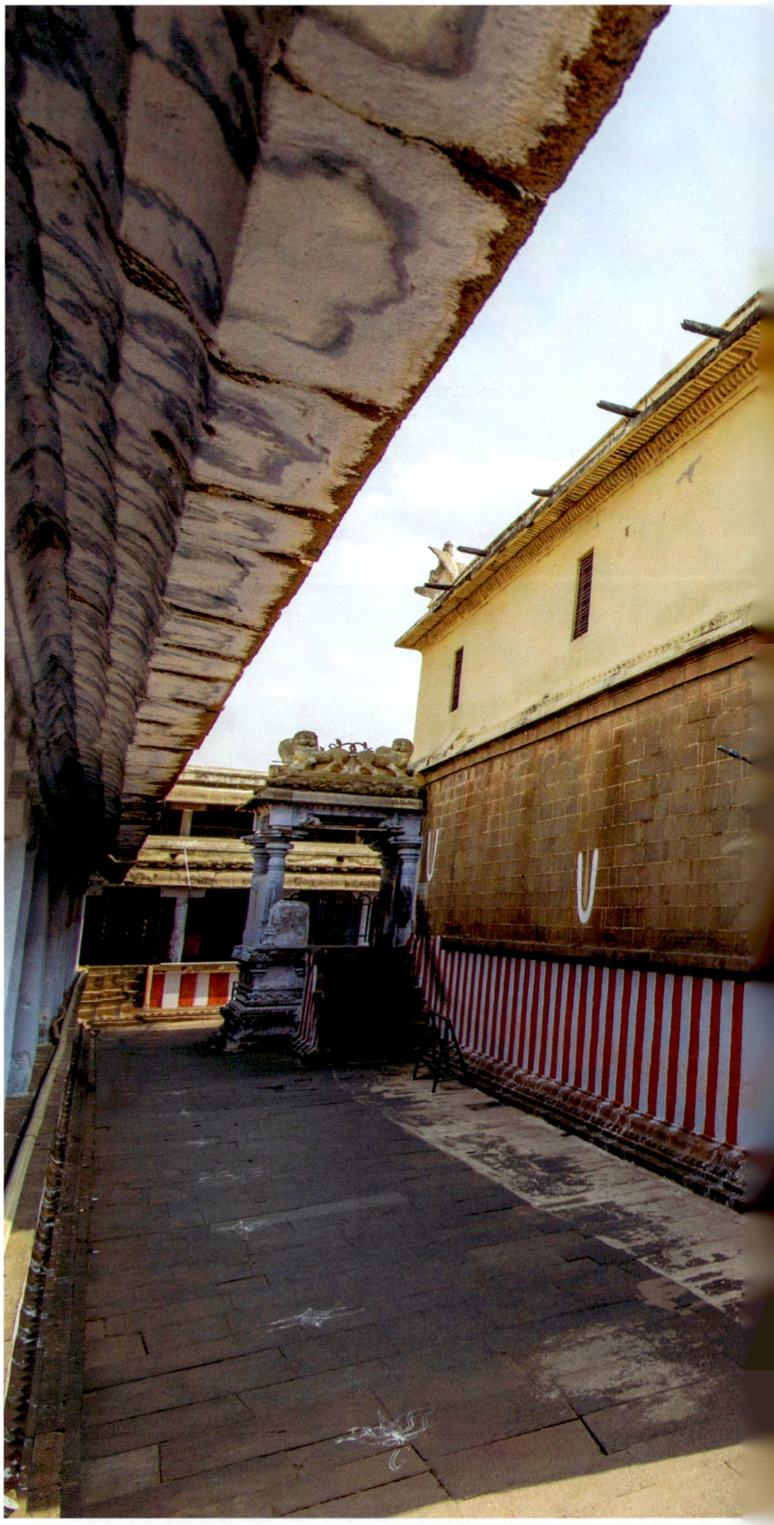

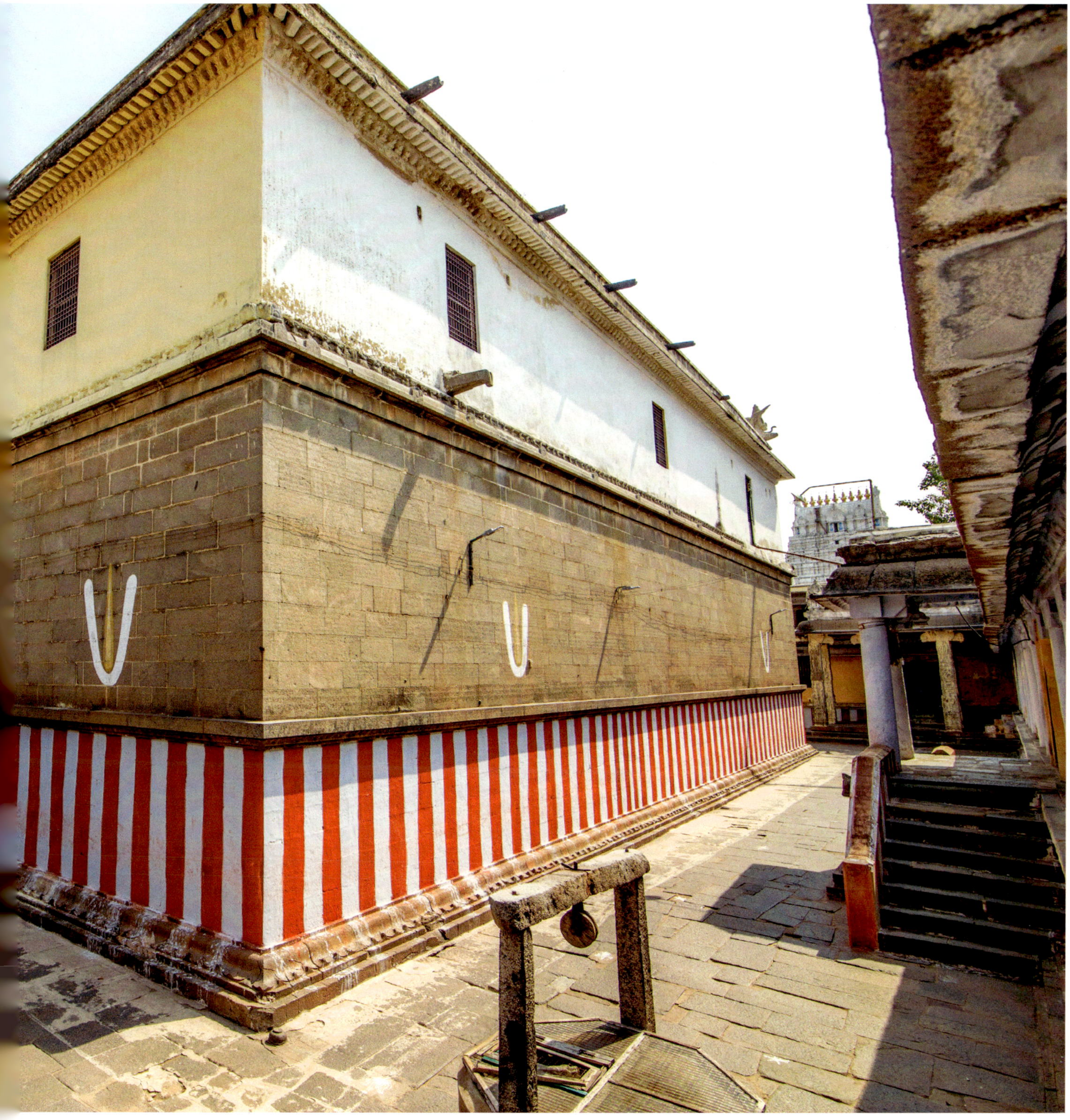

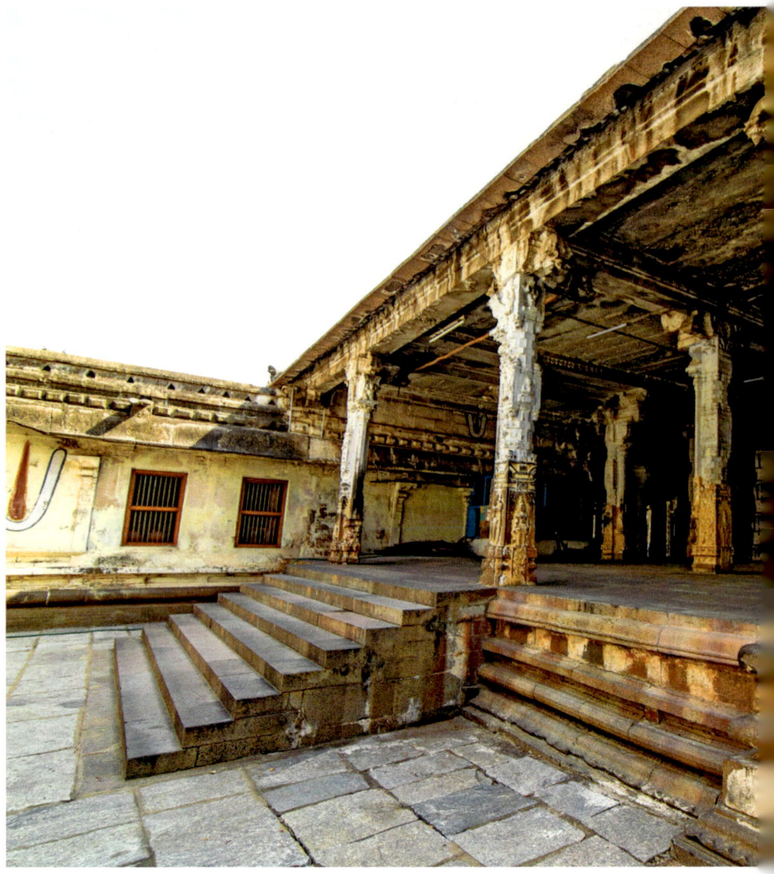

Situated close to the west gopuram is the superb structure known as the Kalyana-mandapam. Constructed in the Vijayanagara era in the 16th century, it is known for its exquisite monolithic pillars, about ninety-six in all, studded with carvings. Many of them have the rearing horse motif, a trademark feature of many mandapas of the Vijayanagara period. In the centre is a stone platform which rests on the back of a tortoise, the head and flippers of which can be seen. The Kalyana-utsavam of Varadaraja Perumal and Perundevi Thayar is celebrated here.

The famous Anantasaras tank under which is the image of Atthi-Varadar, is near the Kalyana-mandapam. Possibly the most famous sanctum in this prakaram is that of Chakrattazhvar (Sudarsana) situated close to the Anantasaras tank. It was constructed in the 12th century in the reign of Kulottunga Chola III by a person named Ilaiazhvan Kalingarayan. An inscription mentions the Tamil name of this deity as 'Thiru-azhi-Azhvar-azhi'. The stone image of Chakrattazhvar with Narasimha at the rear is an exquisite image. There are two entrances on the east and west for this sanctum. The large temple-garden is seen at the eastern side of this sanctum.

The east gopuram in nine tiers is taller than the west gopuram and was constructed in the 16th century in the reign of the Vijayanagara Emperor, Krishnadeva Raya. Near the east gopuram is the Pottramarai tank. The images of the Azhvars and Acharya are in worship in this prakaram which also houses many other small sanctums. The tall and massive compound walls of this temple can be seen from this prakaram, immediately outside which is the fifth enclosure with houses and shops.

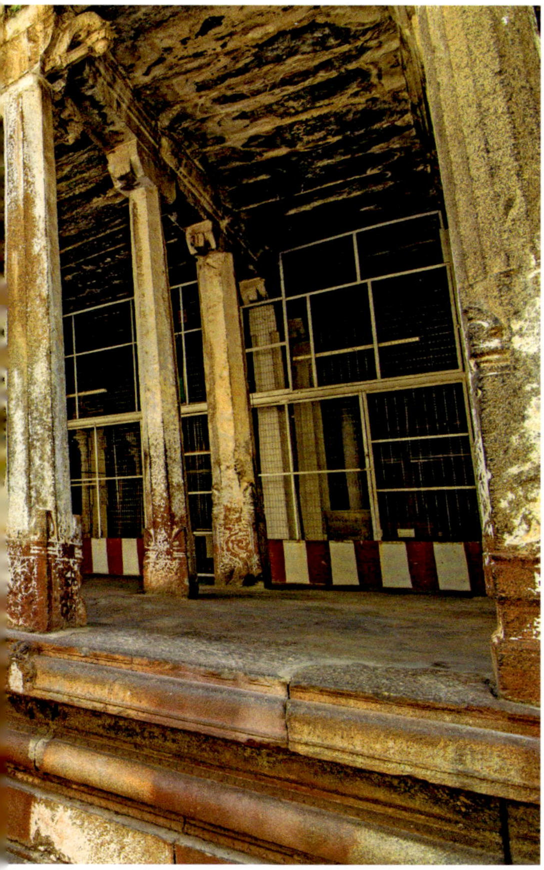

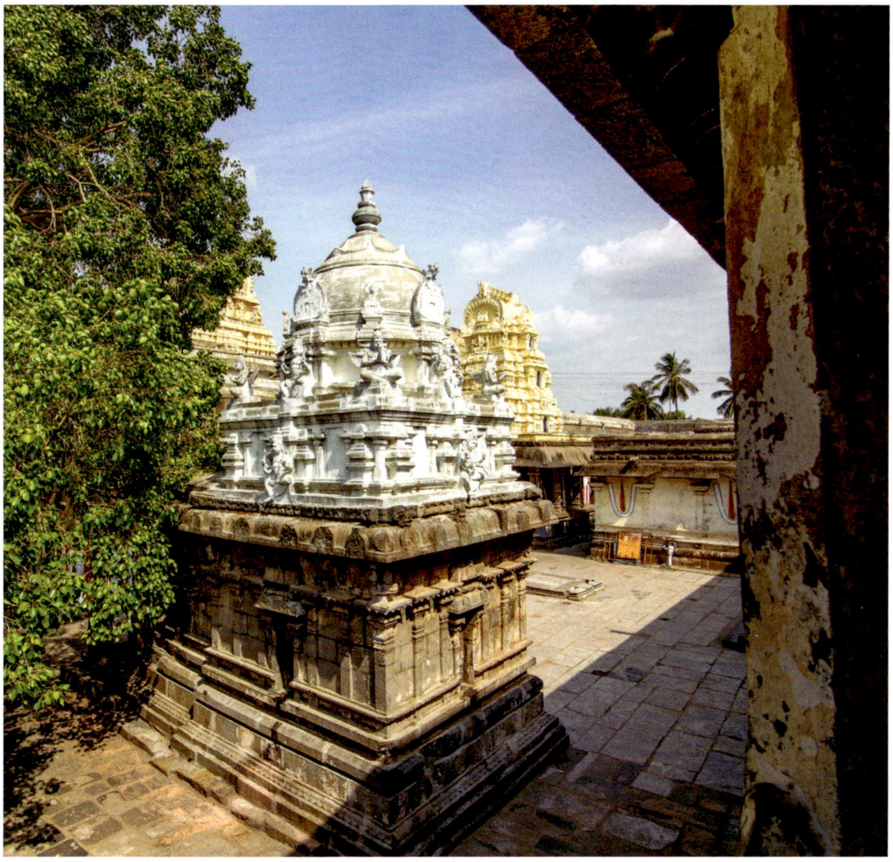

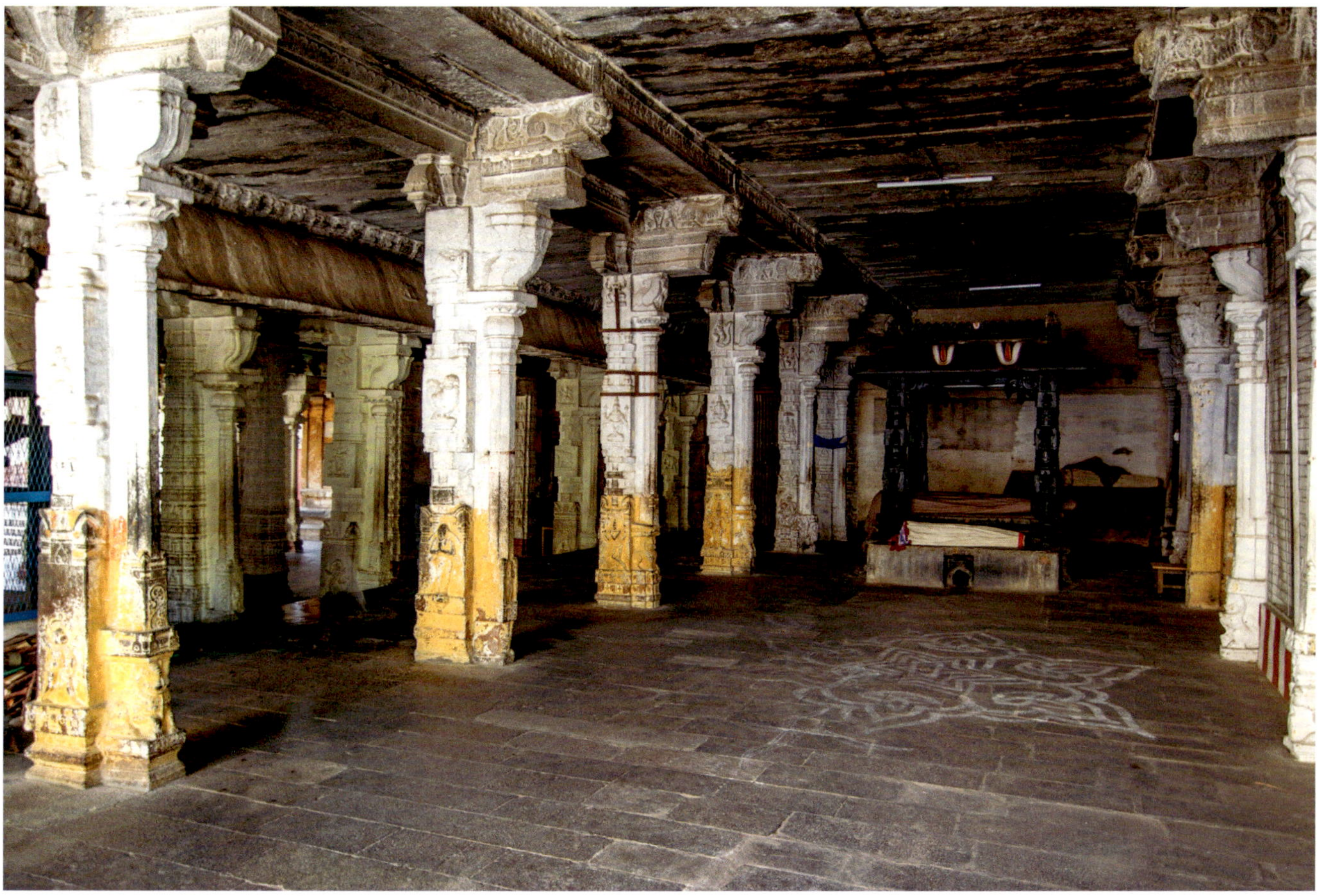

கட்டடக் கலை

காஞ்சிபுரத்தில் அமைந்திருக்கும் வரதராஜ பெருமாள் கோயில் இந்தியாவிலுள்ள பிரசித்தி பெற்ற பெரிய கோயில்களில் ஒன்றாக விளங்குகிறது. அதன் பிரதான பகுதியான ஹஸ்திகிரி என்னும் சிறு குன்றின்மீது வரதராஜ பெருமாளின் கருவறை அமைந்திருக்கிறது. மேற்குப் பார்த்த பிரதான வாயில் அமைந்திருக்கும் இந்தக் கோயிலில் உள்ள சிற்பங்கள், கட்டடக் கலை, கிடைத்த கல்வெட்டுகள் ஆகியவற்றிலிருந்து இந்தக் கோயிலின் கட்டடக் கலை பல நூற்றாண்டுகள், பல மன்னர்கள் காலத்தில் தொடர்ந்து நடைபெற்று வந்திருப்பதை நம்மால் அறிந்துகொள்ள முடிகிறது. ஐந்து பிராகாரங்கள், மண்டபங்கள், சந்நிதிகள் என்று அமைந்திருக்கும் இந்தக் கோயில் கட்டடக் கலை வளர்ச்சியின் முக்கியமான அம்சங்களைக் கீழே கொடுத்துள்ள விவரங்களிலிருந்து நாம் தெரிந்துகொள்ள முடிகிறது.

முதல் பிராகாரம், ஹஸ்திகிரியின் மீது புண்ணியகோடி விமானத்தின்கீழ் சந்நிதி கொண்டிருக்கும் வரதராஜ பெருமாளின் கருவறையைச் சுற்றி அமைந்துள்ளது. இந்தப் பிராகாரம் பல தூண்களுடன் விஜயநகர கட்டடக்கலையைப் பிரதிபலிக்கிறது. சுவர்களில் திவ்யதேசங்களின் ஓவியங்களுடன், மகாவிஷ்ணுவின் பல வடிவங்களும் ஓவியங்களாகச் சித்திரிக்கப்பட்டிருக்கின்றன. இவையும் விஜயநகர பாணியிலேயே காணப்படுகின்றன. இது பற்றி இந்த நூலின் ஓவியங்கள் என்ற அத்தியாயத்தில் விளக்கப்பட்டிருக்கிறது.

பிரதான சந்நிதிக்கு முன்பாக அமைந்திருக்கும் இரண்டு மண்டபங்கள்சோழர்கள்காலத்தைச்சேர்ந்ததாகத்தெரிகிறது. இந்த பிராகாரத்தின் கூரைகளில் பிரம்மாண்டமான பல்லிகளின் உருவங்கள் காணப்படுகின்றன. ஹஸ்திகிரி மீது புண்ணியகோடி விமானத்தின் கீழ் எழுந்தருளி யிருக்கும் பெருமாளின் கருவறைக்குச் செல்ல தரைமட்டத்திலிருந்து படிகள் அமைக்கப் பட்டுள்ளன. வரதராஜ பெருமாள் யக்ஞத்திலிருந்து தோன்றியவர் என்பது ஐதீகம். பிரம்மா யாகம் செய்ய யாககுண்டத்தை நிர்மாணிக்க விண்ணுலகச் சிற்பியான மயனைக் கேட்டுக்கொண்டபடி, மயன் நிர்மாணித்த சதுர வடிவ யாககுண்டமே உத்தரவேதி. பெருமாளின் கருவறை அமைந்துள்ள ஹஸ்திகிரியும் உயரமான சுவர்களுடன் சதுரவடிவில் காணப்படுவதால், பிரம்மா யாகம் செய்த யாககுண்டமே இந்த ஹஸ்திகிரியாக இருக்கக்கூடும் என்று கருதப்படுகிறது.

பெருமாளின் கருவறை அமைந்திருக்கும் ஹஸ்திகிரியைச் சுற்றி அமைந்திருப்பதால், இரண்டாவது பிராகாரம், 'மலை பிரதட்சிணம்' என்று அழைக்கப்படுகிறது. இந்தப் பிராகாரத்திலிருந்து ஹஸ்திகிரியின் உயரமான சுவர்களை இந்தப் பிராகாரத்தின் நான்கு புறங்களிலிருந்தும் பார்க்க முடிகிறது. விஷ்வக்சேனரின் சந்நிதி அமைந்திருப்பதால் இந்தப் பிராகாரம், 'சேனையர்கோன் திருமுற்றம்' என்றும் அழைக்கப்படுகிறது. பிராகாரத்தின் மேற்குப்புறத்தில் ஹஸ்திகிரியின் அடிவாரத்தில் அமைந்திருக்கும் யோக நரசிம்மர் கருவறையின் மேற்குப்புறத்தில் கி.பி.1053ம் வருடத்தைய கல்வெட்டு ஒன்று காணப்படுவதிலிருந்து இந்தக் கோயில் 11ம் நூற்றாண்டு அல்லது அதற்கு முந்தைய காலங்களைச் சேர்ந்ததாக இருக்கக்கூடும் என்று தெரிய வருகிறது. நரசிம்மரின் கருவறைக்கு முன்பாக விஜயநகர மன்னர்கள் காலத்திய மண்டபம் ஒன்று உள்ளது. மண்டபத்தின் பல தூண்களில் முன்னால் ஒரு வாள், சூரியன், சந்திரன் ஆகியவற்றுடன் பன்றி உருவம் காணப்படுகிறது. இது விஜயநகர மன்னர்களின் அரச சின்னமாகும். பிராகாரத்தின் தென்கிழக்கு மூலையில் தன்வந்திரி பகவானின் கருவறை உள்ளது. மூலவரின் திருவுருவமும் உற்சவரின் திருவுருவமும் சிறியதாகவே உள்ளன. இதே பிராகாரத்தில் ஆண்டாள் மற்றும் சேரர்குல நாச்சியார் ஆகியோரின் சந்நிதிகள் அமைந்திருக்கின்றன.

கோயிலின் மூன்றாவது பிராகாரத்தில் இறைவனுக்கு உரிய நைவேத்தியங்கள் தயாரிக்கும் மடைப்பள்ளி அமைந்திருப்பதால், இந்தப் பிராகாரம் 'மடைப்பள்ளி பிராகாரம்' என்று அழைக்கப்படுகிறது. இந்தப் பிராகாரம் ஸ்ரீவைஷ்ணவ ஆசார்யர்களில் முதன்மைச் சிறப்புக்கு உரியவரான யமுனைத்துறைவர் என்னும் யமுனாசார்யர் (ஆளவந்தார்) பெயரால் 'யமுனைத்துறைவர் திருமுற்றம்' என்றும் அழைக்கப்படுகிறது.

இந்தப் பிராகாரத்தில்தான் தமக்குப் பின்னால் திருவரங்கக் கோயில் நிர்வாகத்தை ஏற்றுக்கொள்ளப் போகும் ஸ்ரீராமாநுஜரை யமுனாசார்யார் சந்தித்து, அவரையே தம்முடைய வாரிசாகவும் கொண்டார். இந்தப் பிராகாரத்தில் பல மண்டபங்களுடன், இரண்டாவது பிராகாரத்துக்குச் செல்லும் வகையில் ஒரு கோபுரமும் அமைந்துள்ளது. இந்தப் பிராகாரத்தில் கருடன் மற்றும் அனந்தாழ்வான் ஆகியோரின் சந்நிதிகள் காணப்படுகின்றன.

மூன்றாம் குலோத்துங்க சோழனின் காலத்தில் கங்க வம்சத்தைச் சேர்ந்த சியகங்கா என்பவன் 1212-இல் அனந்தாழ்வான் கருவறையைக் கட்டியதாக ஒரு கல்வெட்டின் மூலம் தெரிய வருகிறது. மேலும் காகதீய வம்சத்தின் பிரதாபருத்திரன் கட்டிய ஆயிரக் கால் மண்டபம் (தற்போது ஆயிரம் தூண்கள் இல்லை), மடப்பள்ளிஅபிஷேக மண்டபம் ஆகியவை இந்தப் பிராகாரத்தில் உள்ளன.

இந்த மூன்றாவது பிராகாரத்தில்தான் மகாலட்சுமி, பெருந்தேவி பிராட்டியாரின் சந்நிதி அமைந்துள்ளது. கிழக்குப்பார்த்து அமைந்திருக்கும் சந்நிதியின் விமானம் கல்யாணகோடி விமானம் என்று அழைக்கப்படுகிறது. சில படிகள் ஏறித்தான் கருவறைக்குச் செல்ல முடியும். முதலில் 13ம் நூற்றாண்டில் கட்டப்பட்ட இந்தக் கருவறை, 15ம் நூற்றாண்டில் விஜயநகர மன்னர்களின் காலத்தில் மறுபடியும் புனர்நிர்மாணம் செய்யப்பட்டது. முன் மண்டபம் 1259ம் வருடம் கட்டப்பட்டது. மகா மண்டபம் விஜயநகர அரசர்களின் காலத்தில் அழகிய தூண்களுடன் கட்டப்பட்டதாகத் தெரிய வருகிறது. அதேபோல் பெருந்தேவி தாயார் சந்நிதிக்கு முன்புள்ள ஊஞ்சல் மண்டபமும் நுட்பமான வேலைப்பாடுகளுடன் அமைந்துள்ளது. நான்காவது பிராகாரத்துக்குச் செல்லும் வகையில் ஒரு கோபுரமும் காணப்படுகிறது.

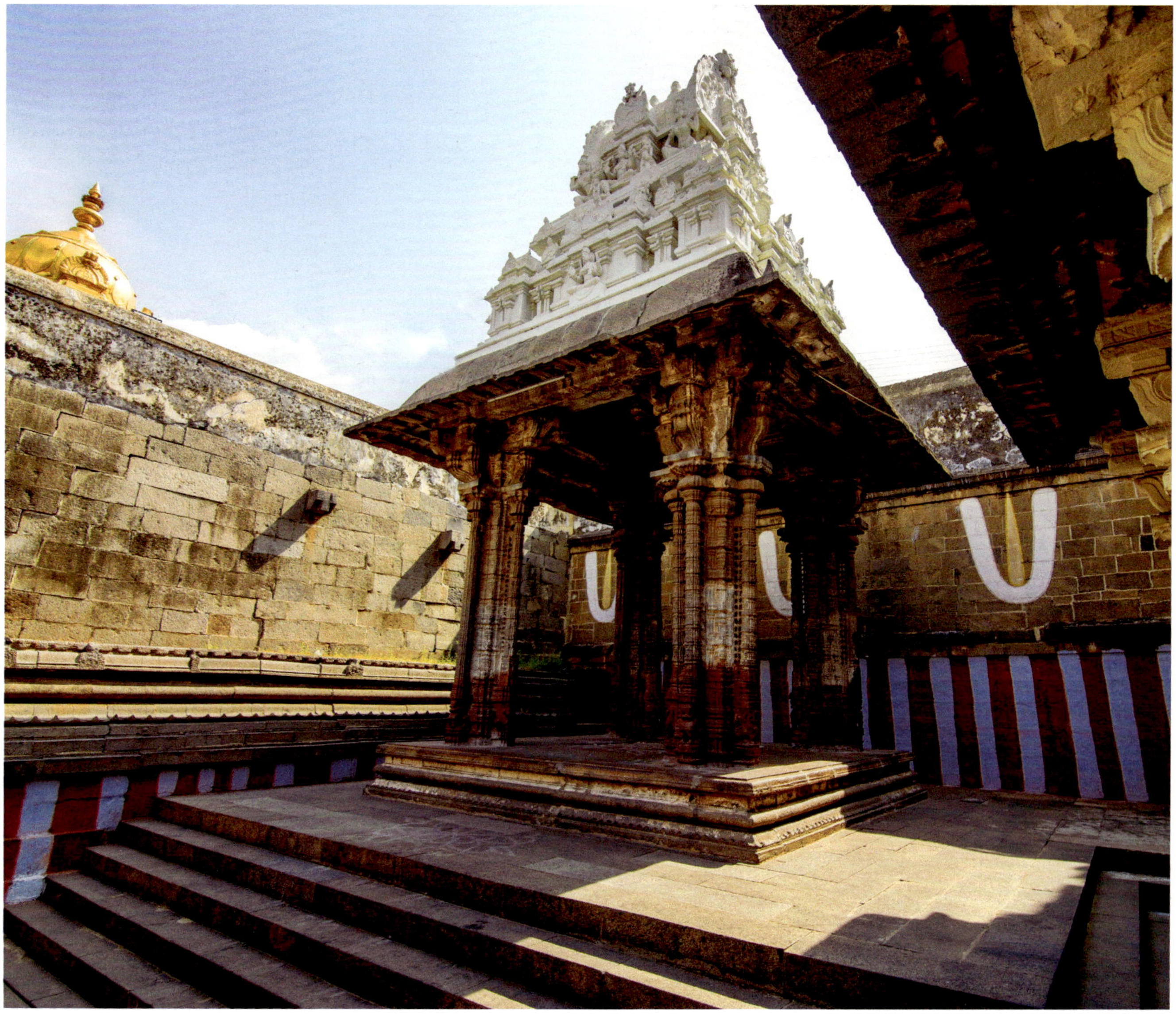

நான்காவது பிராகாரத்தில் ஆழ்வார்கள் பிரதிஷ்டை செய்யப்பட்டிருப்பதால், 'ஆழ்வார் பிரதட்சிணம்" 'ஆழ்வார் திருச்சுற்று' என்று இந்தப் பிராகாரம் அழைக்கப்படுகிறது. பல சந்நிதிகள், மண்டபங்கள், இரண்டு உயர்ந்த கோபுரங்கள், இரண்டு திருக்குளங்கள் இந்தப் பிராகாரத்தில் அமைந்துள்ளன. உறுதியான கருங்கல் அடித்தளத்துடன் ஏழு நிலைகளுடன் கூடிய மேற்கு கோபுரம் கி.பி. 13-14 ஆம் நூற்றாண்டுகளில் கட்டப்பட்டதாகத் தெரிய வருகிறது. பல கல்வெட்டுகளும் பொறிக்கப் பட்டுள்ளன.

இந்தப் பிராகாரத்தில் துவஜஸ்தம்பம், பலிபீடம் ஆகியவற்றுடன் நான்கு தூண்களுடன் கூடிய சிறிய மண்டபங்கள் இரண்டு உள்ளன. இந்த மண்டபங்களில் துலாபாரம் காணிக்கை வழங்கப்படும் என்பதால் இவை துலாபார மண்டபங்கள் என்று அழைக்கப்படுகின்றன. 16-ஆம் நூற்றாண்டில் விஜயநகர பேரரசர் அச்சுதராயர் தன் எடைக்கு எடை முத்துகளை துலாபார காணிக்கை செலுத்தியபோது கட்டப்பட்டிருக்கலாம் என்று தெரிய வருகிறது. இதன் அருகிலேயே குதிரை உருவங்கள் உள்ள தூண்களுடன் கூடிய வாகன மண்டபம் அமைந்துள்ளது. அதற்குப் பின்புறம் வேதாந்த தேசிகன், தாதா தேசிகன் ஆகியோரின் சந்நிதிகள் அமைந்துள்ளன.

மேற்கு கோபுரத்துக்கு அருகில் 16-ஆம் நூற்றாண்டில் விஜயநகர மன்னர்களின் காலத்தில் கட்டப்பட்ட கல்யாண மண்டபம் உள்ளது. நேர்த்தியான ஒற்றைக் கல் தூண்களுடன் கூடிய மண்டபத்தின் தூண்களில் மற்ற மண்டபங்களில் உள்ளதைப் போலவே குதிரை உருவங்கள் காணப்படுகின்றன. இந்த மண்டபத்தில்தான் வரதராஜ பெருமாள் பெருந்தேவி தாயார் கல்யாண உற்சவம் நடைபெறுகிறது.

கல்யாண மண்டபத்துக்கு அருகிலேயே, அத்தி வரதர் வெள்ளிப் பேழையில் சயனித்திருக்கும் அனந்த சரஸ் என்ற திருக்குளம் உள்ளது. அனந்தசரஸ் திருக்குளத்தை அடுத்து சக்கரத்தாழ்வாரின் சந்நிதி உள்ளது. 12ம் நூற்றாண்டில் மூன்றாம் குலோத்துங்க சோழன் காலத்தில் இளையாழ்வான் காளிங்கராயன் என்பவரால் கட்டப்பட்டதாகத் தெரியவருகிறது. சக்கரத்தாழ்வாருக்கு 'திருவாழி ஆழ்வார் ஆழி' என்ற பெயரும் வழங்கப்பட்டதாக ஒரு கல்வெட்டு தெரிவிக்கிறது. ஒருபுறம் சக்கரத்தாழ்வார் மறுபுறம் நரசிம்மர் ஆகியோரை கிழக்கு மற்றும் மேற்கு வாயில் வழியாக தரிசிக்கலாம். சக்கரத்தாழ்வாரின் சந்நிதிக்குக் கிழக்கில், மிகப் பெரிய நந்தவனம் உள்ளது.

கோயிலின் கிழக்கு கோபுரம் ஒன்பது நிலைகளுடன் கூடியதாக கி.பி.16ம் நூற்றாண்டில் விஜயநகரப் பேரரசர் கிருஷ்ணதேவராயர் காலத்தில் கட்டப்பட்டது. கிழக்கு கோபுரத்தின் அருகிலேயே பொற்றாமரைக் குளம் அமைந்திருக்கிறது. கோபுரத்தையடுத்து ஐந்தாவது பிராகாரம் உள்ளது. இந்த பிராகாரத்திலிருந்து கோயிலின் உயரமான மதில் சுவர்களை நம்மால் பார்க்க முடியும்.

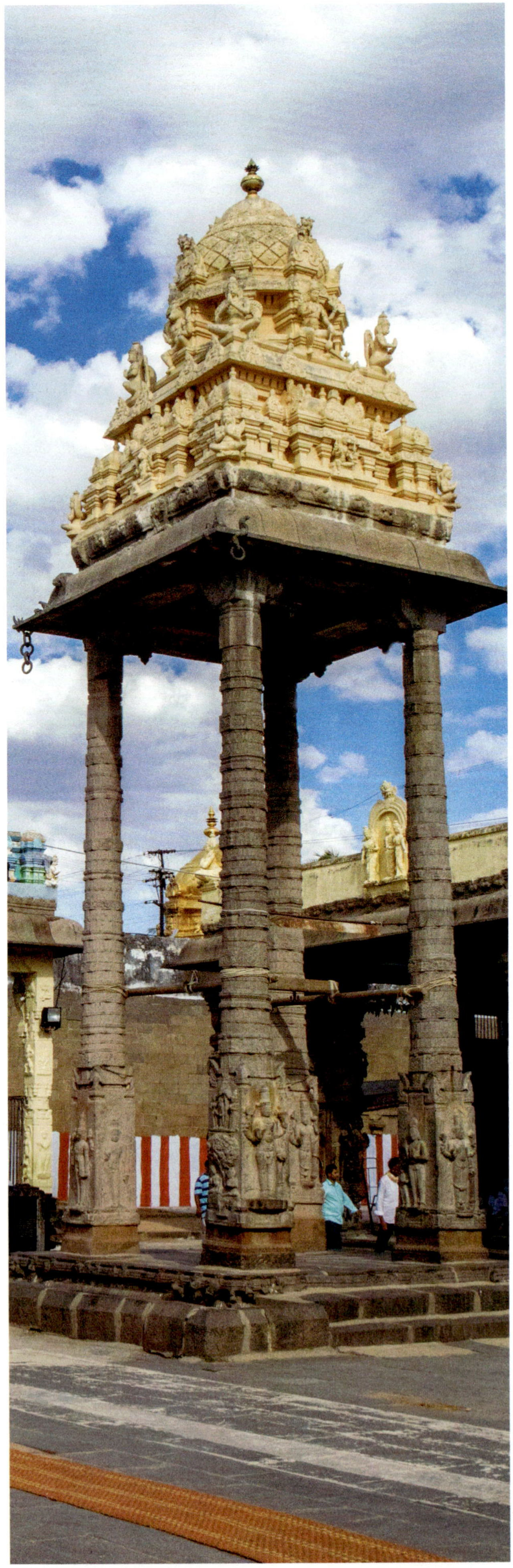

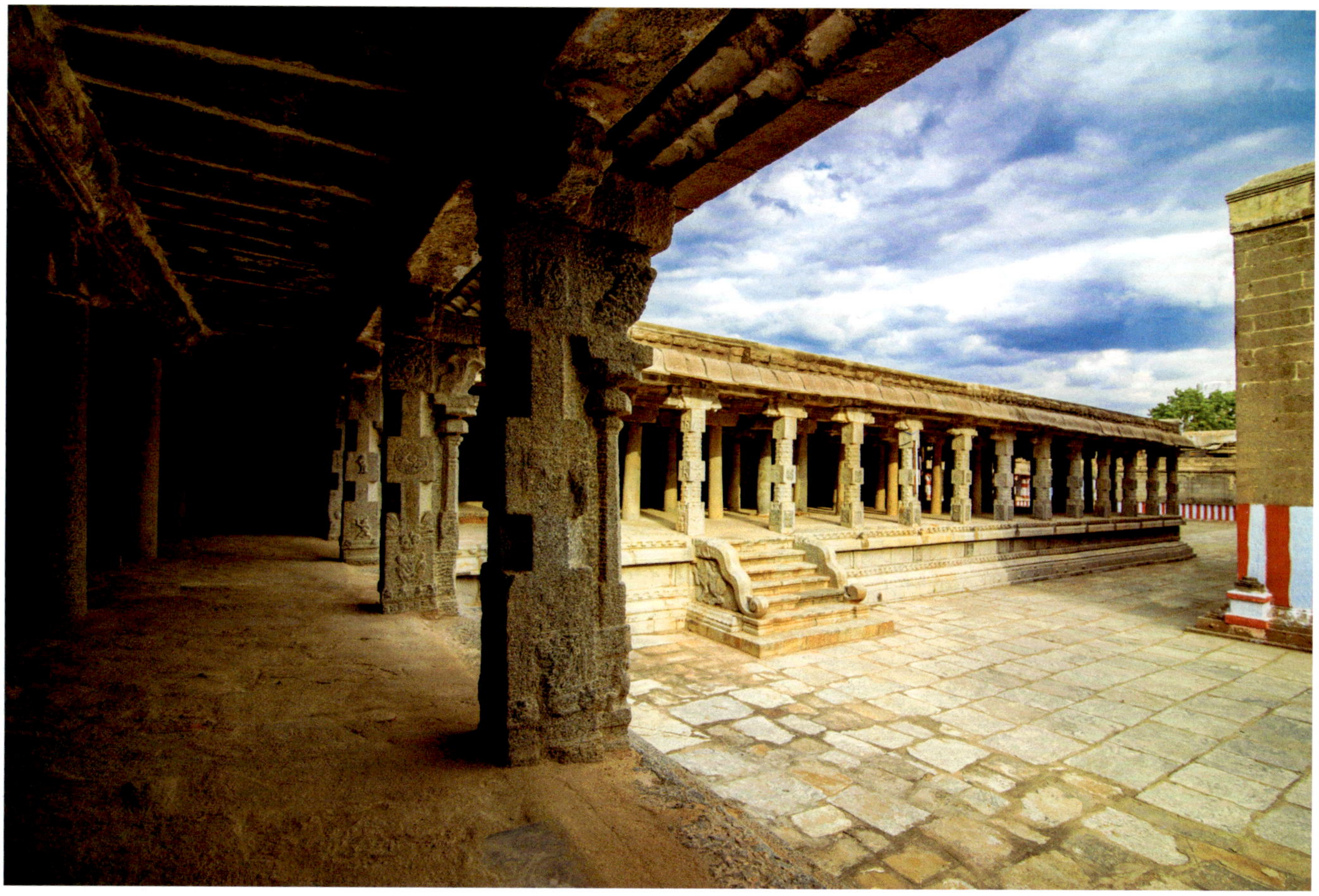

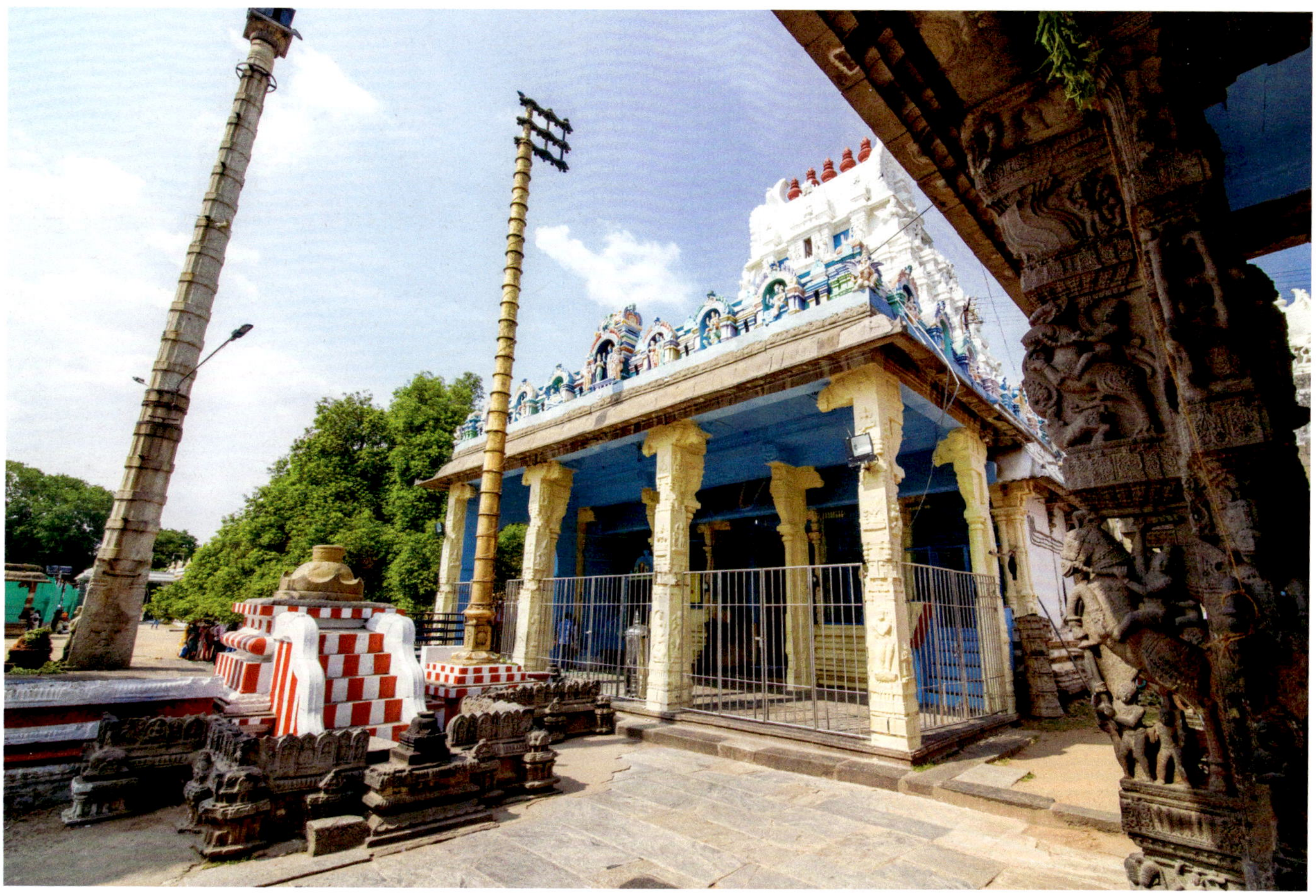

ఆలయ నిర్మాణం

హస్తిగిరి కొండపై వెలసిన ప్రధాన గర్భగుడి కేంద్రంగా కలిగిన, కాంచీపురంలోవున్న వరదరాజ పెరుమాళ్ దేవాలయం భారత దేశంలోవున్న అతిపెద్దదేవాలయాలలో ఒకటి. పశ్చిమ అభి ముఖంగావున్న ఈ దేవాలయంలో శాసనాల ఆధారాలనుబట్టి, వాస్తు, శిల్పకళావైభవాన్నిబట్టి, కొన్ని శతాబ్దాలుగా జరిగిన వాస్తుకళ అభివృద్ధిని గమనించవచ్చు. ఐదు ప్రాకారాలు, గోపురాలు, మండపాలతో విరాజిల్లిన ఈ ఆలయ ప్రముఖ విశేషాలు ఇవి-

పుణ్యకోటి విమానము పైకప్పుగా కలిగిన మొదటి ప్రాకారం హస్తికోటిపై వెలసిన వరదరాజ పెరుమాళ్ గర్భగుడిచుట్టూ వుంది. విజయనగర కాలానికి చెందిన వాస్తు, శిల్పకళను స్థంభాలపై, ప్రముఖంగా దివ్యదేశాలు ఇంకా వేరే వైష్ణవాలయాలలో వెలసిన విష్ణుమూర్తి చిత్రాలను ఇక్కడ గమనించవచ్చు. చోళుల కాలానికి చెందిన రెండు మండపాలు ప్రధాన గర్భగుడి ముందు వున్నాయి. ఈ ప్రాకారం సీలింగ్ (ceiling) మీదే ప్రసిద్ధిగాంచిన బల్లుల ఆకృతులను గమనించవచ్చు. ప్రాకారం నుండి ప్రధాన గర్భగుడికి మెట్లు కలవు. బ్రహ్మదేవుడు హస్తిగిరికొండపై యజ్ఞము చెయ్యగా వరదరాజపెరుమాళ్ ఉద్భవించారని ప్రశస్తి. ఈ యజ్ఞాన్ని చెయ్యడానికి బ్రహ్మ దేవతల స్థపతి అయిన విశ్వకర్మని ఉత్తరవేదిని (చతుర్భుజరూపంలోవున్న అగ్నిమండపం - యజ్ఞయాగాది క్రతువుకు ఉపయోగపడేది) నిర్మింపమని ఆజ్ఞాపించారు. ఎత్తైన గోడలు కల్గి, చతుర్భుజ రూపంలోవున్న హస్తిగిరికొండే ఉత్తరవేదిని పోలి ఉంటుంది.

కొండ (మలై) ప్రదక్షిణంగా పిలిచే రెండో ప్రాకారం హస్తిగిరికొండ చుట్టూరావుంది. విష్వక్సేనుని / సేనయోర్కుని గుడివున్న కారణంగా సేనయోర్కమ్ - తిరుముత్తరం అని కూడా పిలిచే ఈ ప్రాకారం నాలుగువైపులా నుండి హస్తిగిరి కొండపైవున్న ఎత్తైన గోడలు చూడవచ్చు. 1053 CE నాటి శాసనం ఇచ్చట యోగనరసింహ స్వామి ఆలయంవద్ద కలదు. దీనినిబట్టి ఈ గుడి 11వ శతాబ్దం లేదా అంతకన్నా ముందు కాలానికి చెందినది కావొచ్చు అని భావించవచ్చు. విజయనగర కాలానికి చెందిన మండపంకూడా ఇక్కడ వుంది. విజయనగర రాజశాసనం (సూర్యచంద్రులు, వరాహం) ఈమండపంలో అనేక స్థంభాలపై కలదు. ఈ ప్రాకారం ఆగ్నేయ దిశగా స్థంభాల వాసరంలో వైద్యదేవుడు అయిన ధన్వంతరి ఆలయం వుంది. కానీ ఆ మూల విగ్రహం, ఉత్సవమూర్తి చాలా చిన్నవి. ఈ ప్రాకారంలోనే విజయనగర మండపాలు ముందరవున్న ఆండాళ్, చేరక్కులనాచ్చియార్ల దేవాలయములు కూడా వున్నాయి.

మూడవ ప్రాకారం ఐన 'మడపల్లి ప్రాకారం'లో దేవాలయ పాకశాల కలదు. ఇక్కడే శ్రీ వైష్ణవ ఆచార్యులలో ఒకరైన యమునాచార్య (ఆళవందార్)గారు శ్రీ రామానుజాచార్యుల వారిని మొదట చూశారని, అందుకే యమునాచార్యుని మర్యాద సూచకంగా ఈ ప్రాకారానికి 'యమునాత్తురై తిరుముత్తరం' అని పేరు వచ్చింది. శ్రీ రామానుజాచార్యులు యమునాచార్యుని తదనంతరం శ్రీరంగం పీఠాధిపతి అయ్యారు. ఇక్కడి నుండి అనేక మండపాలు, ఒక గోపురం గుండా రెండోప్రాకారంలోకి

చేరుకోవచ్చును. ఇక్కడే గరుత్మంతునికి, అనంతాళ్‌వార్‌కు రెండు దేవాలయములు వున్నాయి. రెండో కుళోత్తుంగచోళుని సామంతుడైన, గంగ వంశస్థుడగు సియాగంగ్ అనంతాళ్‌వార్ దేవాలయమును 1212 CEలో నిర్మించినట్టు దగ్గరలోని శాసనంద్వారా తెలుస్తోంది. 12వశతాబ్దానికి చెందిన కరియమాణిక్య పెరుమాళ్ దేవాలయం, 14వ శతాబ్దంలో కాకతీయ ప్రతాపరుద్ర చాలా స్వల్పకాలం కాంచీపురాన్ని ఏలినప్పుడు కట్టించిన వేయి స్థంబాల మండపం (సంఖ్యాపరంగా వేయికన్నా తక్కువే, కానీ పేరు నిలబడింది), 11వ శతాబ్దంలో చోళసేనా నాయకుడైన నరలోకవీర కట్టించిన మాడపల్లి, చోళుల కాలంనాటి అభిషేక మండపం ఈ ప్రాకారంలో వున్నాయి. ఈ ప్రాకారంలో అన్నిటికన్నా ప్రధానమైన గుడి పేరుందేవి తాయారుగా పూజలందుకుంటున్న శ్రీ లక్ష్మిదేవి. తూర్పు అభి ముఖంగావున్న ఈ గుడి కల్యాణ కోటి విమానం క్రింద వుంది. కొద్దిపాటి మెట్లుకల్గిన ఈ గుడి 13వ శతాబ్దంలో నిర్మించబడి, 15వ శతాబ్దం అనగా విజయనగరకాలంలో పునర్నిర్మింపబడినది. గుడి ముఖమండపం 1259వ సంవత్సరంలో నిర్మించబడినది. ఇంకా విజయనగర కాలానికి చెందిన, అందమైన స్థంబాలు కల్గిన మహామండపం దీనిముందరే వుంది. పేరుందేవి తాయారుగుడివద్దవున్న విజయనగర కాలనికి చెందిన ఉయ్యాల మండపం సుందరమైన స్థంబాలతో, అద్భుతంగావుంది. ఈ ప్రాకారం నుండి నాల్గవ ప్రాకారానికి ఒక గోపురంద్వారా మార్గం వుంది.

ఆళ్వార్ల చిత్రాలు కల్గిన కారణంగా 'ఆళ్వార్ ప్రదక్షిణం / ఆళ్వార్ తిరుచుట్టారు'గా పేరు కల్గిన నాల్గవ ప్రాకారంలోకూడా అనేక మండపాలు, దేవాలయాలు రెండు ఎత్తైన గోపురాలు, రెండు పుష్కరిణిలు కలవు. గ్రానైట్ రాయి ఆధారంగా కల్గిన పశ్చిమ గోపురం ఏడు అంతస్తులు కల్గి, 13 - 14వ శతాబ్దాలకు చెందిన, అనేక శాసనాలు కల్గి వుంది. ఇక్కడే ధ్వజ స్థంభం, బలిపీఠం, తులాభారం మండపాలుగా పిలిచే, నాలుగు స్థంబాలు కల్గిన రెండు మండపాలు కలవు. ఇవి బహుశా విజయ నగర చక్రవర్తి అచ్యుతరాయలవారు 16వ శతాబ్దంలో స్వయంగా ముత్యాల తులాభారంకై (ముత్యాలతో తూగడానికై) నిర్మించి ఉండవచ్చు, దగ్గరలోనే విజయనగర కాలానికి చెందిన మేలు జాతి అశ్వ చిహ్నం కలిగిన స్థంబాలువున్న వాహన మండపం కలదు. ఈ మండపం వెనుకనే వేదాంత దేశిక, తట్టదేశికం దేవాలయములు కలవు.

పశ్చిమ గోపురంవద్దే కల్యాణ మండపంగా పిలవబడే అద్భుతమైన కట్టడం కలదు. 16వ శతాబ్దంలో విజయనగర కాలానికి చెందిన ఈ మండపంలో అద్భుతమైన ఆకృతులు చెక్కబడిన సుమారు 96 ఏకశిలాస్థంబాలు వున్నాయి. ఇందులో చాలా స్థంబాలలో విజయనగర మండపాలలో విరివిగావాడే చిహ్నమైన మేలుజాతి అశ్వం చూడవచ్చు. మండపం మధ్యలో తల కనిపించే విధంగావున్న ఒక రాతి తాబేలుపై కట్టిన రాతి వేదిక కలదు. వరదరాజపెరుమాళ్, పేరుందేవితాయార్ల కల్యాణ ఉత్సవం ఇక్కడే జరుపబడుతుంది.

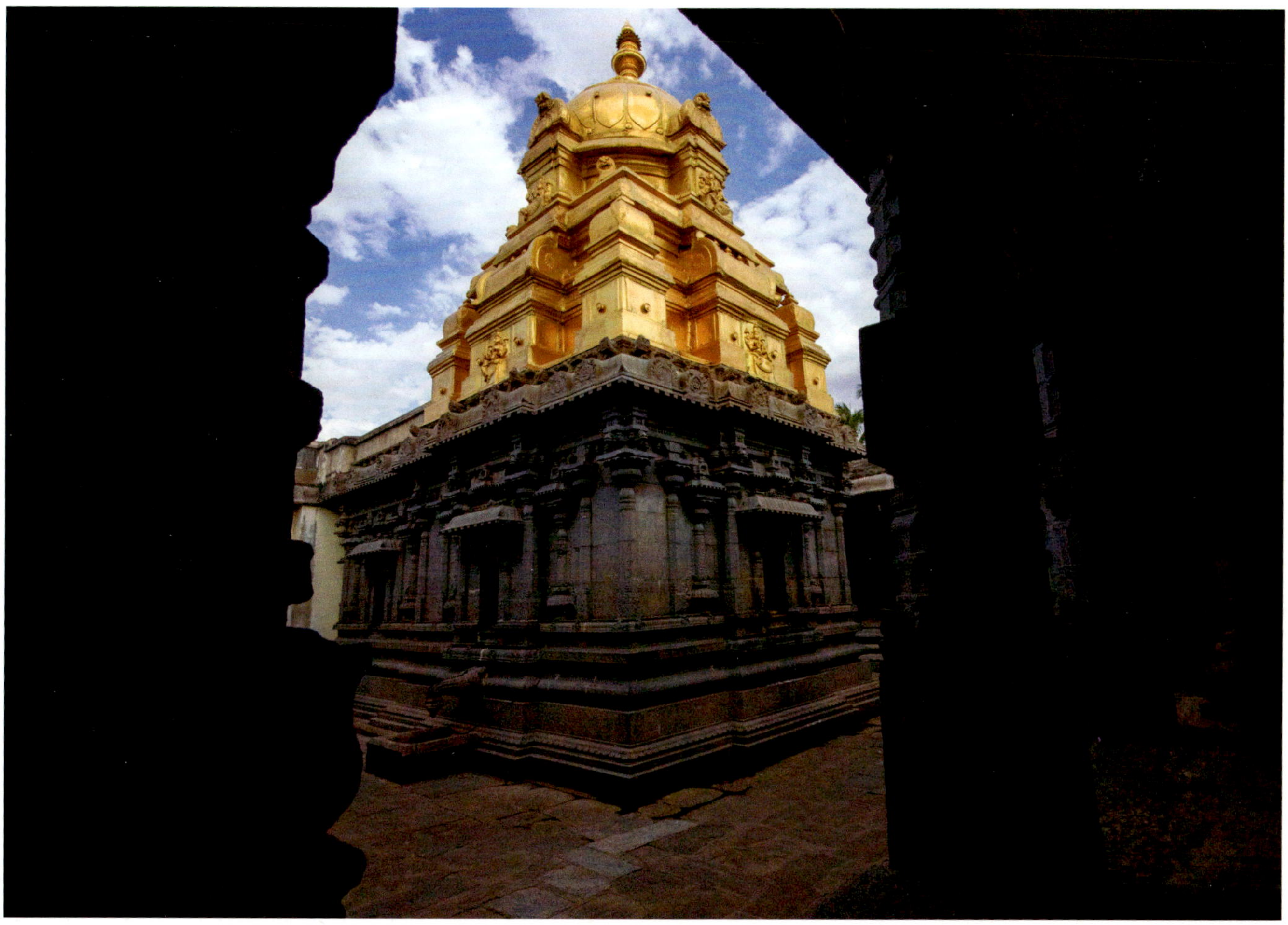

ఈ కల్యాణ మండపం దగ్గరే, అత్తివరదమూర్తి కల్గిన అనంత సరస్సు కలదు. ఈ సరస్సు దగ్గరే, ఈ ప్రాకారంలోకెల్లా ప్రసిద్ధి గాంచిన సుదర్శనాళ్వార్ (చక్రత్తాళ్వార్) ఆలయం కలదు. 12వ శతాబ్దంలో మూడవ కుళోత్తుంగచోళుని కాలంలో ఈ ఆలయాన్ని ఇళైవాన్ కళింగరాయన్ అనే వ్యక్తి కట్టించారు. ఒక శాసనంద్వారా ఈ దేవుడి తమిళనామము 'తిరు-అళి-ఆళ్వార్-అళి' అని తెలుసుకోవచ్చు. వెనకవైపు నరసింహుని ప్రతిమ కల్గిన చక్రత్తాళ్వార్ రాతి విగ్రహం చాలా అద్భుతంగా ఉంటుంది. గుడికి తూర్పు - పడమరవైపుగా రెండు మార్గాలు కలవు. తూర్పు దిక్కున పెద్ద తోట వుంది.

16వ శతాబ్దంలో శ్రీకృష్ణదేవరాయల కాలంలో నిర్మించబడ్డ తూర్పు గోపురంలో తొమ్మిది అంతస్తులు కలవు. దీని ప్రక్కనే బంగారు తామర పుష్కరిణి (పొట్రామరై కొళం) కలదు. ఆళ్వార్లు, ఆచార్యుల ప్రతిమలతోపాటు అనేక చిన్న ఆలయాలు ఈ ప్రాకారంలో వున్నాయి. దేవాలయంయొక్క ఎత్తైన, భారీ గోడలు ఈ ప్రాకారం నుంచి తిలకించవచ్చు. ఈ ప్రాకారం బయటే, ఐదవ ఆవరణం కలదు.

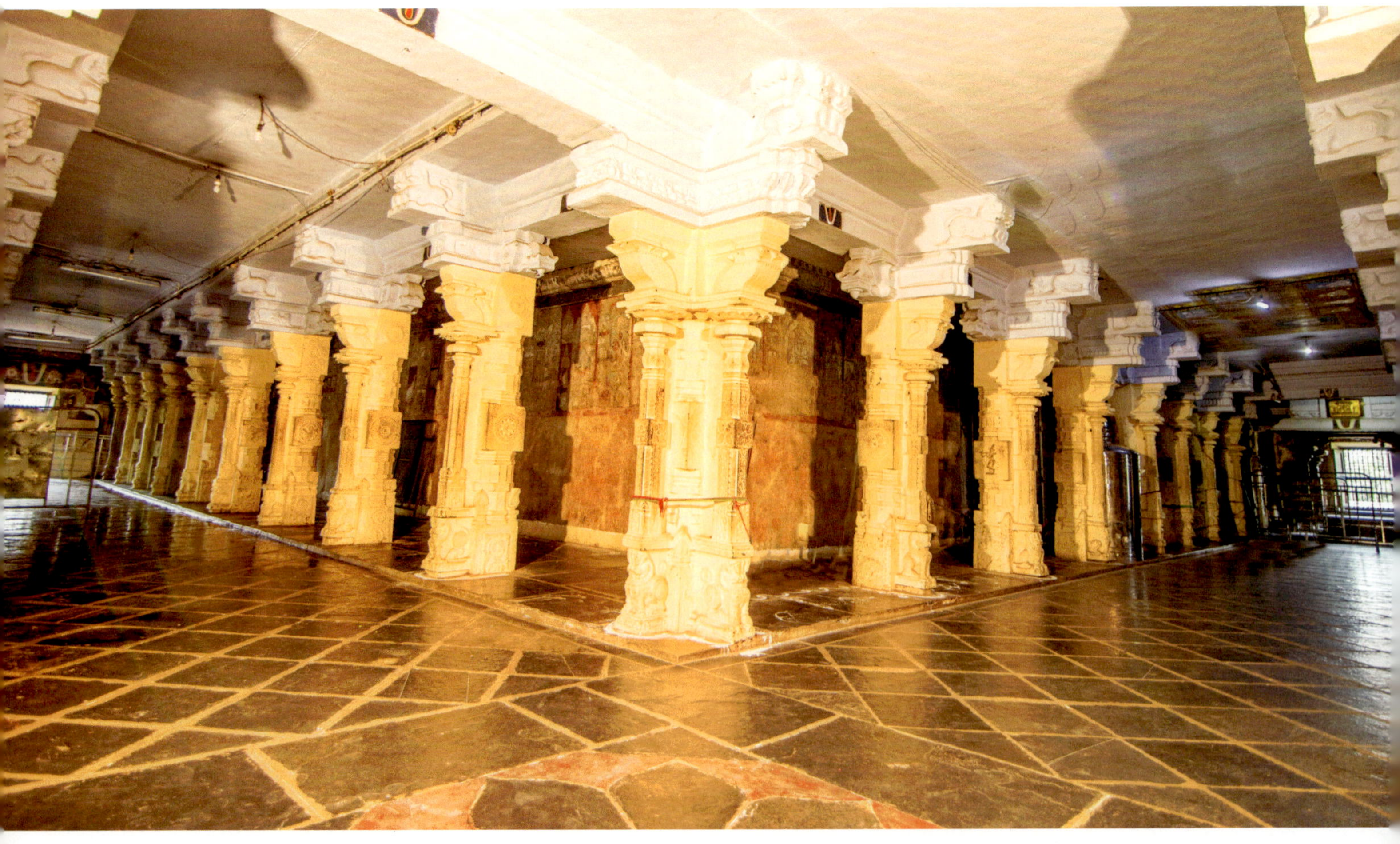

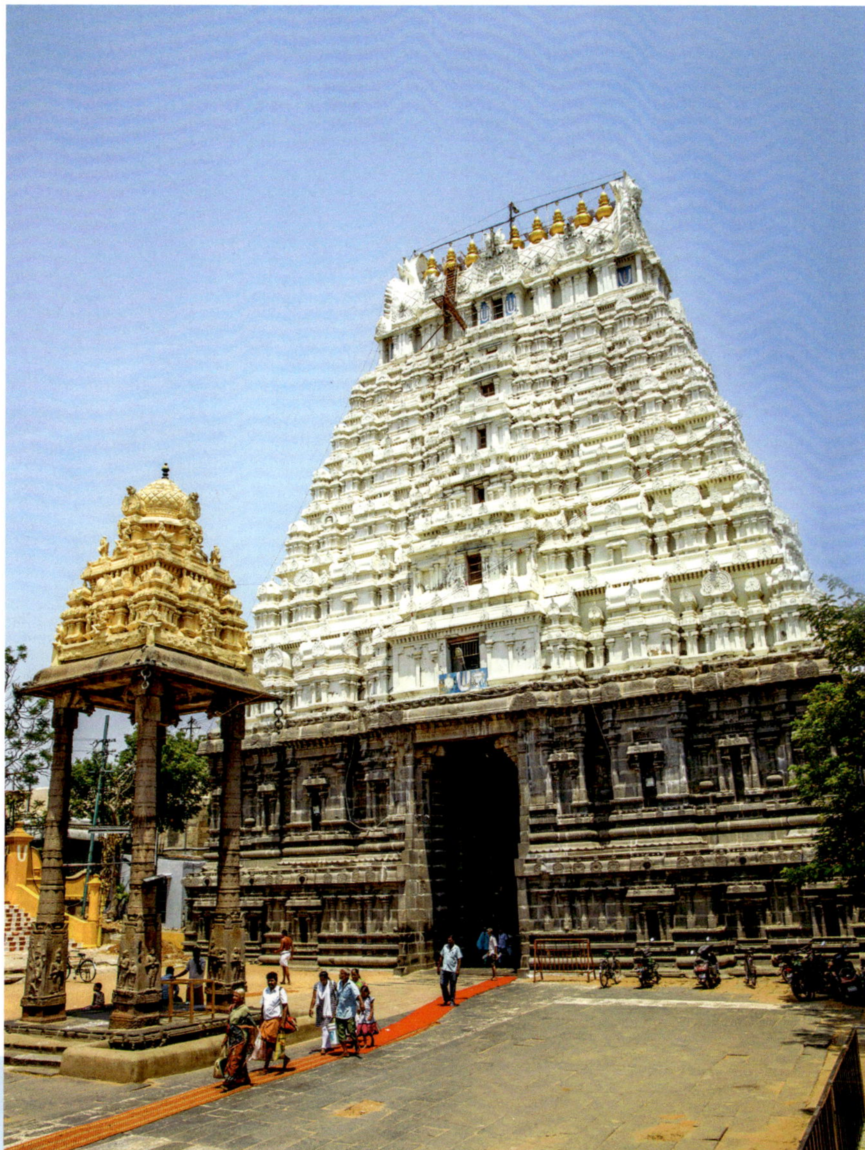

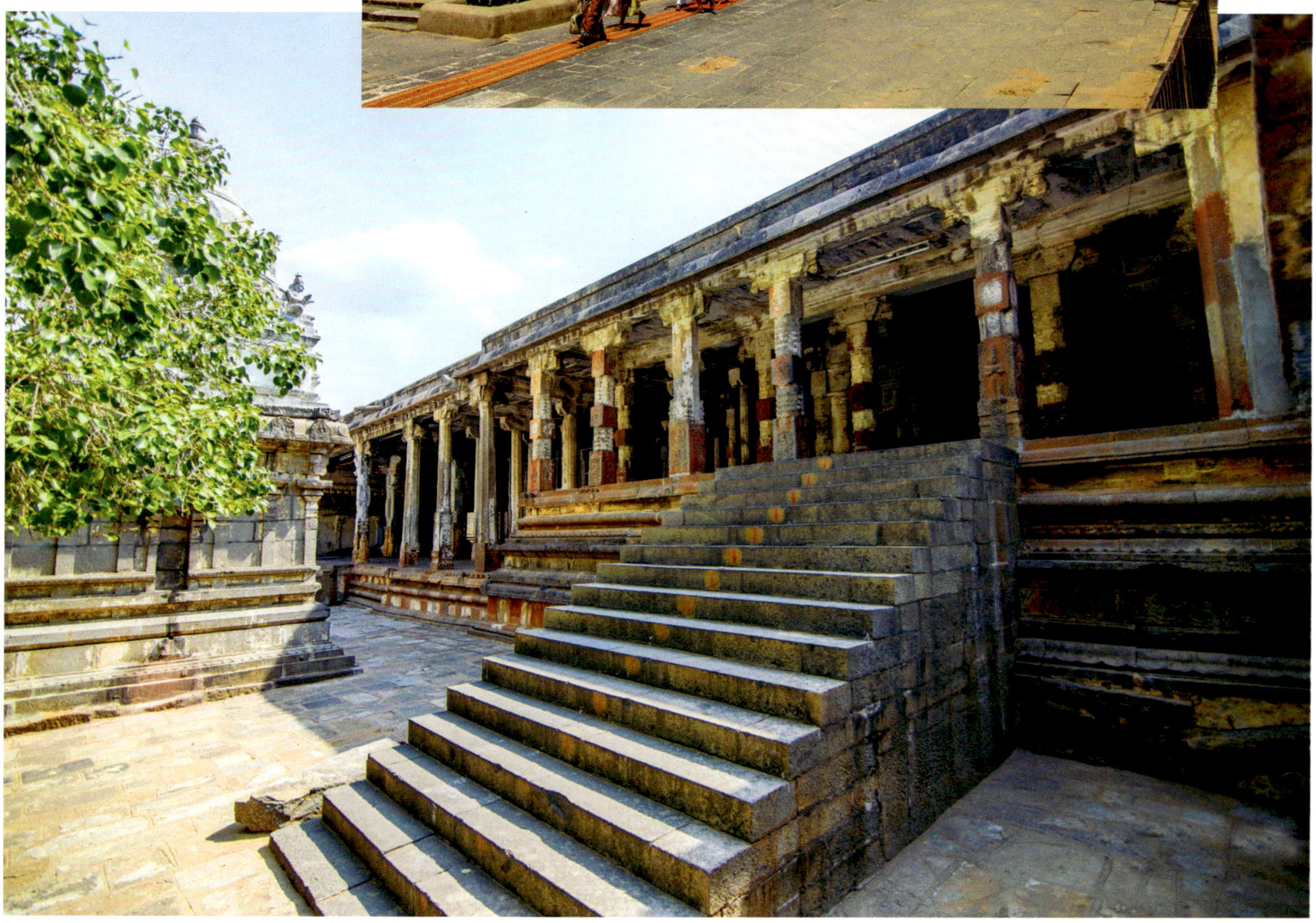

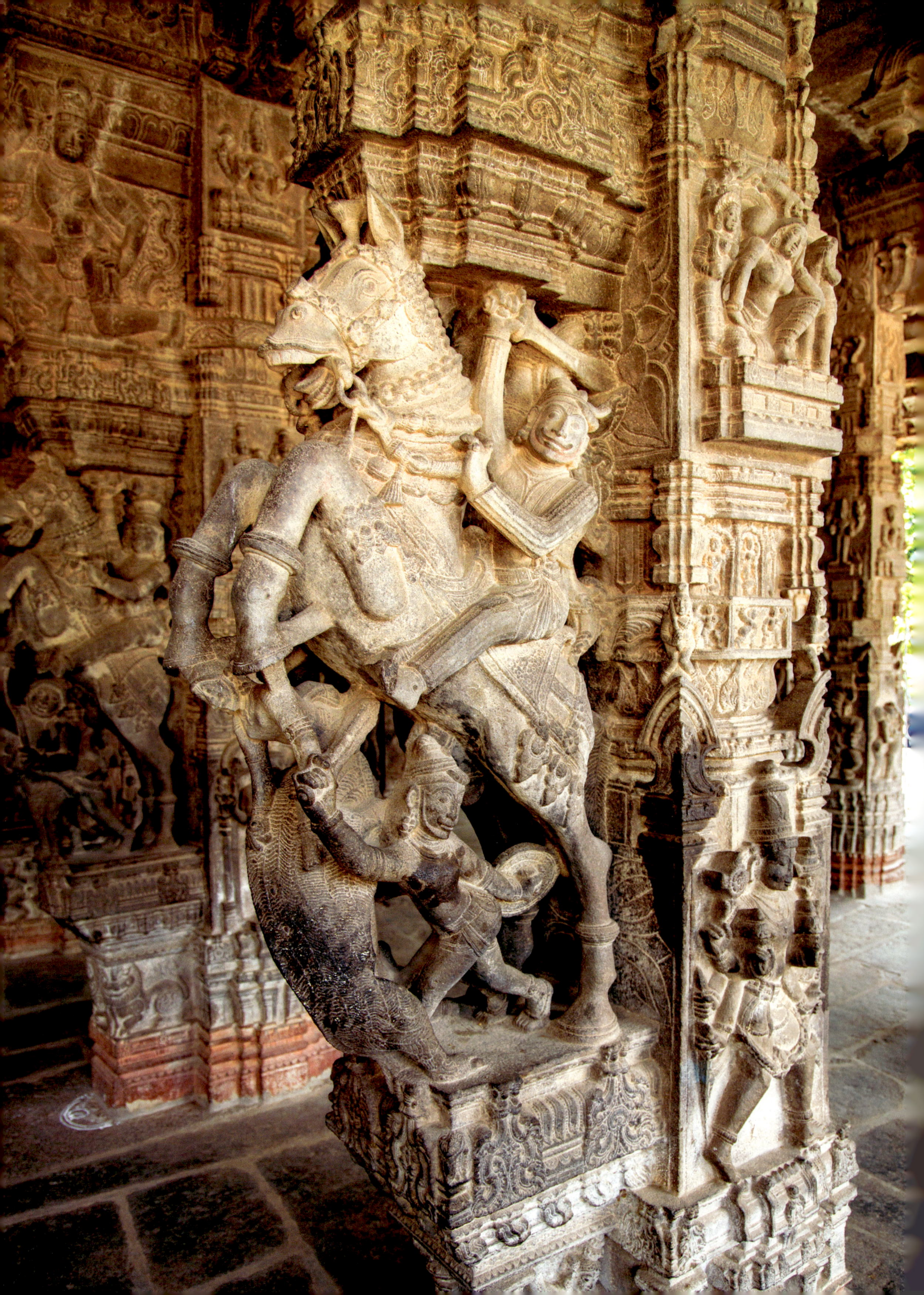

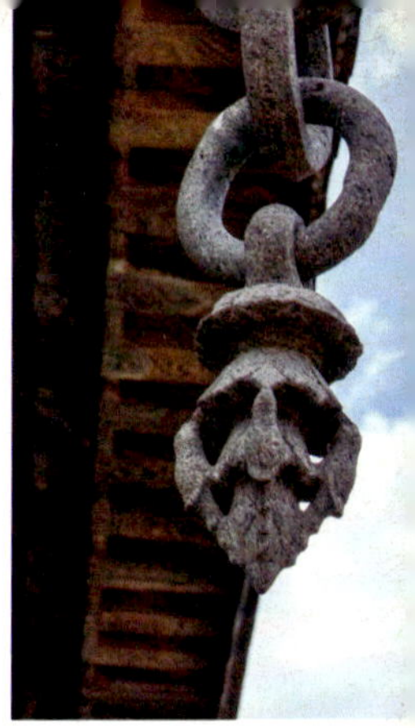

Sculptures

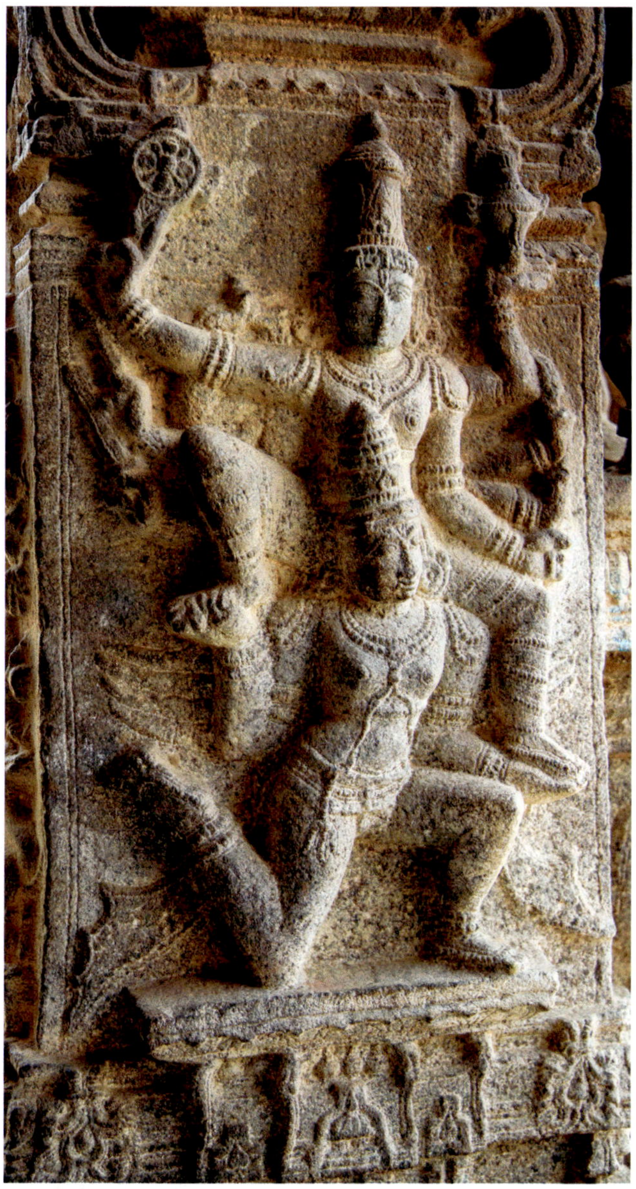

The Varadaraja Perumal temple has stone sculptures on the pillars of various mandapas and other places in this vast temple-complex. These beautiful carvings are not only of deities, but also of the Azhvars, Acharyas, portrait-sculptures of kings, folk-scenes, musicians, dancers, jesters and many more.

Of the various places in this temple where such exquisite sculptures are seen, the best is the Kalyana-mandapa which is situated near the main west gopuram. Constructed in the 16th century during the reign of the Vijayanagara monarch Achyuta Raya, this mandapa has intricately carved pillars, each a monolith. The base of this mandapa has many horizontal bands with sculptures of elephants, horses, hamsa, dancers and also many scenes from the Ramayana. At the entrance can be seen huge granite pillars, two of which have Manmatha and Rati atop a swan and parrot respectively. Some of the pillars inside have sculptures of rearing horses with riders on them wielding weapons. Other than the Vijayanagara soldiers, some others are shown wearing trousers and long sleeved garments. They could perhaps be Portuguese who were inducted into the Vijayanagara army. Similar sculptures with the prancing horse motif have been carved in several other mandapas in this temple which were constructed in the Vijayanagara times.

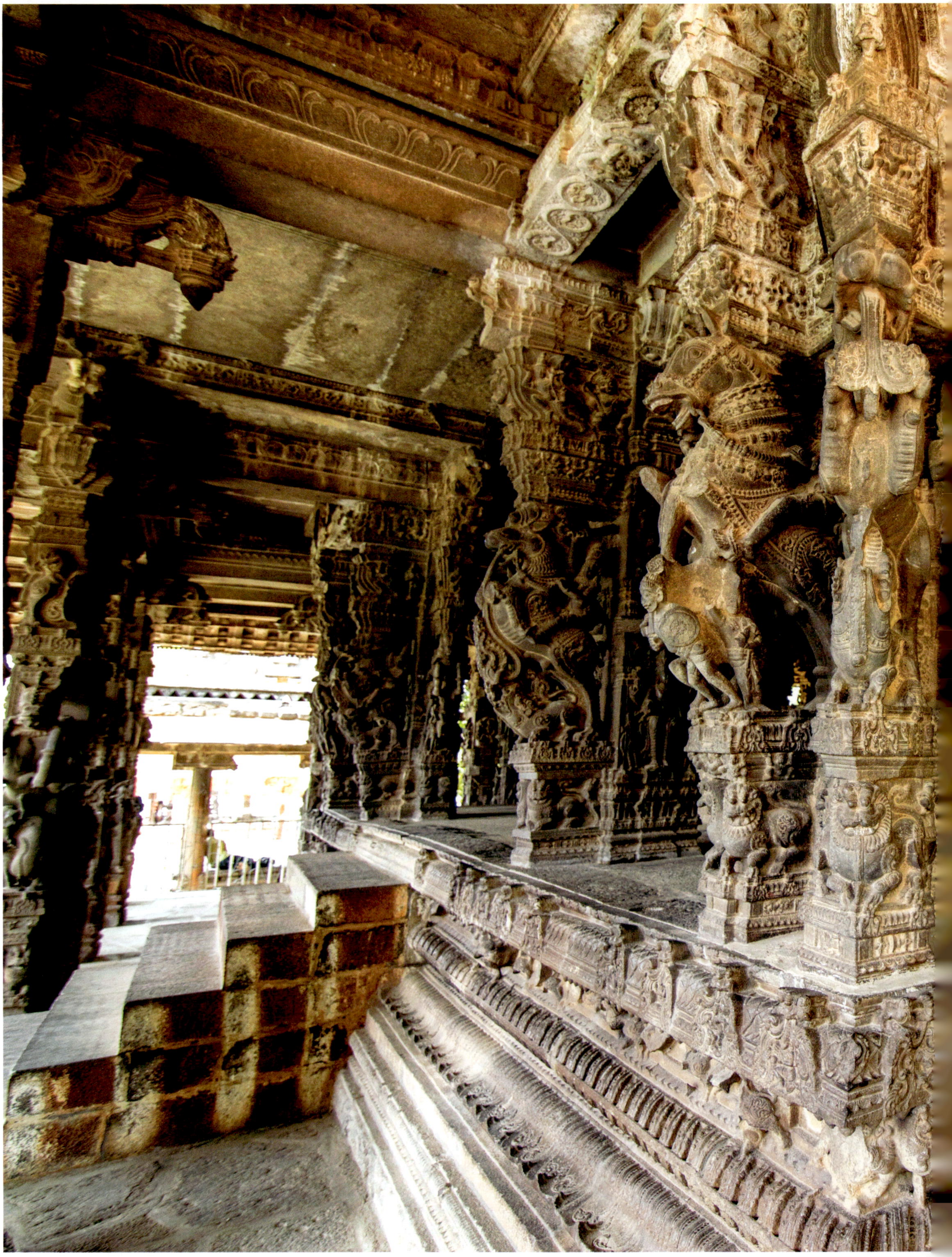

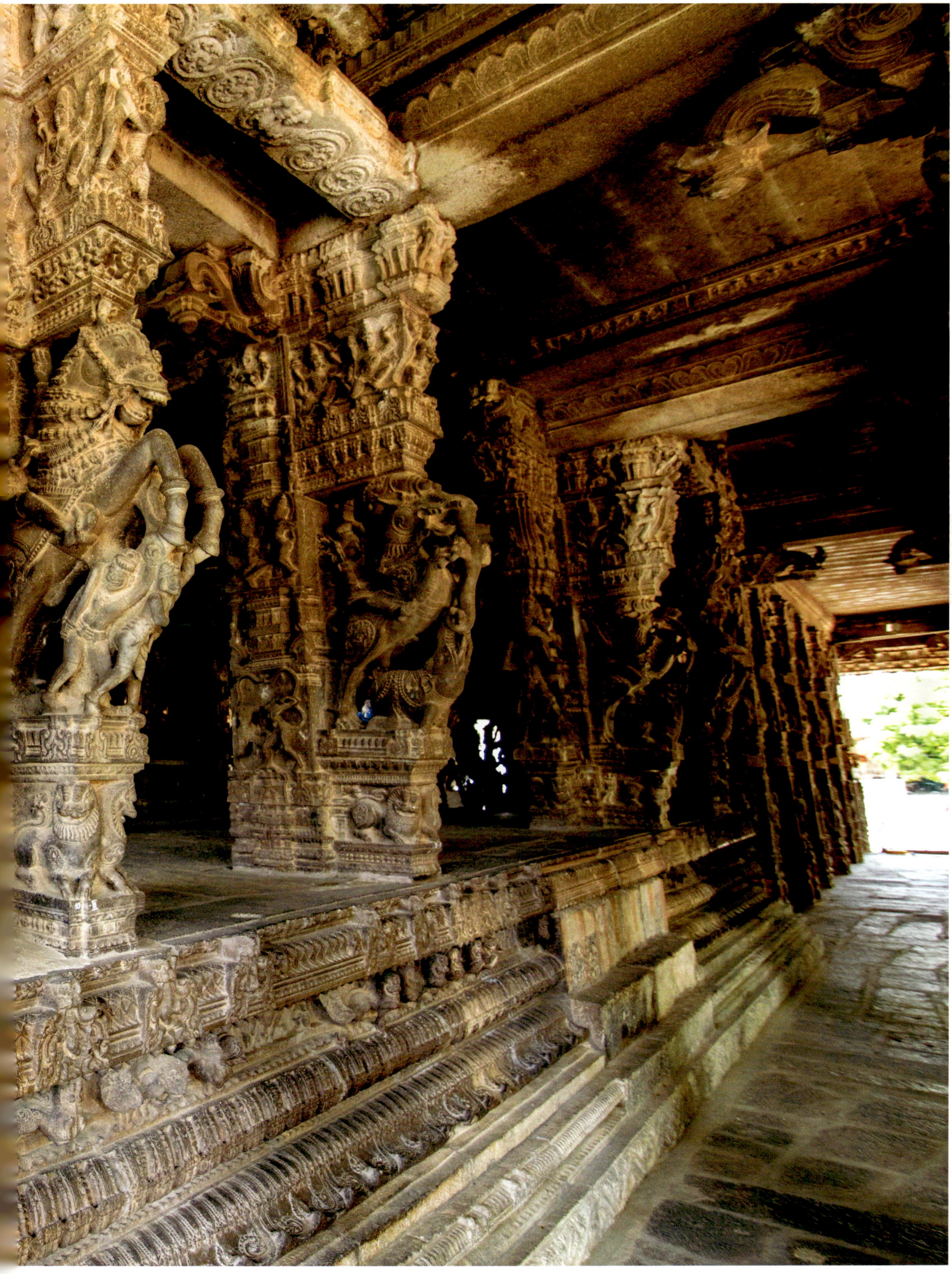

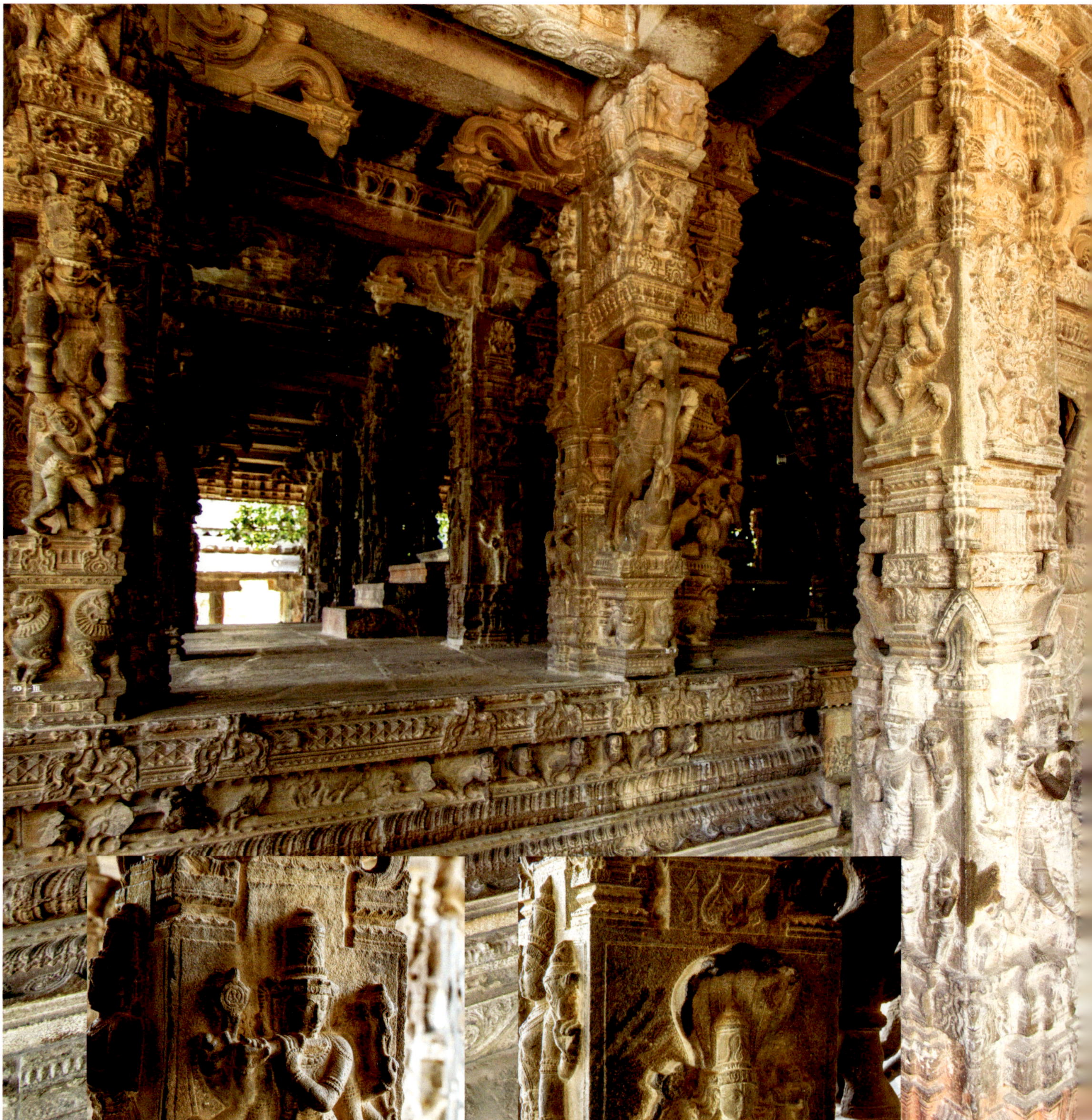

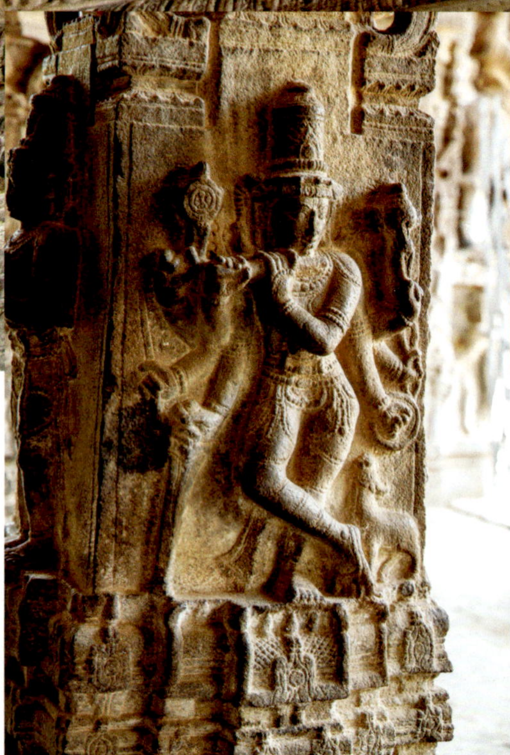

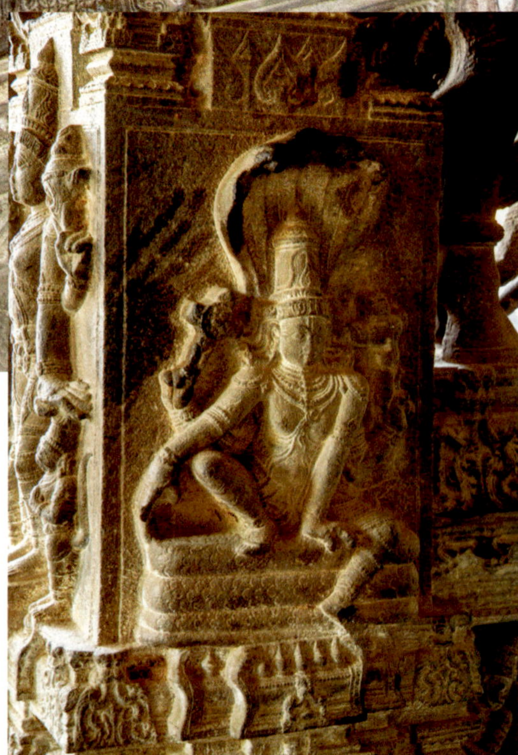

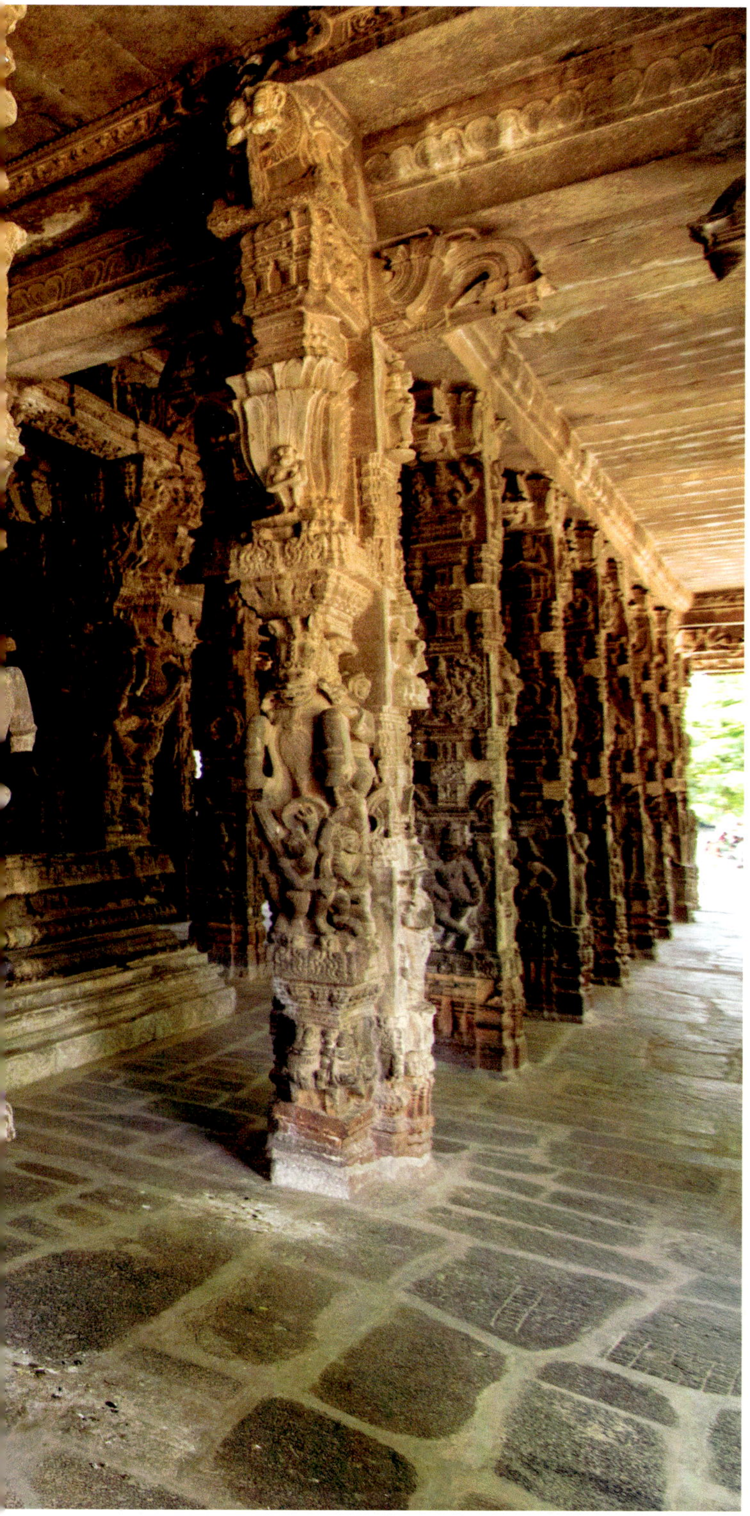

The sculptures on other pillars in the Kalyana-mandapa are of various avataras of Vishnu, including the Matsya and Kurma incarnations and also other manifestations of this deity. Of primary importance is a sculpture of Vishnu with four arms with the upper hands holding the Sankha and Chakra, the lower right hand in the pose of protection (abhaya hasta) and lower left hand resting on the mace (gada). This deity is depicted as though emerging from fire and flames are seen all around. This represents Varadaraja Perumal who came out of the sacrificial fire of the yajna conducted by Brahma as mentioned in the Sthala Puranam of this temple. Another interesting sculpture is of Goddess Sarasvati represented near River Vegavati. This too is in connection with the Sthala Puranam which mentions that this Goddess wanted to stop the sacrifice of Brahma, but her attempt was thwarted by Vishnu. Many episodes connected with the Ramayana such as King Dasaratha with his three queens, the Vali-Sugriva fight and various sculptures of Hanuman are also here. Vishnu riding on Garuda is prominently seen and this is quite appropriate given the importance of the Garuda Seva festival in this temple during the annual Brahmotsavam. In one sculpture, Vishnu rides on Garuda with the hand holding the Sudarsana Chakra raised high. This is in connection with the episode when this God comes to the rescue of the elephant-devotee whose leg was caught in the jaws of a crocodile (Gajendra-Moksham). There is a longstanding tradition that Hastigiri was the abode of the divine elephant whom Vishnu (Varadaraja) saved from a crocodile. Sudarsana, the personification of Vishnu's most powerful weapon is prominently carved with multiple arms and in the pose of moving forward. A sculpture of a royal person in the Kalyana-mandapa could be Achyuta Raya, the Vijayanagara Emperor in whose reign this mandapa was built.

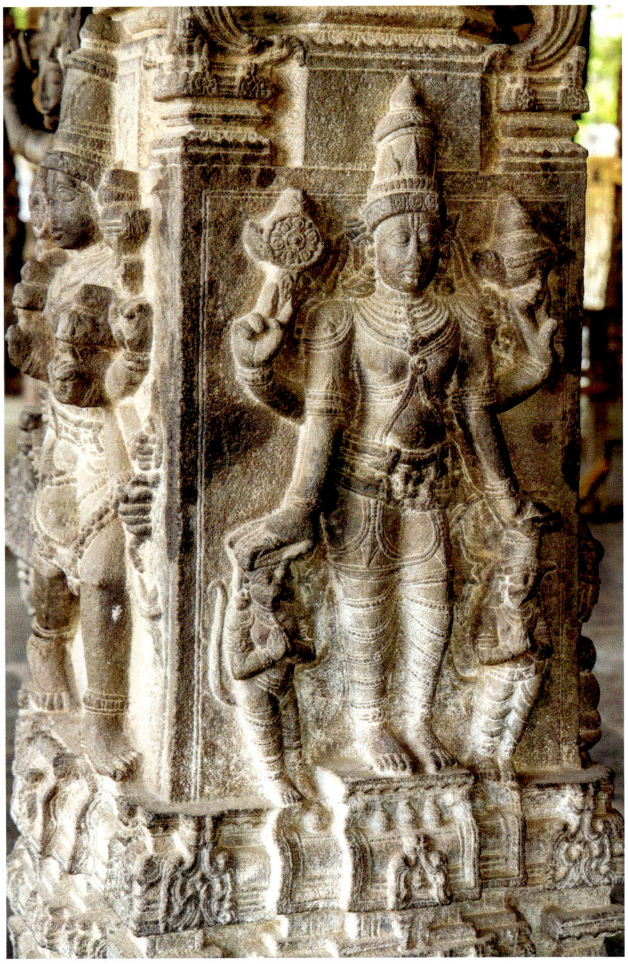

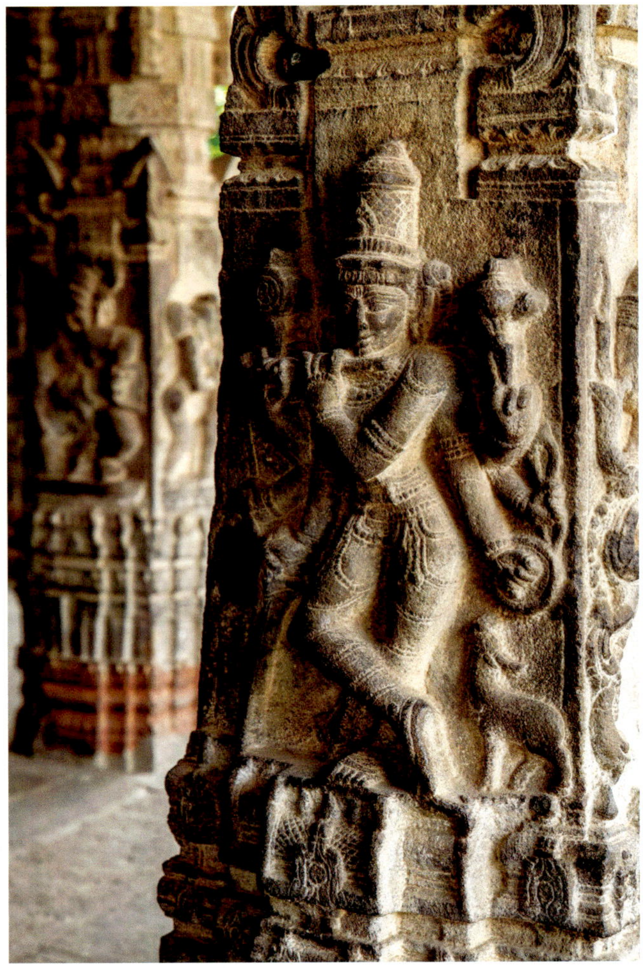

The raised granite platform in this Kalyana-mandapa is where the Kalyana-utsavam of Varadaraja Perumal and Perundevi Thayar is celebrated. This platform rests on a large tortoise whose head and flippers can be seen in front and on the sides respectively. The base of this platform called `Kurma Pitha' is exquisitely chiselled with various sculptures including the Ashta-dik-gaja (elephants of the eight directions) which are said to hold up the universe. Auspicious motifs, lions, dancers and other carvings are also chiselled at the base. Of great interest to the visitors to this temple are the chains, each carved out of single piece of granite hanging from the corners of the Kalyana-mandapa. They are sadly damaged, but yet reveal the skill and dexterity of the Vijayanagara era sculptors.

Other than the Kalyana-mandapa, various other places including the small four-pillar mandapas have many sculptures, including those of Azhvars and Acharyas. Thirukkachi Nambi, the well-known Srivaishnava Acharya who was closely associated with this temple is represented in various places including the Kalyana-mandapa and the four-pillar mandapas. He is shown as a humble devotee holding the alavatta which is a fan made of the leaves of the banyan-tree with a long handle. Carvings of a boar with a sword in front and the sun and moon above which was the imperial crest of the Vijayanagara Empire can be seen in many places, especially on the pillars of the mandapa in front of the Narasimha sanctum in the second prakaram. They reveal the immense contribution of the rulers of this dynasty to the Varadaraja Perumal temple.

This temple also has numerous beautiful processional images in metal. There are also some metal carvings on the covering of the steps leading to the sanctums of Varadaraja Perumal and Perundevi Thayar. The wood carvings found on the temple chariot are remarkable sculptures.

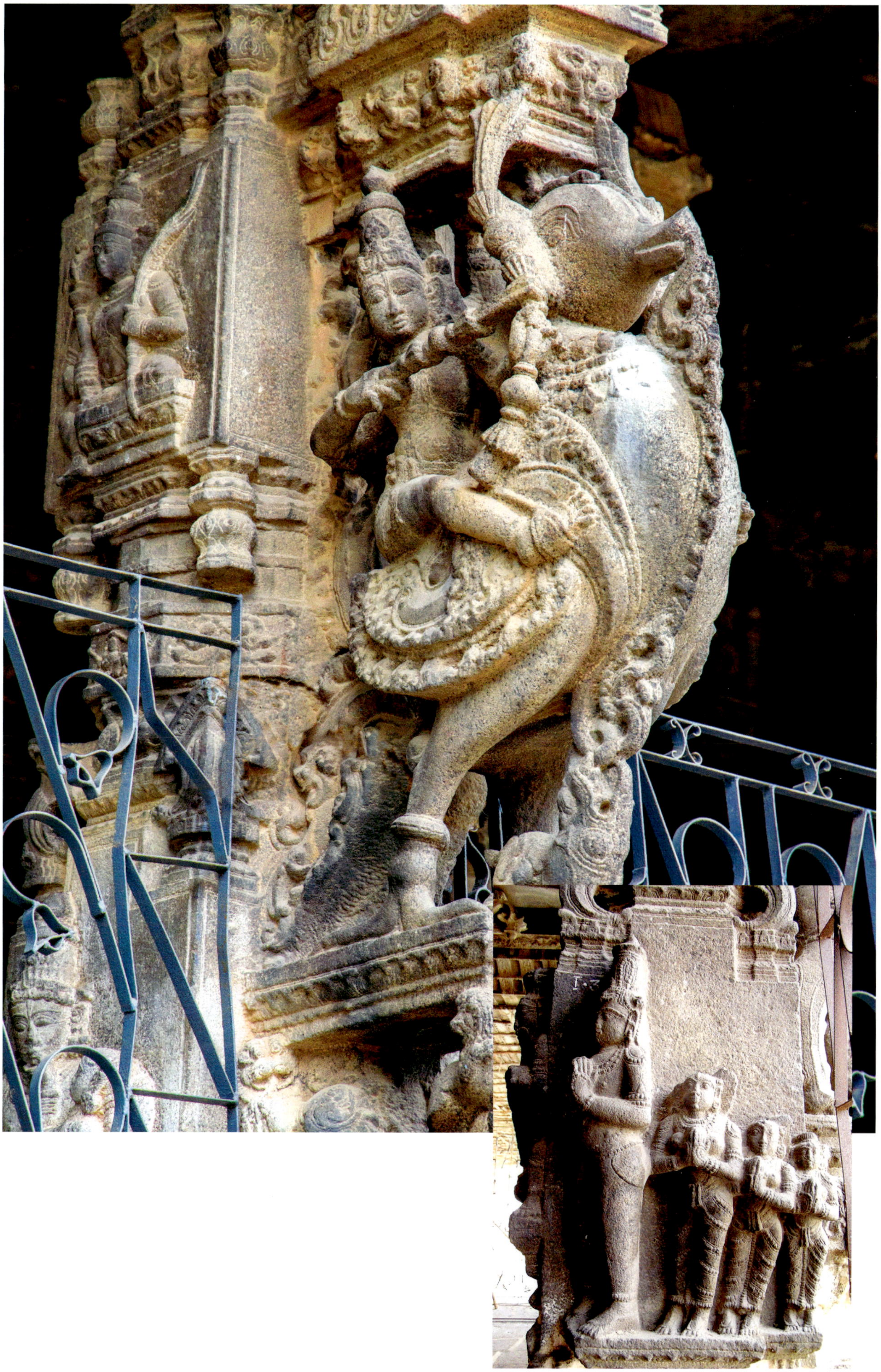

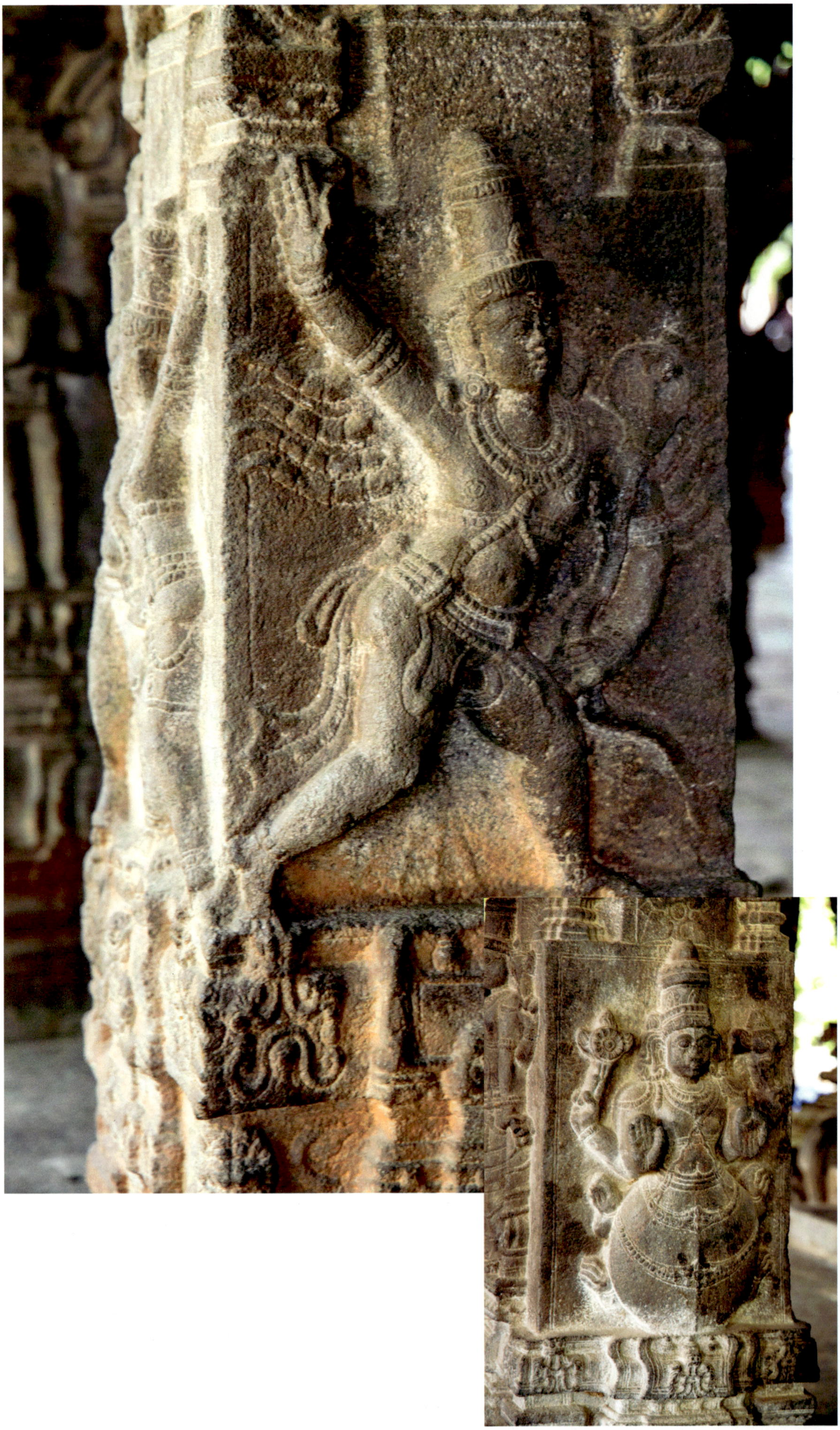

சிற்பங்கள்

வரதராஜ பெருமாள் கோயிலின் மண்டபத் தூண்களிலும், மற்ற இடங்களிலும் அழகழகான பல சிற்பங்கள் காணப்படுகின்றன. தெய்வங்களின் திருவுருவங்கள் மட்டுமல்லாமல், ஆழ்வார்கள், ஆசார்யர்கள், மன்னர்கள், இசைக் கலைஞர்கள், நடனக் கலைஞர்கள் என்று பலதரப்பட்ட சிற்பங்கள் நுட்பமாகச் செதுக்கப்பட்டு காட்சி தருகின்றன.

கோயிலின் பல இடங்களில் எண்ணற்ற நேர்த்தியான சிற்பங்கள் இருந்தாலும், அவற்றுள் சிறப்பாகக் குறிப்பிட்டுச் சொல்வதென்றால், மேற்கு கோபுரத்துக்கு அருகில், விஜயநகரப் பேரரசர் அச்சுதராயர் காலத்தில் கட்டப்பட்ட கல்யாண மண்டபத்தில் காணப்படும் சிற்பங்களைக் குறிப்பிட்டுச் சொல்லலாம்.

இந்த மண்டபத்தில் ஒரே கல்லினால் செதுக்கப்பட்ட பல தூண்கள் உள்ளன. இந்த மண்டபத்தில் யானைகள், குதிரைகள், அன்னப்பறவை, நடனக் கலைஞர்கள், ராமாயணத்தின் பல காட்சிகள் சிற்பங்களாக மிக நுட்பமாகச் செதுக்கப்பட்டிருக்கின்றன. நுழைவாயிலில் பிரம்மாண்டமான கருங்கல் தூண்கள் உள்ளன. அந்தத் தூண்கள் இரண்டில் முறையே ரதி, மன்மதன் சிற்பங்களுடன் அன்னம், கிளி ஆகியவையும் காணப்படுகின்றன. உள்ளே இருக்கும் சில தூண்களில் குதிரை மீது ஆயுதங்களுடன் அமர்ந்திருக்கும் சிற்பங்கள் உள்ளன. விஜயநகர வீரர்களின் சிற்பங்கள் தவிர, மேலும் சில வீரர்களின் சிற்பங்களும் காணப்படுகின்றன. அவர்கள் விஜயநகர மன்னர்களின் படைப்பிரிவில் இடம் பெற்றிருந்த போர்த்துகீசியர்களாக இருக்கலாம் என்று கருதப்படுகிறது. பொதுவாக விஜயநகர மன்னர்கள் காலத்தில் கட்டப்பட்ட கோயில்களிலும் மண்டபங்களிலும் குதிரைகளின் சிற்பங்கள் நிறைய காணப்படுகின்றன.

கல்யாண மண்டபத்தின் பல தூண்களில் மச்ச, கூர்ம உள்ளிட்ட மகாவிஷ்ணுவின் அவதாரக் காட்சிகள் சிற்பங்களாகச் செதுக்கப்பட்டிருக்கின்றன. அந்தச் சிற்பங்களுள் நான்கு கரங்களுடன் மேலிரு கரங்களில் சங்கும் சக்கரம் ஏந்தி, கீழிரு கரங்களில் வலக் கரத்தில் அபய ஹஸ்தம் காட்டி, இடக் கரத்தில் கதை ஏந்தி காட்சியளிக்கும் மகாவிஷ்ணுவின் சிற்பத்தைச் சிறப்பாகக் குறிப்பிட்டுச் சொல்லலாம். இந்தத் திருவுருவம் நெருப்பிலிருந்து வெளிப்படுவது போலவும், சுற்றிலும் அக்னிப் பிழம்பு இருப்பது போலவும் காணப்படுவதால், இந்தச் சிற்பம், தலபுராணத்தில் குறிப்பிட்டுள்ளபடி, பிரம்மதேவரின் யாகாக்னியில் தோன்றிய பெருமாளைக் குறிப்பிடுவதாகக் கொள்ளலாம். மற்றுமொரு சுவாரஸ்யமான சிற்பமாக, சரஸ்வதிதேவியைக் குறிப்பிடலாம். தன்னை அழைக் காமல் பிரம்மதேவர் செய்த யாகத்தைத் தடுப்பதற்காக சரஸ்வதிதேவி வேகவதி நதியாக வெள்ளப் பெருக்கெடுத்து வந்ததாகவும் மகாவிஷ்ணு தடுத்ததாகவும் தலவரலாறு குறிப்பிடுகிறது.

மூன்று மனைவியருடன் தசரதன், வாலி – சுக்ரீவன் யுத்தம் மற்றும் அனுமனின் பல சிற்பங்களும் காணப்படுகின்றன. விஷ்ணு கருடனின் மீது ஆரோகணித்திருப்பது போன்ற சிற்பம் பிரதானமாகக் காணப்படுகிறது. வருடாந்திர பிரம்மோற்சவத்தின்போது காஞ்சியில் நடைபெறும் பிரசித்தி பெற்ற கருடசேவையின் முக்கியத்துவத்தை உணர்த்தும் வண்ணம் இந்தச் சிற்பம் அமைந்திருக்கிறது.

மற்றொரு சிற்பம் கருட வாகனத்தின் மீது அமர்ந்தபடி சுதர்சன சக்கரத்தை பிரயோக நிலையில் வைத்தபடி விஷ்ணுவின் சிற்பம் காணப்படுகின்றது. இந்தச் சிற்பம், முதலையின் வாயில் அகப்பட்ட கஜேந்திரன் என்னும் யானையைக் காப்பாற்ற வந்த நிகழ்ச்சியைச் சித்திரிப்பதாகக் கொள்ளலாம். இந்த கஜேந்திர யானையே, பெருமாளின் கருவறை அமைந்திருக்கும் ஹஸ்திகிரி என்றும் ஓர் ஐதீகம் நிலவுகிறது. மகாவிஷ்ணுவின் பல ஆயுதங்களில் சுதர்சன சக்கரத்துக்கு மிகுந்த முக்கியத்துவம் கொடுக்கப்பட்டுள்ளதுடன், பிரயோக நிலையில் செதுக்கப்பட்டிருக்கிறது. இந்த மண்டபத்தைக் கட்டிய அச்சுதராயரின் சிற்பமும் இந்த மண்டபத்தில் காணப்படுகிறது.

இந்தக் கல்யாண மண்டபத்தில் அமைந்துள்ள கருங்கல் மேடையில்தான் வரதராஜ பெருமாள் - பெருந்தேவி தாயார் திருக்கல்யாண உற்சவம் நடைபெறுகிறது. இந்த கருங்கல் மேடையை ஆமை ஒன்று தாங்கிக்கொண்டிருப்பதைப் போல் வடிவமைக்கப்பட்டிருக்கிறது. மேடையின் முன்புறமும் பக்கவாட்டிலும் ஆமையின் தலை மற்றும் உடல் பகுதிகள் தெரியும் வண்ணம் அமைந்துள்ளது. அடிப்பகுதியில் அஷ்ட திக்கஜங்களைக் குறிப்பிடும் எட்டு யானைகளும், மற்றும் பல சிற்பங்களும் செதுக்கப்பட்டுள்ளன. கல்யாண மண்டபத்தின் தூண்களின் மேலாக ஒற்றைக் கல்லால் செதுக்கப்பட்டிருக்கும் கற்சங்கிலிகள் பக்தர்களுக்கு வியப்பூட்டுகின்றன. பல சிற்பங்கள் சிதிலமடைந்த நிலையிலும்கூட விஜயநகர சகாப்தத்தைச் சேர்ந்த சிற்பக் கலைஞர்களின் சிற்பத் திறனைப் பறைசாற்றுவதாக உள்ளன என்பது குறிப்பிடத்தக்கது.

கல்யாண மண்டபம் மட்டுமல்லாமல், நான்கு தூண்களுடன் கூடிய சிறிய மண்டபங்கள் உட்பட மேலும் பல இடங்களிலும் ஆழ்வார்கள், ஆசார்யர்கள் உள்ளிட்ட எண்ணற்ற சிற்பங்கள் காணப்படுகின்றன. கல்யாண மண்டபம், நான்கு கால் மண்டபம் உள்ளிட்ட பல இடங்களில் திருக்கச்சி நம்பிகளின் சிற்பத்தை நம்மால் காணமுடிகிறது. பெருமாளுக்கு ஆலவட்ட கைங்கர்யம் செய்த திருக்கச்சி நம்பிகள் பெருமாளுடன் பேசும் பாக்கியம் பெற்றவர் என்பது குறிப்பிடத்தக்கது.

விஜயநகர மன்னர்களின் அரச சின்னமான வராகம் (பன்றி), அதற்கு முன்பாக ஒரு வாள், மேலாக சூரியன், சந்திரன் இருக்கும் சின்னம் கோயிலின் பல இடங்களில் காணப்படுகின்றன. குறிப்பாக இரண்டாவது பிராகாரத்தில் அமைந்திருக்கும் நரசிம்மர் சந்நிதிக்கு முன்பாக உள்ள மண்டபத் தூண்களில் காணப்படுகின்றன. இதன் மூலம் விஜயநகர மன்னர்கள், வரதராஜ பெருமாள் கோயிலுக்கு ஆற்றிய திருப்பணிகளையும் அளித்த கொடைகளையும் நம்மால் தெரிந்துகொள்ள முடிகிறது.

கல் சிற்பங்கள் தவிர்த்து உலோகத்தினால் வடிக்கப்பட்ட பல பிரதிமங்களும் உள்ளன. பெருமாள் மற்றும் பெருந்தேவி தாயார் ஆகியோரின் கருவறைக்குச் செல்லும் படிகளில்கூட உலோகத்தினால் நுட்பமாகச் செதுக்கப்பட்ட வேலைப்பாடுகளைக் காணலாம். கோயிலின் தேரில் காணப்படும் மரச் சிற்பங்களின் நேர்த்தியும் அழகும் வியந்து போற்றும் வண்ணம் காணப்படுகின் றன.

இந்தப் பகுதியில் சொல்லப்பட்டிருக்கும் விஷயங்கள் மிகக் குறைவே. வார்த்தைகளால் விவரிக்க முடியாதபடி அழகும் கலைநயமும் கொண்ட வரதராஜ பெருமாள் கோயில் சிற்பங்களை நேரில்தான் கண்டு ரசித்து மகிழவேண்டும்.

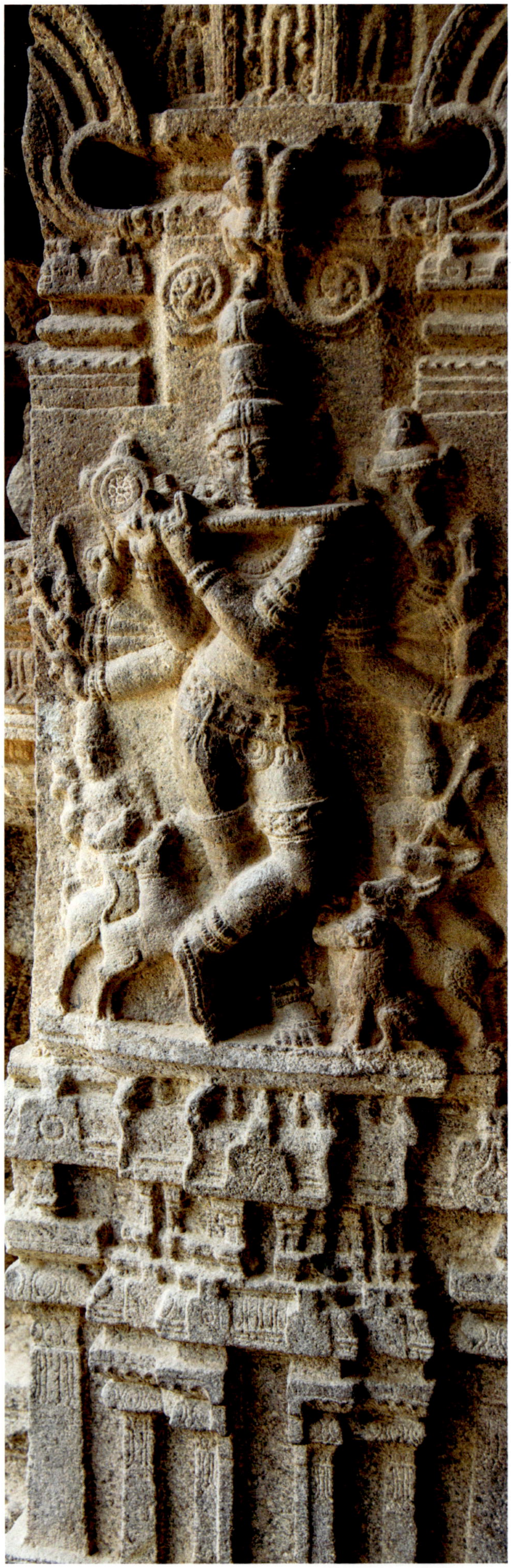

శిల్పాలు

విస్తారమైన వరదరాజ పెరుమాళ్ ఆలయంలో వివిధ మండపాలు, ఇతర ప్రదేశాల స్తంభాలపై రాతి శిల్పాలు ఉన్నాయి. ఈ అందమైన శిల్పాలు కేవలం దేవతలవి మాత్రమేకాక, ఆళ్వార్లు, ఆచార్యులు, రాజుల చిత్రపటాలు, జానపద దృశ్యాలు, సంగీతకారులు, నృత్యకారులు, విదూషకులు వారివి వున్నాయి.

ఎంతో అత్యద్భుతమైన శిల్పాలు కనిపించే ఈ ఆలయంలోని వివిధ ప్రదేశాలలో, ఉత్తమమైనది ప్రధాన పశ్చిమ గోపురం సమీపంలోవున్న కళ్యాణ మండపం. 16వ శతాబ్దంలో విజయనగర చక్రవర్తి అచ్యుతరాయ పాలనలో నిర్మించిన ఈ మండపంలో ఏకశిలతో చెక్కబడిన స్తంభాలు ఉన్నాయి. ఈ మండపం యొక్క స్థావరంలో ఏనుగులు, గుర్రాలు, హంస, నృత్యకారులు మరియు రామాయణంలోని అనేక దృశ్యాలు ఉన్నాయి. ప్రవేశద్వారం వద్ద భారీ కొండరాతి స్తంభాలను చూడవచ్చు, వాటిలో రెండు వరుసగా హంస మరియు చిలుకపైన మన్మథ మరియు రతీదేవిల శిల్పాలు వున్నాయి. లోపల ఉన్న కొన్ని స్తంభాలలో గుర్రాలను పెంపకం చేసే శిల్పాలు ఉన్నాయి. విజయనగర సైనికులు కాని కొంతమంది రాతి శిల్పాలు ప్యాంటు, పొడవాటి చేతుల వస్త్రాలు ధరించి ఉన్నట్లు చూపించారు. వారు బహుశా విజయనగర సైన్యంలోకి ప్రవేశించిన పోర్చుగీసు వారు కావచ్చు. స్వారీకి సిద్ధం అయిన మేలు జాతి అశ్వం మూలాంశం కలిగిన అనేక స్తంభాలు (విజయనగర కాలానికి చెందినవి) ఈ దేవాలయ మండపాలలో అనేక చోట్ల చూడవచ్చును.

కళ్యాణ మండపంలోని ఇతర స్తంభాలపైవున్న శిల్పాలు విష్ణువుయొక్క వివిధ అవతారాలు, ప్రధానంగా మత్స్య మరియు కూర్మ అవతారాలు, విష్ణుమూర్తి వివిధ ఇతర రూపాలు / వ్యక్తీకరణలు ఉన్నాయి. నాలుగు చేతులతో శంఖువు మరియు చక్రాలను పట్టుకొని, రక్షణ భంగిమలో కుడి దిగువ చేయి (అభయ హస్తం) మరియు ఎడమ దిగువ చేయి జాపత్రి (గడా)పై విశ్రాంతి తీసుకుంటున్న శ్రీమహావిష్ణువు శిల్పం ప్రధానంగా ప్రాముఖ్యత సంతరించుకుంది. ఈ దేవత అగ్ని నుండి ఉద్భవించినట్లుగా చిత్రీకరించబడింది, పైగా అగ్ని జ్వాలలు శిల్పం చుట్టుపక్కల చక్కగా కనిపిస్తాయి. ఈ ఆలయ స్థల పురాణంలో చెప్పినట్టు బ్రహ్మదేవుని యజ్ఞఫలితంగా వరదరాజ పెరుమాళ్ ఉద్భవించినట్టుగా ఈ శిల్పం తెలియజేస్తుంది. మరో ఆసక్తికరమైన శిల్పం వేగవతి నది సమీపంలో ఉన్న సరస్వతీ దేవి. బ్రహ్మ యజ్ఞాన్ని ఆపడానికి ఆవిడ విశ్వప్రయత్నం చెయ్యగా, విష్ణుమూర్తి అడ్డుపడినట్టుగా ప్రశస్తి. దశరథ మహారాజు, ఆయన ముగ్గురు రాణులు, వాలి, సుగ్రీవుల పోరాటం, హనుమంతుడు వంటి రామాయణానికి చెందిన శిల్పాలు కూడా ఇక్కడ గమనించవచ్చు. విష్ణువు గరుడపై స్వారీ చేయడం అంశంగా కలిగిన శిల్పాలు ప్రముఖంగా కనిపిస్తాయి, పైగా వార్షిక బ్రహ్మోత్సవం సందర్భంగా ఈ ఆలయంలో గరుడ సేవ పండుగకు ప్రాముఖ్యతను ఇవ్వడం చాలా సముచితం. సుదర్శన చక్రాన్ని ఆయుధంగా ఎత్తుగా పట్టుకుని, గరుత్మంతునిపై స్వారీ చేస్తున్న ఒక విష్ణు మూర్తి శిల్పం బహుశా మొసలి బారిన పడ్డ ఏనుగుని రక్షించడానికి సంబంధించిన గజేంద్ర మోక్ష గాధ కి చెందినదై ఉంటుంది. విష్ణువు (వరదరాజు) ఒక మొసలి నుండి రక్షించిన దైవ ఏనుగు యొక్క నివాసం హస్తిగిరి అని చాలా కాలంగా ఒక సాంప్రదాయం ఉంది. విష్ణు మూర్తికి అత్యంత శక్తివంతమైన ఆయుధంగా వున్న సుదర్శన చక్రం ఈ శిల్పంలో ముందుకి వెళ్తున్నట్టు, చాలా ప్రముఖంగా చెక్కబడినది. కళ్యాణ మండపంలోవున్న ఒక రాజుగారి శిల్పం బహుశా విజయనగర అచ్యుతరాయలుది అయ్యుండవొచ్చు. ఆయన కాలంలోనే కళ్యాణ మండప నిర్మాణం జరిగింది.

ఈ కళ్యాణ-మండపంలో కొద్దిగా ఎత్తైన కొండరాతి వేదిక (platform) మీదే వరదరాజ పెరుమాళ్, పేరుందేవి తాయార్ల వివాహ ఉత్సవం జరుపుతారు. ఈ వేదిక తల కనిపించేలా వున్న ఒక

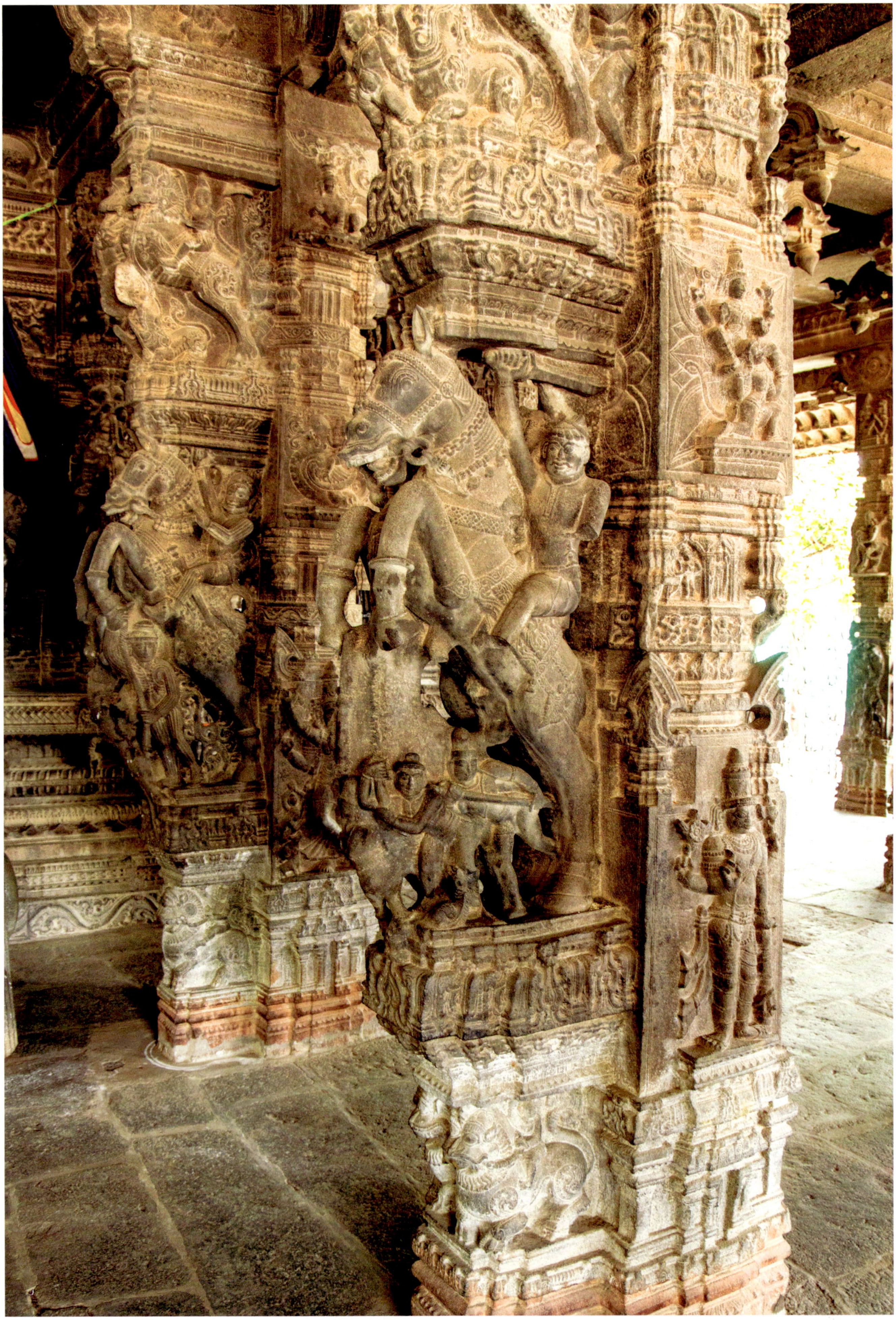

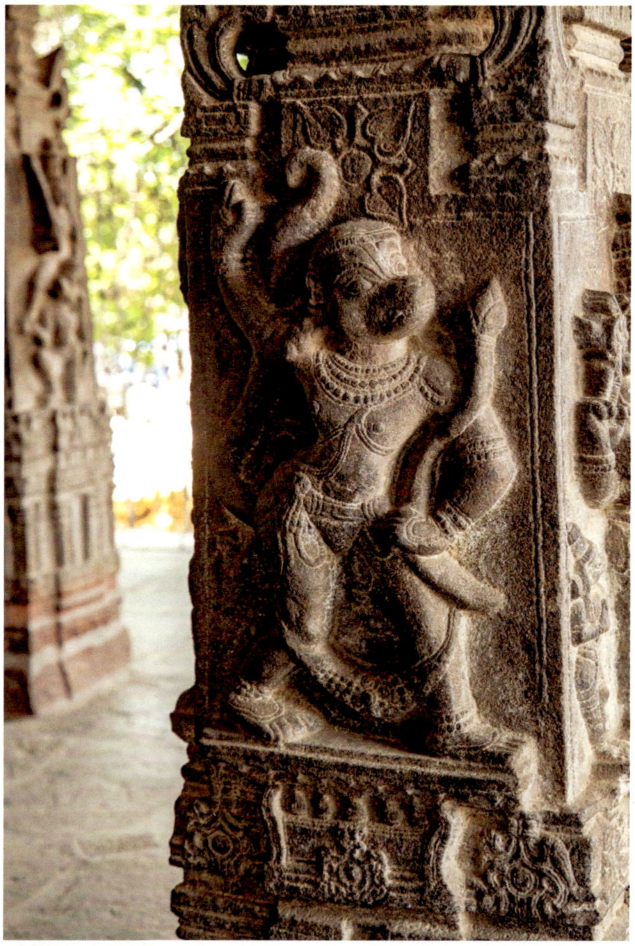

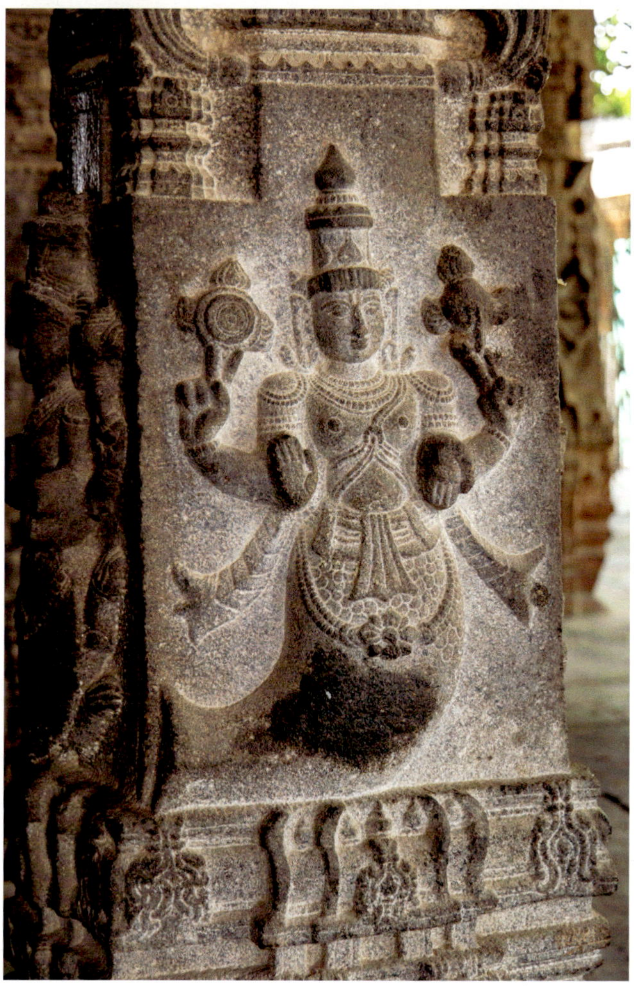

పెద్ద రాతి తాబేలుపై ఉంది. 'కూర్మ పీఠ' అని పిలువబడే ఈ వేదిక యొక్క ఆధారం విశ్వాన్ని నిలబెట్టినట్లు చెప్పబడే అష్ట-దిక్-గజాల (ఎనిమిది దిశల ఏనుగులు)తో సహా వివిధ శిల్పాలతో అద్భుతంగా ఉంటుంది. పవిత్ర మూలాంశాలు, సింహాలు, నృత్యకారులు మరియు ఇతర శిల్పాలు కూడా ఆధారం (base)వద్ద చూపరులను ఆకర్షిస్తాయి.

కళ్యాణ మండపం కాకుండా, చిన్న నాలుగు స్తంభాల మండపాలతో సహా అనేక ఇతర ప్రదేశాలలో ఆళ్వార్లు మరియు ఆచార్యులతో సహా అనేక శిల్పాలు ఉన్నాయి. ఈ ఆలయంతో దగ్గరి సంబంధం ఉన్న ప్రసిద్ధ శ్రీవైష్ణవ ఆచార్య తిరుక్కచి నంబిగారి శిల్పం, కళ్యాణ మండపం మరియు నాలుగు స్తంభాల మండపాలతో సహా వివిధ ప్రదేశాలలో కన్పిస్తుంది. పొడవైన మర్రి చెట్టు ఆకులతో తయారు చేసిన 'ఆలవట్ట'గా పిలవబడే విసనకర్ర పట్టుకున్న వినయశీలుడైన భక్తునిగా వారిని చూడవచ్చు. రెండవ ప్రాకారంలో నరసింహ గర్భగుడి ముందర మండప స్తంభాలపై, ఇంకా అనేక చోట్ల విజయనగర సామ్రాజ్య చిహ్నమైన ఖడ్గ- వరాహ-సూర్యచంద్రులను తిలకించవచ్చు. దీన్ని బట్టి వరదరాజ పెరుమాళ్ దేవాలయానికి విజయనగర రాజులు చేసిన అపారమైన సహాయం, ఇచ్చిన ప్రాముఖ్యత తెలుసుకొన వచ్చును.

ఈ ఆలయంలో లోహంతో చేసిన అనేక, అందమైన ఊరేగింపు శిల్పాలను చూడవచ్చు. వరదరాజ పెరుమాళ్ మరియు పేరుందేవి తాయార్‌ల గర్భగుడికి దారితీసే మెట్లపై తొడుగుగా కొన్ని లోహ శిల్పాలు కూడా ఉన్నాయి. ఇక ఆలయ రథంలో కనిపించే చెక్క శిల్పాలైతే చాలా గొప్ప శిల్పాలు.

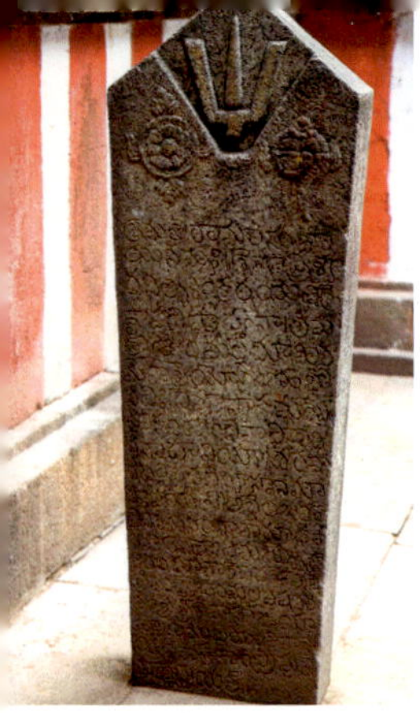

Inscriptions

The walls of many sanctums, gopurams, pillars, stone slabs on the floor, and various other places in the Varadaraja Perumal temple bear inscriptions, which devotees visiting the temples can clearly see. The total number of inscriptions found inside this temple-complex is approximately three hundred and fifty. These important epigraphs contain information relating to various aspects of political, economic, social and cultural history, and belong to important dynasties such as the Chola, Pandya, Hoysala, Kakatiya and Vijayanagara and also chieftains such as the Telugu Chodas. There are some post-Vijayanagara epigraphs as well. Though this temple existed in the Pallava times, there are no Pallava era inscriptions to be seen. The earliest epigraphs belong to the Chola period. A few select inscriptions are mentioned in this chapter.

It is interesting to note that other than royalty, whose gifts to the Varadaraja Perumal temple are substantial, army commanders of the Chola times too contributed to this temple. An inscription of Kulottunga Chola I (1070-1122 C.E.). mentions a famous army general named Karunakara Tondaiman and his wife Azhagiyamanavalini who donated a lamp to this temple. Karunakara Tondaiman was the commander-in-chief of the successful Chola army which invaded Kalinga and which expedition has been described in the famous Tamil work *Kalingattuparani* of the Tamil poet Jayamkondar. Naralokavira was another famous army general of Kulottunga Chola I, who too invaded Kalinga. His immense contributions to the Varadaraja Perumal temple are recorded in the form of inscriptions. A lengthy inscription in Samskritam etched in Grantha script records that Naralokavira gave funds for constructing the kitchen-room, a mandapa and the high prakara walls. He also constructed a shrine for a reclining image of Vishnu and gifted a gold pinnacle to this sanctum. To this newly built shrine, he made an endowment of perpetual lamps and also land for a flower-garden. In the reign of Kulottunga Chola III (1178-1217 C.E.), one of his chieftains named Siyagangan constructed a shrine in this temple. Siyagangan was the chieftain of the Ganga dynasty from Kolar in Karnataka, who had the title `Lord of Kolar'.

Inscriptions mentioning donations of King Anangabhima III and his queen Somaladevi Mahadevi of the Eastern Ganga dynasty of Kalinga (Odisha) to the Varadaraja Perumal temple dated 1230 C.E. and 1235 C.E. show that this king too had occupied Kanchipuram briefly.

The Pandyas who resumed power after defeating the Cholas in the 13th century, occupied Kanchipuram and have also left behind their inscriptions in this town. One of the greatest Emperors of this dynasty was Jatavarman Sundara Pandya I (1251-1268 C.E.), who defeated the Cholas, Hoysalas and Kakatiyas. His secondary capital was Kanchipuram and he took on titles such as Kanchipura-Varadhisvara and Kanchipuram Kondan. Inscriptions of his reign, of a donative nature are seen in the Varadaraja Perumal temple.

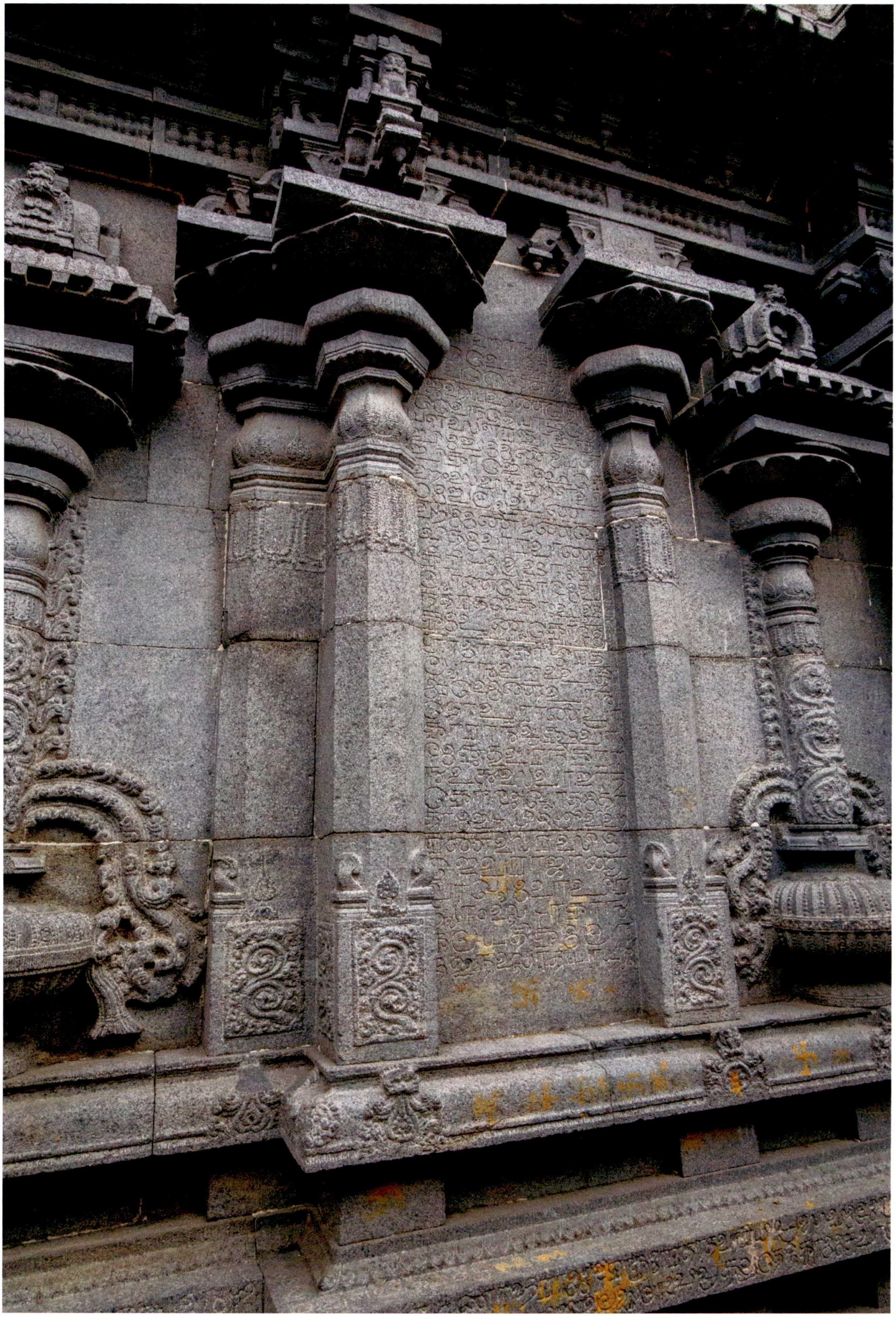

The Hoysalas, whose capital was Dwarasamudra (present-day Halebid) in Karnataka, ruled over a substantial portion of the northern part of the Tamil country when the Chola power weakened in the 13th century. Their occupation of Kanchi is evident from the Hoysala inscriptions etched here. Ministers, army commanders and kings of this dynasty donated to the Varadaraja Perumal temple. An inscription mentions that Vira Ballala (Vallala), one of the last Hoysala kings, who ruled from c.1291 - c.1343 C.E., along with his queens visited this temple. They were seated on a throne called Vira Vallaladevan (the name of this king) under a canopy known as Ariyanna-vallalan in the Abhiseka-mandapa and listened to the Tamil hymns of Satakopa (Nammazhvar's *Thiruvaymozhi*).

An inscription of the powerful Chera king of Kerala, Ravivarman Kulasekhara (1299-1314 C.E.), found in this temple mentions that his second coronation was performed on the banks of River Vegavati in Kanchi during 1312-1313 C.E. On this occasion, he gave gifts to the Arulalapperumal temple (Varadaraja Perumal temple). One of his titles was Vegavati-natha (Lord of River Vegavati). This river, a tributary of the Palar, flows through Kanchipuram and is an integral part of the ethos of this town.

An inscription of the Kakatiya king Prataparudra (1289-1323 C.E.) is also engraved in the Varadaraja Perumal temple. His army invaded Kanchipuram under the army commander Muppidi Nayaka and captured it in 1316 C.E. Two villages were donated to the temple by this general.

Numerous Vijayanagara epigraphs era are etched in this temple. Kumara Kampana, son of Bukka Raya I defeated a chieftain of the Sambuvaraya clan, victoriously entered Kanchipuram and later went on to defeat the Sultan of Madurai. His army commander Saluva Mangu's inscriptions are found here. Epigraphs of other Vijayanagara Emperors like Harihara II, Mallikarjuna, Virupaksha II, Vira Narasimha, Krishnadeva Raya, Achyuta Raya, Sadasiva Raya, Sriranga I and Venkata II are inscribed in several parts of this temple.

Sixteen inscriptions belong to the reign of Krishnadeva Raya (1509-1529 C.E.). Two of these mention his conquests before 1516 C.E. He subsequently came to Kanchipuram, visited the Varadaraja Perumal temple and gave gifts for the merit of his father Narasa Nayaka and mother Nagaladevi. The inscription mentioning these donations is etched in Tamil, Telugu and Kannada. Soon after, he again came to Kanchipuram and donated to the Varadaraja Perumal and Ekamranatha temples. An inscription mentions that this Emperor covered the Punyakoti Vimanam above the main sanctum of Varadajara Perumal with gold around 1514 C.E.

Krishnadeva Raya's successor was Achyuta Raya (1530-1542 C.E.). His inscriptions are also seen here. One of these mentions that this Emperor visited the Varadaraja Perumal temple along with his queen Varadadevi Amman and son Kumara Venkatadri and generously donated seventeen villages and one thousand cows to this temple. He also performed a `Mukta Tulabharam', weighing himself against an equal weight of pearls. This inscription too is written in Tamil, Telugu and Kannada.

In the reign of the Vijayanagara ruler Venkata (1586-1614 C.E.), lived a scholar named Ettur Lakshmikumara Tatacharya in Kanchipuram who was a preceptor of this king and who officiated at the coronation ceremony of this ruler. He was the manager (Srikarya Durandara) of the Varadaraja Perumal temple. An inscription mentions that he repaired the Punyakoti Vimanam (above the sanctum of Varadaraja Perumal) which was originally covered with gold by Krishnadeva Raya and again covered it with gold. He also constructed the Kalyanakoti Vimanam above the sanctum of Goddess Perundevi Thayar and gilt it with gold. Ettur Lakshmikumara Tatacharya's very many benefactions to this temple included the donation of vahanas such as the elephant, horse, serpent, Garuda, Anjaneya, the bimbas (prabha) of the Sun and the Moon, palanquin, swing, hamsa and lion to this temple. He constructed the bali-pitha for receiving the offerings and made a kirita (crown) set with precious stones. He also endowed a rich village and made arrangements for the celebration of festivals. Tatacharya celebrated eleven tulabharas and distributed the gold to scholars. This scholar composed a poem in Samskritam consisting of twenty verses called *Hanumad Vimsati*, which is engraved on the north and east walls of Hastigiri and also on the walls of the west gopuram. This devotional poem is also inscribed on the walls of the Sanjeevi Rayar temple dedicated to Hanuman in the village of Ayyangarkulam close to Kanchipuram which was constructed by this scholar.

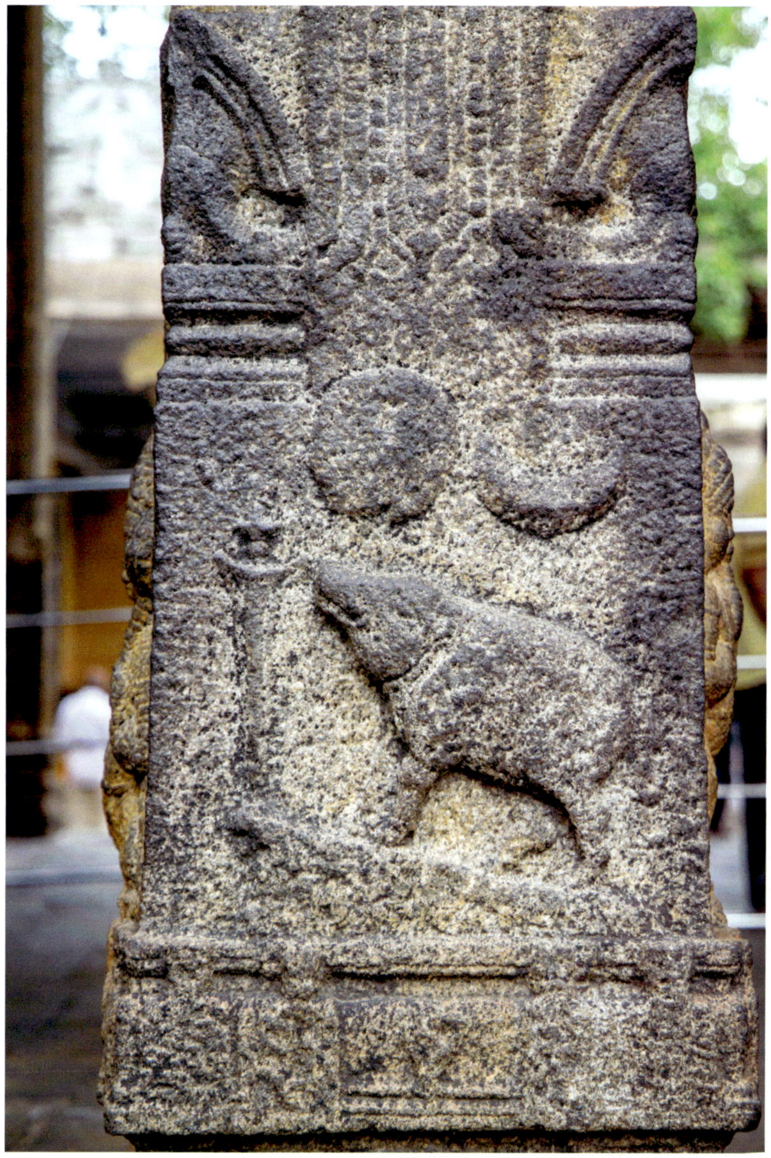

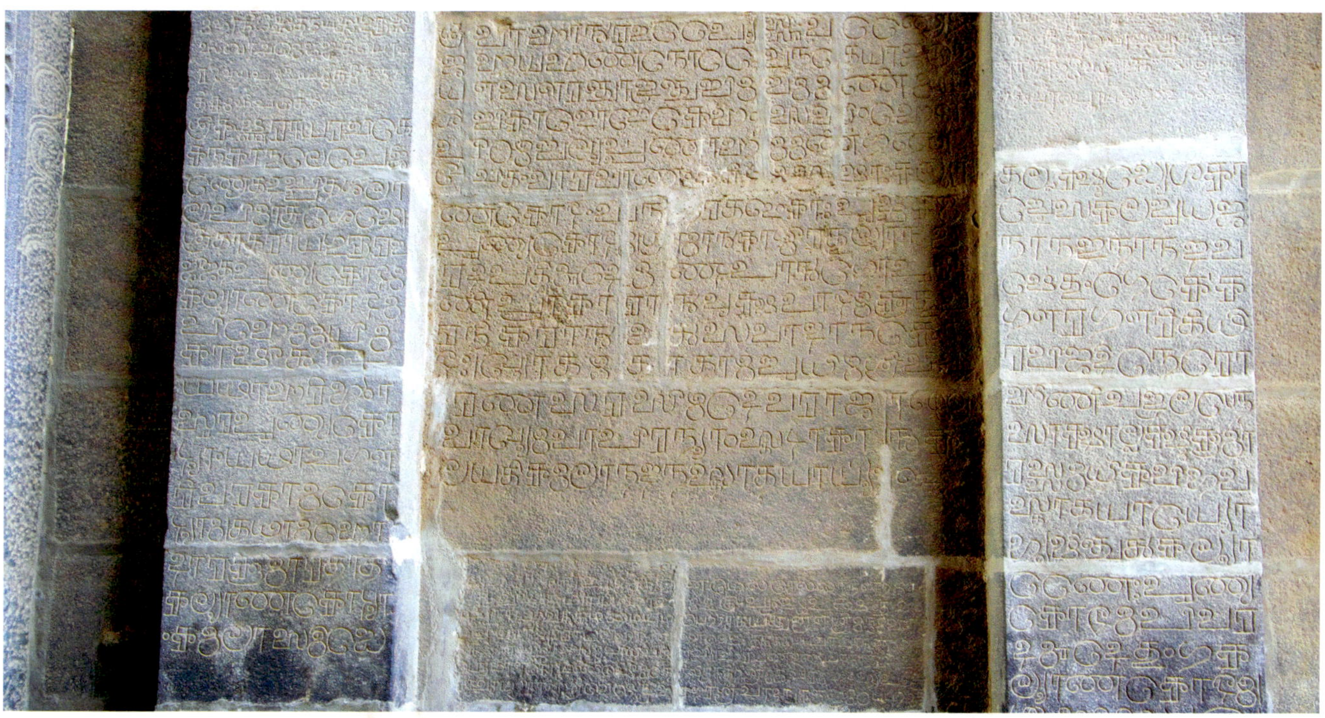

கல்வெட்டுகள்

மன்னர்கள் காலத்தைய கோயில்கள் என்றால் கல்வெட்டுகளுக்குக் குறைவே இருக்காது. அந்த வகையில் காஞ்சி வரதராஜ பெருமாள் கோயிலிலும் கருவறைச் சுவர்கள், பிராகாரச் சுவர்கள், கோபுரங்கள், படிக்கட்டுகள் என்று பல இடங்களில் கல்வெட்டுகள், கோயில் தொடர்பான கடந்த கால நிகழ்ச்சிகளைப் பறைசாற்றிக்கொண்டிருக்கின்றன. வரதராஜ பெருமாள் கோயிலில் சுமார் முன்னூற்று ஐம்பது கல்வெட்டுகள் அக்கால வரலாறு, பொருளாதாரம், கலை இலக்கிய வளர்ச்சி, கோயிலுக்கென்று வழங்கப்பட்ட மானியங்கள் போன்ற செய்திகளைத் தாங்கி நிற்கின்றன. சோழ, பாண்டிய, ஹொய்சாள, காகதீய மற்றும் விஜயநகர மன்னர்களின் காலத்தைச் சேர்ந்தவை யாக உள்ளன. தெலுங்கு சோடர்கள் காலத்திய கல்வெட்டுகளும் காணப்படுகின்றன. விஜயநகர காலத்துக்குப் பிந்தைய கல்வெட்டுகளும் காணப்படுகின்றன. இந்தக் கோயில் பல்லவர் காலத்துக்கு முந்தைய காலத்தைச் சேர்ந்ததாக இருந்தாலும், பல்லவர்களின் கல்வெட்டுகள் எதுவும் கோயிலில் காணப்படவில்லை.மிகப் பழைமையான கல்வெட்டுகள் சோழர் காலத்தைச் சேர்ந்தவையாக உள்ளன. சில முக்கியமான கல்வெட்டுச் செய்திகளை இந்தப் பகுதியில் பார்ப்போம்.

வரதராஜ பெருமாள் கோயிலுக்கு சோழ மன்னர்கள் மட்டுமல்லாமல் அவர்களுடைய படைத் தளபதிகளும் கொடைகளை வழங்கியுள்ளனர் என்பது குறிப்பிடத்தக்கது. சோழர்களின் படைத்தலைவராக இருந்த கருணாகரத் தொண்டைமானும் அவருடைய மனைவி அழகிய மணவாளினியும் இந்தக் கோயிலுக்கு ஒரு விளக்கை அன்பளிப்பாக வழங்கிய விவரம் முதலாம் குலோத்துங்க சோழ மன்னனின் (1070-1122) ஒரு கல்வெட்டு தெரிவிக்கிறது. தமிழ்ப் புலவர் ஜெயங்கொண்டார் பாடிய கலிங்கத்து பரணி கலிங்கத்தின் மீது படையெடுத்து வெற்றி பெற்றதைக் பாடுகிறது. அந்தப் படைக்குத் தலைமை ஏற்ற தளபதிதான் கருணாகரத் தொண்டைமான். முதலாம் குலோத்துங்க சோழனின் மற்றுமொரு படைத் தளபதியும் கலிங்கப் போரில் பங்கேற்றவருமான நரலோகவீரன் என்பவர் கோயிலுக்குப் பல பங்களிப்புகளைச் செய்திருக்கிறார் என்பதைக் கல்வெட்டுகள் பறைசாற்றுகின்றன. மடப்பள்ளி, மண்டபம், நெடிதுயர்ந்த சுற்றுச் சுவர்கள் கட்டுவதற்கு இவர் நிதியுதவி செய்தது பற்றிய நீளமான ஒரு கல்வெட்டு சமஸ்கிருத மொழியில் கிரந்த லிபியில் பதிவு செய்யப்பட்டுள்ளது. மேலும் சயனக் கோலத்தில் இருக்கும் பெருமாளுக்கு ஒரு சந்நிதி கட்டியதுடன், விமானத்துக்குப் பொன் வேய்ந்ததாகவும் தெரிய வருகிறது. மேலும் தம்மால் கட்டப்பட்ட சந்நிதிக்கு அணையா விளக்குகளையும், நந்தவனத்துக்காக பெரிய நிலப்பரப்பையும் சாசனம் செய்து கொடுத்திருக்கிறார். மூன்றாம் குலோத்துங்க சோழன் ஆட்சிக் காலத்தில் அவருடைய படைத்தலைவர்களுள் ஒருவரான சியகங்கன் என்பவர், இந்தக் கோயிலில் ஒரு சந்நிதியைக் கட்டினார். இவர் கோலார் என்னுமிடத்தில் இருந்ததால் 'கோலாரின் பிரபு' (Lord of Kolar) என்று அழைக்கப்பட்டார்.

கி.பி. 1230 - 1235 ஆண்டுகளில் பொறிக்கப்பெற்ற கல்வெட்டுகள் மூலம் கீழைக் கங்க அரச வம்சத்தைச் சேர்ந்த மன்னர் மூன்றாம் அனங்கபீமா மற்றும் அவருடைய மனைவி சோமளதேவி மகாதேவி ஆகியோர் கோயிலுக்கு வழங்கிய கொடைகள் பற்றித் தெரிய வருகிறது.

13-ம் நூற்றாண்டில் சோழர்களிடமிருந்து காஞ்சியைக் கைப்பற்றிய பாண்டியர்களின் கல்வெட்டுகளும் கோயிலில் காணக் கிடைக்கின்றன. முதலாம் ஜடாவர்ம சுந்தர பாண்டியன் (1251 - 1268) சோழர்கள், ஹொய்சாளர்கள், காகதீயர்கள் ஆகியோரை வென்றவர். காஞ்சிபுரத்தைத் தன் இரண்டாவது தலைநகராகக் கொண்டிருந்தார். அதன் காரணமாக அவருக்கு 'காஞ்சிபுர வரதீசுவரன்' மற்றும் 'காஞ்சிபுரம் கொண்டான்' என்ற விருதுப் பெயர்கள் வழங்கப்பட்டன. அவருடைய ஆட்சி மற்றும் கொடைப் பண்புகள் கோயில் கல்வெட்டுகள் மூலம் தெரிய வருகிறது. 13-ஆம் நூற்றாண்டில் சோழர்களின் ஆட்சி பலமிழந்து காணப்பட்ட நிலையில், தற்போதைய கர்நாடகத்தின் ஹளபேடு நகரம் ஹொய்சாளர்களின் தலைநகரமான துவாரசமுத்ராவாக இருந்தது. ஹொய்சாளர்கள் தமிழகத்தின் வட பகுதிகளில் குறிப்பிடத்தக்க நிலப்பரப்பை வசப்படுத்தி ஆட்சி செய்து வந்தனர். காஞ்சியும் அவர்களின் ஆளுகைக்கு உட்பட்டிருந்தது என்பது கல்வெட்டுகள் மூலம் தெரிய வருகிறது. ஹொய்சாள அரசர்களுடன், அமைச்சர்கள், படைத்தளபதிகள் ஆகியோரும் வரதராஜ பெருமாள் கோயிலுக்கு பல கொடைகளை வழங்கியிருக்கிறார்கள். ஹொய்சாள வம்சத்தின் கடைசி அரசரான வீரவல்லாளா (வல்லாள) (1291-1343) தன்னுடைய அரசியர்களுடன் கோயிலுக்கு வருகை தந்ததை ஒரு கல்வெட்டு தெரிவிக்கிறது. இங்குள்ள அபிஷேக மண்டபத்தில் தேவியருடன் அமர்ந்து நம்மாழ்வாரின் பாசுரங்களைப் பாடக் கேட்டு மகிழ்ந்ததாகவும் தெரிய வருகிறது.

1312 - 1313-ல் காஞ்சியின் வேகவதியாற்றின் கரையில் வல்லமை நிறைந்த சேர மன்னரான ரவிவர்ம குலசேகர என்பவர் தன்னுடைய இரண்டாவது முடிசூட்டு வைபவத்தை நடத்திக்கொண்டதாகவும், அப்போது அருளாளப் பெருமாளுக்கு (வரதராஜப் பெருமாள்) தானங்கள் வழங்கியதாகவும் ஒரு கல்வெட்டு மூலம் தெரிய வருகிறது. வரதராஜப் பெருமாளுக்கு வேகவதி நாதன் என்ற திருப்பெயரும் உண்டு என்பது குறிப்பிடத் தக்கது.

காகதீய மன்னர் பிரதாபருத்ரன் (1289 - 1323) காலத்தைய கல்வெட்டு ஒன்று, 1316-ம் வருடம் பிரதாபருத்ரனுடைய படைத்தளபதி முப்பிடி நாயக்கர் காஞ்சியைக் கைப்பற்றியதாகவும், அப்போது இரண்டு கிராமங்களை வரதராஜ பெருமாள் கோயிலுக்கு மானியமாகக் கொடுத்த தையும் விவரிக்கிறது. விஜயநகர மன்னர்கள் காலத்தைய எண்ணற்ற கல்வெட்டுகள் கோயிலில் காணப்படுகின்றன. முதலாம் புக்கராயாவின் மகனான குமார கம்பண்ணா என்பவர், சம்புவராயர் தலைவனை வெற்றி கொண்டு காஞ்சியைக் கைப்பற்றியதுடன், மதுரை சுல்தானையும் வெற்றி கொண்டார். அவருடைய படைத்தளபதி சாலுவ மங்கு (Saluva Mangu) வின் கல்வெட்டு ஒன்றும் கோயிலில் கண்டறியப்பட்டுள்ளது. இரண்டாம் ஹரிஹரர், மல்லிகார்ஜுனா, இரண்டாம் விருபாக்ஷா, வீர நரசிம்மா, கிருஷ்ணதேவராயர், அச்சுதராயர், சதாசிவராயர், முதலாம் ஸ்ரீரங்க, இரண்டாம் வேங்கட ஆகியோரின் கல்வெட்டுகளும் கோயிலின் பல பகுதிகளில் காணப்படுகின்றன.

கிருஷ்ணதேவராயர் காலத்தைய பதினாறு கல்வெட்டுகளில் இரண்டு கல்வெட்டுகள் 1519-ஆம் வருடத்துக்கு முந்தைய வெற்றிகளைக் குறிப்பிடுகின்றன. பின்னர் அவர் காஞ் சிபுரம் வரதராஜ பெருமாள் கோயிலுக்கு வந்து தன் தந்தை நரசநாயக்கா, தாய் நாகலாதேவி ஆகியோரின் நினைவாக கோயிலுக்கு நன்கொடைகள் வழங்கியது பற்றிய விவரம் தெலுங்கு, தமிழ், கன்னடம் ஆகிய மொழிகளில் கல்வெட்டாகப் பொறிக்கப்பட்டுள்ளது. குறுகிய காலத்திலேயே மறுபடியும் காஞ்சிக்கு வந்த கிருஷ்ணதேவராயர், வரதராஜ பெருமாள் கோயிலுக்கும் ஏகாம்பரநாதர் கோயிலுக்கும் நன்கொடைகள் கொடுத்திருக்கிறார். 1514-ம் வருட காலத்தில் வரதராஜ பெருமாள் கருவறை விமானமான புண்ணியகோடி விமானத்துக்குப் பொன்கூரை வேய்ந்ததாக ஒரு கல்வெட்டு தெரிவிக்கிறது.

கிருஷ்ணதேவராயருக்குப் பிறகு ஆட்சிப் பொறுப்புக்கு வந்த அச்சுதராயர் (1530-1542) காலத்திய கல்வெட்டுகளும் கோயிலில் காணப்படுகின்றன. அவற்றுள் ஒரு கல்வெட்டு அச்சுதராயர் தன் பட்டத்தரசி வரததேவி அம்மன், மகன் குமார வேங்கடாத்ரி ஆகியோருடன் கோயிலுக்கு வருகை தந்து பெருமாளை வழிபட்டு, பதினேழு கிராமங்களையும், ஆயிரம் பசுக்களையும் கோயிலுக்குக் காணிக்கையாக வழங்கியதைப் பறைசாற்றுகிறது. மேலும் தன் எடைக்கு எடை விலையுயர்ந்த முத்துகளை துலாபார காணிக்கையாகக் கொடுத்ததும் தெரியவருகிறது. இந்தக் கல்வெட்டு தமிழ், தெலுங்கு, கன்னடம் ஆகிய மூன்று மொழிகளில் பொறிக்கப்பட்டுள்ளன.

விஜயநகர மன்னர்களில் ஒருவரான இரண்டாம் வேங்கடா (1586-1614) என்பவரின் ஆட்சிக் காலத்தில் காஞ்சியில் வாழ்ந்து வந்த எட்டூர் லக்ஷ்மிகுமார தாதாசார்யா என்பவர், வரதராஜ பெருமாள் கோயிலின் மேலாளராக இருந்தார். இவர் ஏற்கெனவே கிருஷ்ணதேவராயர் பொன்கூரை வேய்ந்த புண்ணியகோடி விமானத்தை மறுபடியும் பொன் கூரை வேய்ந்து புனரமைத்ததாகவும், பெருந்தேவி தாயாரின் விமானமான கல்யாணகோடி விமானத்தையும் புனரமைத்து தங்க முலாம் பூசியதாகவும் ஒரு கல்வெட்டின் மூலம் தெரிய வருகிறது. சமஸ்கிருதத்தில் நிபுணத்துவம் பெற்றிருந்த இவர் இயற்றிய ஹனுமத் விம்சதியின் இருபது ஸ்லோகங்கள் ஹஸ்திகிரியின் வடக்கு மற்றும் கிழக்குப் பக்கச் சுவர்களிலும், மேற்குக் கோபுரச் சுவர்களிலும் பொறிக்கப்பட்டுள்ளன.

எட்டூர் லக்ஷ்மிகுமார தாதாசார்யா, இந்தக் கோயிலுக்கு யானை, குதிரை, சேஷ, கருட, ஆஞ்சநேயர், சூரிய,சந்திர பிரபைகள், பல்லக்கு, ஊஞ்சல், அன்னப் பறவை, சிம்மம் உள்ளிட்ட பல வாகனங்களுடன் பல்வேறு கொடைகளையும் வழங்கியிருக்கிறார். பலி பீடத்தைக் கட்டியதுடன், விலையுயர்ந்த ரத்தினங்கள் பதிக்கப்பட்ட கிரீடத்தையும் வழங்கியிருக்கிறார். செழிப்பான ஒரு கிராமத்தையும் கோயிலுக்கு மானியமாகக் கொடுத்து, திருவிழாக்கள் சிறப்பாக நடைபெறுவ தற்கான ஏற்பாடுகளையும் செய்திருக்கிறார். தாதாசார்யா பதினொரு துலாபாரம் தங்கத்தைக் காணிக்கையாகக் கொடுத்து, அந்தத் தங்கம் முழுவதையும் பண்டிதர்களுக்குப் பகிர்ந்து கொடுத்திருக்கிறார்.

தாதாசார்யா சமஸ்கிருத மொழியில் இருபது பாடல்கள் கொண்ட 'ஹனுமத் விம்சதி' என்ற ஸ்தோத்திர நூலையும் இயற்றியிருக்கிறார். இந்தப் பாடல்கள் ஹஸ்திகிரியின் வடக்கு மற்றும் கிழக்குச் சுவர்களில் பொறிக்கப்பட்டிருப்பதுடன், ஐயங்கார்குளத்தில் அவரால் ஹனுமனுக்காகக் கட்டப்பட்ட சஞ்சீவிராயன்கோயில் சுவர்களிலும் பொறிக்கப்பட்டிருக்கிறது.

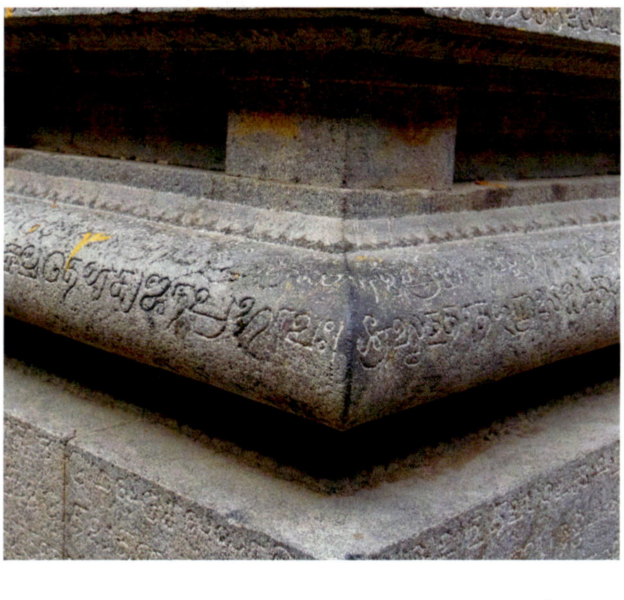

శాసనాలు

శ్రీ వరదరాజ పెరుమాళ్ ఆలయంలోని అనేక గర్భగుడులు, గోపురాలు, స్తంభాలు, నేలపై రాతి పలకలు మరియు అనేక ఇతర ప్రదేశాల వద్ద గోడ శాసనాలు ఉన్నాయి, దేవాలయాలను సందర్శించే భక్తులు వీటిని స్పష్టంగా చూడవచ్చు. ఈ ఆలయ సముదాయంలోపలవున్న మొత్తం శాసనాల సంఖ్య సుమారు మూడు వందల యాభై. ఈ ముఖ్యమైన శిలాశాసనాలలో రాజకీయ, ఆర్థిక, సామాజిక మరియు సాంస్కృతిక చరిత్రలాంటి అంశాలకు సంబంధించిన సమాచారం ఉంది, ఇంకా ఇవి-చోళ, పాండ్య, హొయసల, కాకతీయ, విజయనగర వంటి ముఖ్యమైన రాజవంశాలతోపాటు తెలుగు చోళవంటి అధిపతులు కాలానికి చెందినవి. కొన్ని విజయనగర శిలాశాసనాలు కూడా ఉన్నాయి. ఈ ఆలయం పల్లవల కాలంలో ఉన్నప్పటికీ, చూడదగ్గ పల్లవ శకం శాసనాలు లేవు. తొలి శిలాశాసనాలు చోళ కాలానికి చెందినవి. ఈ క్రింది అధ్యాయంలో కొన్ని ఎంచుకున్న శాసనాలు తెలుసుకుందాం.

వరదరాజ పెరుమాళ్ ఆలయానికి గణనీయంగా బహుమతులు ఇచ్చిన రాజవంశీకులతోపాటు చోళ సేనాధిపతులు కూడా చాలా సహాయం చేశారు. మొదటి కులోత్తుంగ చోళ (1070-1122 C.E.)యొక్క శాసనం - ఈ ఆలయానికి దీపం దానం చేసిన కరుణాకర తొండైమాన్ అనే ప్రసిద్ధ సేనానాయకుని మరియు అతని భార్య అళఘియమనవాలిని గురించి ప్రస్తావించారు. కళింగంపై దండెత్తింది ఈ సుప్రసిద్ధ సేనానాయకుడే అని తమిళ కవి జయంకొందర్‌యొక్క ప్రసిద్ధ తమిళ రచన 'కళింగట్టుపారాణి'లో వివరించబడింది. మొదటి కులోత్తుంగ చోళుని ప్రసిద్ధ సేనానాయకుడైన నరలోకవీరకూడా కళింగపై దాడి చేశాడు. వరదరాజ పెరుమాళ్ ఆలయానికి నరలోకవీర చేసిన అపారమైన దాన ధర్మాలు శాసనాల రూపంలో నమోదు చేయబడ్డాయి. వంటగది - గది, ఒక మండపం మరియు ఎత్తైన ప్రాకార గోడలను నిర్మించడానికి నరలోకవీర నిధులు ఇచ్చాడని గ్రంథ లిపిలో సంస్కృతంలో పొందుపరిచిన సుదీర్ఘమైన శాసనం ఉంది. ఆయన వాలుగా వున్న విష్ణుమూర్తికి (Reclining Lord Vishnu) ఒక మందిరాన్నికూడా నిర్మించాడు. ఈ గర్భగుడికి బంగారు సింహాసనం బహుమతిగా ఇచ్చాడు. కొత్తగా నిర్మించిన ఈ పుణ్యక్షేత్రానికి, ఆయన శాశ్వత దీపాలను ఏర్పాటు చేశాడు మరియు పూల తోటకోసంకూడా భూమిని ఇచ్చాడు. మూడవ కులోత్తుంగ చోళ (1178-1217 C.E.) పాలనలో, సియాగంగన్ అనే సామంతుడు ఈ ఆలయంలో ఒక మందిరం నిర్మించారు. సియాగంగన్ కర్ణాటకలోని కోలార్ నుండి గంగా రాజవంశం యొక్క అధిపతి, అతనికి 'కోలార్ ప్రభువు' (Lord of Kolar) అనే బిరుదు ఉంది.

1230 C.E. మరియు 1235 C.E. నాటి శాసనాలను బట్టి వరదరాజ పెరుమాళ్ ఆలయానికి తూర్పున గంగా వంశానికి అనగా కళింగ (ఒడిశా)కి చెందిన మూడవ అనంగభిమా మరియు అతని రాణి సోమల మహాదేవి విరాళాలిచ్చినట్టు, ఈ రాజు కూడా కాంచీపురంను క్లుప్తంగా ఆక్రమించినట్లు తెలుస్తోంది.

13వ శతాబ్దంలో చోళులను ఓడించి తిరిగి అధికారాన్ని పొందిన పాండ్యులు, కాంచీపురాన్ని ఆక్రమించారు, ఈ నగరంలో తమ శాసనాలు కూడా వదిలిపెట్టారు. ఈ రాజవంశంయొక్క గొప్ప చక్రవర్తులలో ఒకరు చోళులు హొయసలు మరియు కాకతీయులను ఓడించిన మొదటి జతవర్మన్ సుందర పాండ్య (1251-1268 C.E.). కాంచీపురాన్ని ద్వితీయ రాజధానిగా చేసుకుని, కాంచీపుర వరదేశ్వర, కాంచీపుర కొండాన్ వంటి బిరుదులను ధరించారు. ఆయన పాలన, విరాళ స్వభావంయొక్క శాసనాలు వరదరాజ పెరుమాళ్ ఆలయంలో కనిపిస్తాయి.

13వ శతాబ్దంలో చోళ శక్తి బలహీనపడినప్పుడు కర్ణాటకలోని ద్వారసముద్ర (ప్రస్తుత హళేబిడ్) రాజధానిగా కల్గిన హొయసలు కూడా తమిళ దేశంలోని ఉత్తర భాగంలో గణనీయమైన భాగాన్ని పాలించారు. కంచిని వారు ఏలినట్టు ఇక్కడ చెక్కబడిన హొయసల శాసనాల నుండి స్పష్టంగా తెలుస్తోంది. ఈ రాజ వంశంలోని మంత్రులు, సేనానాయకులు, రాజులు, వరదరాజ పెరుమాళ్ ఆలయానికి విరాళాలు ఇచ్చారు. 1291 C.E. - 1343 C.E.

నుండి పాలించిన చివరి హొయసల రాజులలో ఒకరైన వీర వల్లాలన్ (వల్లాలా) తన రాణులతో కలిసి ఈ ఆలయాన్ని సందర్శించినట్లు ఒక శాసనం పేర్కొంది. అభిషేక మండపంలో అరియన్న వల్లలన్ అని పిలువబడే ఒక పందిరి క్రింద వీర వల్లల్దేవన్ (ఈ రాజు పేరు) అనే సింహాసనంపై వారు కూర్చొని, సతకోపా (నమ్మాళ్వార్‌యొక్క తిరువాయ్ మొళి)యొక్క తమిళ శ్లోకాలను వినేవారు.

కేరళలోని శక్తివంతమైన చేరా రాజు, రవివర్మన్ కులశేఖర (C.E. 1299-1314)యొక్క శాసనం ఈ ఆలయంలో కనుగొన బడినది. పైగా C.E. 1312-1313 సమయంలో కంచిలోని వేగవతి నది ఒడ్డున అతని రెండవ పట్టాభిషేకం జరిగిందని పేర్కొంది. ఈ సందర్భంగా, అరుళాల పెరుమాళ్ ఆలయానికి (వరదరాజ పెరుమాళ్ ఆలయం) ఆయన విరాళాలిచ్చారు. అతని బిరుదులలో ఒకటి వేగవతి నాథ (వేగవతి నది ప్రభువు). పాలార్ యొక్క ఉపనది అయిన ఈ నది కాంచీపురం గుండా ప్రవహిస్తుంది, ఇంకా ఈ పట్టణం యొక్క నైతికతలో అంతర్భాగం.

వరదరాజ పెరుమాళ్ ఆలయంలో కాకతీయ రాజు ప్రతాప రుద్ర (1289-1323 C.E.)యొక్క శాసనం కూడా చెక్కబడింది. అతని సైన్యం సేనానాయకుడు ముప్పిడి నాయక ఆధ్వర్యంలో కాంచీ పురంపై దాడి చేసి 1316 C.E.లో స్వాధీనం చేసుకుంది. ముప్పిడి నాయక రెండు గ్రామాలను ఆలయానికి విరాళంగా ఇచ్చారు.

ఈ ఆలయంలో అనేక విజయ నగర శిలాశాసనాలు లభించాయి. మొదటి బుక్కరాయ కుమారుడు కుమార కంపన్న, సంబువరాయ వంశానికి చెందిన ఒక అధిపతిని ఓడించి, విజయవంతంగా కాంచీపురంలోకి ప్రవేశించి మదురై సుల్తాన్‌ను ఓడించాడు. అతని సేనానాయకుడు సాళువ మాంగు శాసనాలు ఇక్కడ ఉన్నాయి. రెండవ హరిహర, మల్లికార్జున, రెండవ విరూపాక్ష, వీరనరసింహ, కృష్ణదేవరాయ, అచ్యుతరాయ, సదాశివరాయ, మొదటి శ్రీరంగ మరియు రెండవ వెంకట వంటి ఇతర విజయనగర చక్రవర్తుల శిలాశాసనాలు ఈ ఆలయంలో అనేక చోట్ల వున్నాయి.

పదహారు శాసనాలు శ్రీకృష్ణదేవరాయల (1509-1529 C.E.) కాలానికి చెందినవి. వీటిలో రెండు 1516 C.E.కి ముందు ఆయన సాధించిన విజయాలను ప్రస్తావించాయి. తరువాత రాయలవారు కాంచీపురానికి విచ్చేసి, వరదరాజ పెరుమాళ్ ఆలయాన్ని సందర్శించి, తండ్రి నరసా నాయక మరియు తల్లి నాగలాదేవి పేరున ఆలయానికి అనేక బహుమతులను ఇచ్చారు. ఈ విరాళాల గురించి ప్రస్తావించిన శాసనం తమిళ, తెలుగు మరియు కన్నడ భాషలలో చెక్కబడింది. మళ్ళీ వెంటనే, ఆయన కాంచీపురానికి వచ్చి వరదరాజ పెరుమాళ్ మరియు ఏకాంబరనాథ ఆలయాలకు విరాళాలు ఇచ్చారు. రాయలవారు వరదరాజ పెరుమాళ్ ప్రధాన గర్భగుడిపైన ఉన్న పుణ్యకోటి విమానం చుట్టూ బంగారు తాపడం వేయించారని ఒక శాసనం పేర్కొంది.

శ్రీకృష్ణదేవరాయల వారసుడు అచ్యుతరాయ (1530-1542 C.E.). ఆయన శాసనాలు కూడా ఇక్కడ చూడవచ్చు. ఈ చక్రవర్తి తన రాణి వరదాదేవి అమ్మన్ మరియు కుమారుడు కుమార వెంకటాద్రితో కలిసి వరదరాజ పెరుమాళ్ ఆలయాన్ని సందర్శించి, ఈ ఆలయానికి ఉదారంగా పదిహేడు గ్రామాలను, వెయ్యి ఆవులను దానం చేసినట్లు ఒక శాసనం పేర్కొంది. ఆయన ముత్యాల సమాన బరువుకు వ్యతిరేకంగా తనను తాను బరువుగా చేసుకుని 'ముక్త తులాభారం' కూడా చేసారు. ఈ శాసనంకూడా తమిళ, తెలుగు, కన్నడ భాషలలో చెక్కబడింది.

విజయనగర పాలకుడు రెండవ వెంకట (1586-1614 C.E.) పాలనలో, రాజగురువుగా కాంచీపురంలో ఎత్తూర్ లక్ష్మీకుమార తాతాచార్య అనే పండితుడు నివసించాడు. ఆయన వరదరాజ పెరుమాళ్ ఆలయ నిర్వాహకుడు (శ్రీకార్య దురంధర). ఆలయానికి ఆయన మరమ్మతులు చేసినట్లు, పుణ్యకోటి విమానం (వరదరాజ పెరుమాళ్ గర్భగుడిపైన) కృష్ణదేవ రాయలవారి కాలం తర్వాత రెండోసారి బంగారు తాపడం వేయించినట్లు ఒక శాసనం పేర్కొంది. పేరుందేవి తాయర్ గర్భగుడిపైన కల్యాణకోటి విమానం నిర్మించి బంగారంతో తాపడం చేశారీయన. ఈ పండితుడు సంస్కృతంలో హనుమద్ వింశతి అని పిలువబడే ఇరవై శ్లోకాలను రచించారు. ఈ శ్లోకాలు హస్తిగిరియొక్క ఉత్తర మరియు తూర్పు గోడలపై మరియు పశ్చిమ గోపురం గోడలపై కూడా చెక్కించబడ్డాయి.

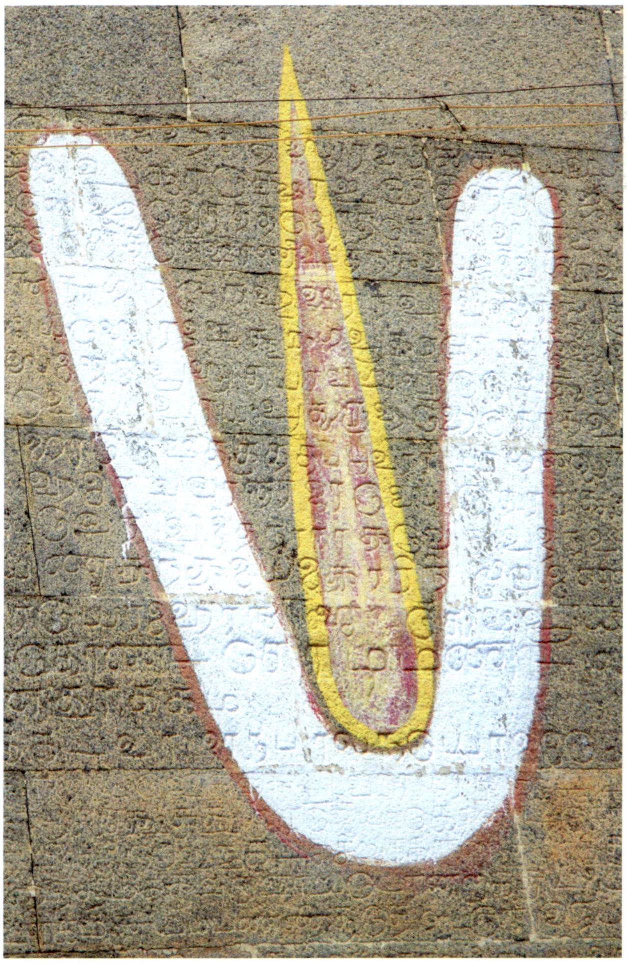

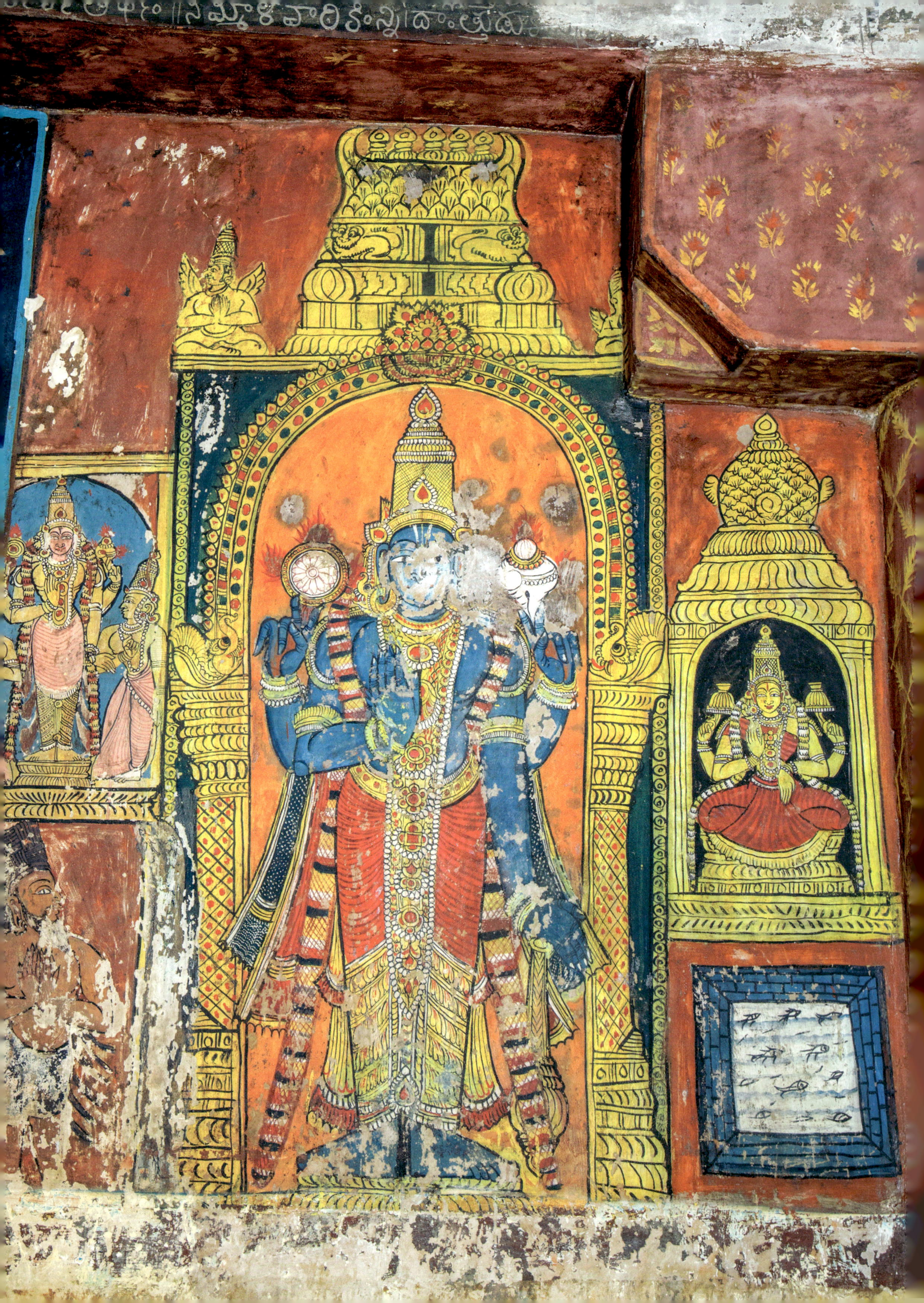

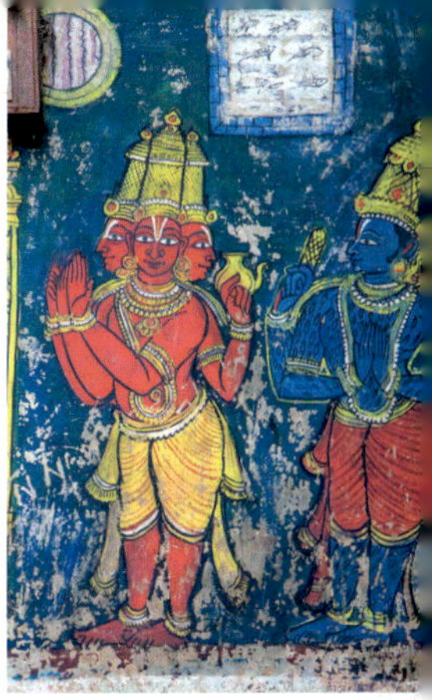

Paintings

There are several temples in Kanchipuram where paintings or traces of paintings have been found. Remnants of Pallava era painting are there in the Kailasanatha temple and in the Vardhamana temple in Thiruparuttikunram can be seen some paintings of the Vijayanagara and Nayaka eras.

The Varadaraja Perumal temple too has many paintings mainly belonging to the Vijayanagara and Nayaka times of the 16th and 17th centuries C.E. in the style typical of those ages. They are similar to the murals found in Thirupartuttikunram (Kanchipuram), Lepakshi (Andhra Pradesh) and in several other places which are known for paintings of this era. The best-known paintings in the Varadaraja Perumal temple are those which are found on the walls of the innermost circumambulatory passage (prakaram) around the main sanctum-sanctorum (garbha-griha). Most of these paintings depict the deities enshrined in many of the Divya Desams (temples visited and sung in praise of by the Azhvars), each in a separate compartment. Vishnu has been depicted in His standing, seated and reclining forms exactly as this deity is in the respective temples. The processional deities (utsava-murti) flanked by Goddesses Sridevi and Bhudevi (Ubhaya Nachiyar) have been beautifully portrayed, true to the exact forms in which they are in the main sanctum of the temples, with even the minor differences seen in each temple clearly portrayed. Goddess Lakshmi enshrined in separate sanctums in the respective Vishnu temples is also seen in these paintings. Intricate details such as the superstructure over the central sanctum (vimanam) and the temple tanks (tirtham), some of which are uniquely shaped are clearly portrayed. Sometimes, rivers flowing near the temples are painted too. Ranganatha Svami of Srirangam, the foremost of the 108 Divya Desams is seen as also Varadaraja Perumal of this very temple. Varadaraja (Gajendra Varada), riding on Garuda, coming to the rescue of the elephant who is crying for help with uplifted trunk, caught in the clutches of a crocodile is depicted. Another painting is of Varadaraja Perumal under the Punyakoti Vimanam. Numerous Vishnu images of well-known and not so famous deities Divya Desams from Tamil Nadu have been portrayed as also those from other places such as Narasimha of Ahobilam and some deities in north India as well. The unique and famous images of Jagannath, Balabhadra and Subhadra in the Puri temple, Orissa are clearly seen in another painting although the Puri temple is not a Divya Desam. As the devotee does a circumambulation of the main sanctum enshrining Varadaraja Perumal, it is as though a pradakshinam of the 108 Divya Desams has also been done because of these paintings.

Other than the murals seen on the walls of the central garbha-griha, there are several others in different parts of this temple. The ceiling and walls of the passage next to the second gopuram on the west side of the temple also have paintings. Some of these Nayaka period paintings depict Krishna with gopis while others show processions of deities. The one of Varadaraja Svami on Garuda (Garuda Sevai festival) on the ceiling is extraordinary.

In addition to the paintings of the deities, there are others of the Azhvars like the Mudal Azhvars (Poigai Azhvar, Bhudattazhvar and Pey Azhvar) at Thirukoilur where they first met and also Nammazhvar in Azhvar Thirunagari, his birth-place (avatara-sthalam).

The Abhiseka-mandapa, the mandapa in front of the Narasimha sanctum, Alankara-mandapa, Unjal-mandapa near the shrine of Perundevi Thayar and a few other places in this temple also have murals. Some stone sculptures were also painted over as seen from the carvings of a lady dancer flanked by musicians on the ceiling of the Unjal-mandapam. The sculpture of the important and grand royal emblem of the Vijayanagara dynasty is seen painted over on the ceiling of the Unjal-mandapam.

Many intricate details such as the designs of the crowns, various ornaments, garlands of flowers and garments of the deities have been painstakingly painted. Door-guardians (dvarapalakas), Garuda, minor deities and devotees are also depicted as also many different geometric designs and floral motifs which highlight these murals.

These paintings have been done on the dry walls and ceiling of the temple in a process called fresco-secco. Although many of them have become dull over the ages or are in a damaged condition, the colours are visible, some still very vivid. Red, yellow, white, green, and gold were used often. Red has been conspicuously used as the background in many of the murals.

The great effort of the skilled artists of the Vijayanagara and Nayaka times is reflected in these paintings as also the sustained patronage given to these temples by the rulers of these glorious eras.

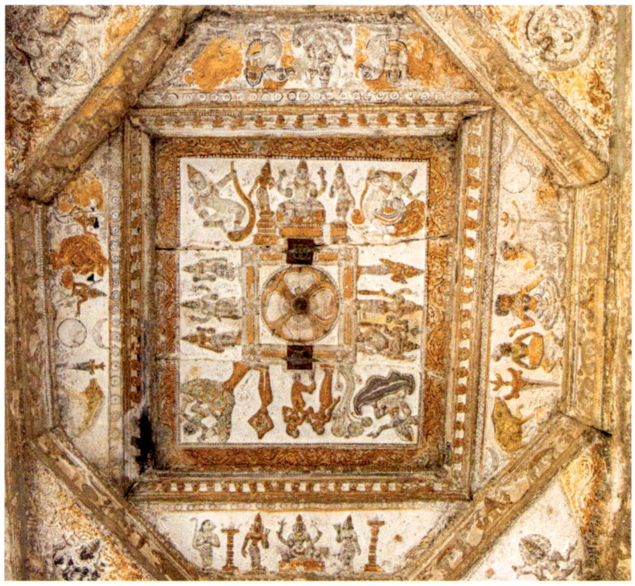

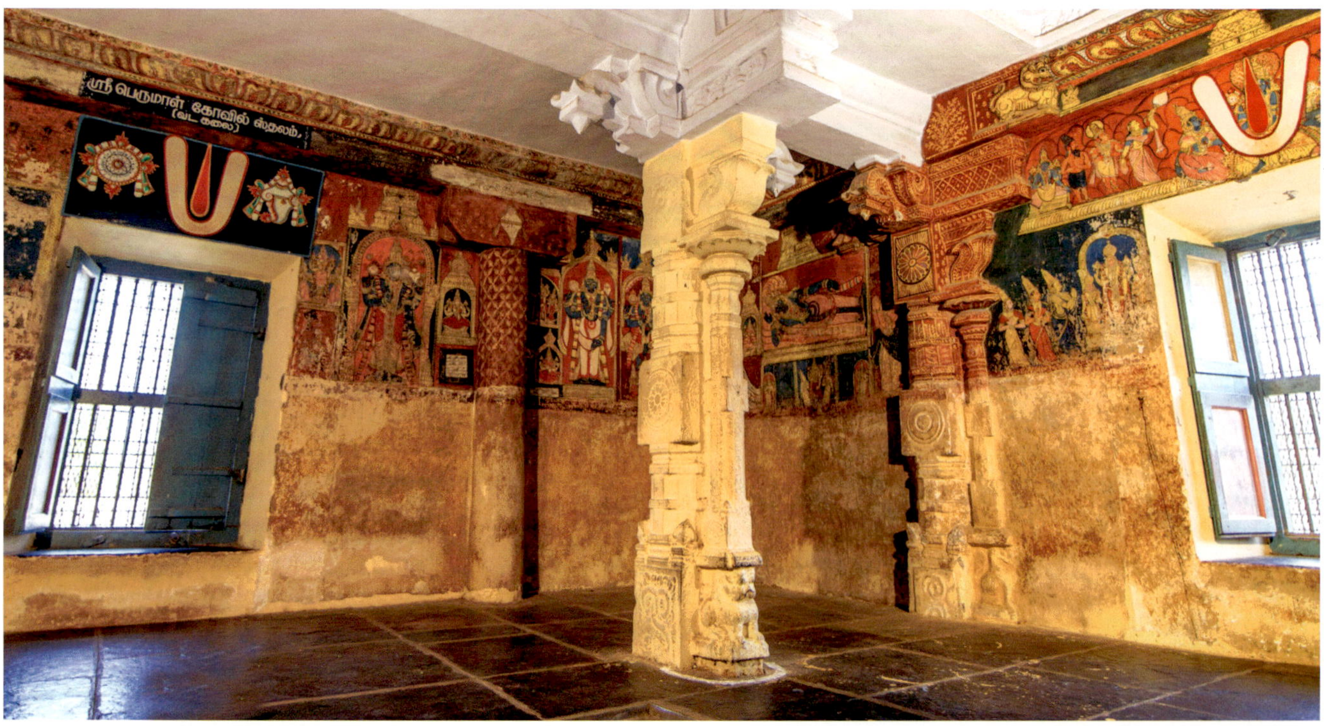

ஓவியங்கள்

காஞ்சிபுரத்திலுள்ள பல கோயில்களில் ஓவியங்களையும், ஓவியங்கள் இருந்ததற்கான தடயங்களும் கண்டறியப்பட்டிருக்கின்றன. கயிலாசநாதர் கோயில் மற்றும் திருப்பருத்திக்குன்றம் வர்த்தமானர் கோயில்களில் உள்ள ஓவியங்களில் பல்லவர்கள் காலத்தைச் சேர்ந்த ஓவியங்களைத் தவிர விஜயநகர மற்றும் நாயக்கர் காலத்தைச் சேர்ந்த ஓவியங்களையும் நாம் காணலாம்.

வரதராஜ பெருமாள் கோயிலில்கூட விஜயநகர மற்றும் நாயக்கர் கால 16 மற்றும் 17–ஆம் நூற்றாண்டைச் சேர்ந்த ஓவியங்கள் அந்தக் காலத்துக்கே உரிய பாணியில் வரையப்பட்டுள்ளன. இந்த ஓவியங்கள் அனைத்தும் காஞ் சிபுரத்திலுள்ள திருப்பருத்திக்குன்றம், ஆந்திர மாநிலத்து லேபாக்ஷி மற்றும் பல இடங்களில் காணப்படும் அந்தக் காலத்துக்குரிய ஓவியங்களை ஒத்திருக்கின்றன.

வரதராஜ பெருமாள் கோயிலில் காணப்படும் ஓவியங்களில், கருவறையைச் சுற்றிலுமிருக்கும் பிராகாரச் சுவரில் வரையப்பட்டிருக்கும் ஓவியங்கள் மிகச் சிறப்பான முறையில் வரையப்பட்ட ஓவியங்களாகக் கருதப்படுகின்றன.

பெரும்பாலான ஓவியங்கள் ஆழ்வார்களால் மங்களாசாசனம் செய்யப்பட்ட திவ்யதேசங்களைச் சித்திரிக்கும் வண்ணம், ஒவ்வொன்றும் தனித்துத் தெரியும்படி வரையப்பட்டுள்ளன. மகாவிஷ்ணுவின் அமர்ந்த, நின்ற, சயனத் திருக்கோலங்களும் ஓவியங்களாக வரையப்பட்டிருக்கின்றன.

ஸ்ரீதேவி, பூதேவி சமேதராகக் காட்சிதரும் உற்சவமூர்த்தியின் ஓவியமும்கூட அந்தந்தக் கோயில் மூலவரின் கருவறையில் உள்ள உற்சவ மூர்த்திகளை, அவற்றுக்கிடையே உள்ள சிறிய வேறுபாடுகள் கூடத் துல்லியமாகப் பிரதிபலிக்கும்படி சித்திரங்கள் வரையப்பட்டிருப்பது குறிப்பிடத்தக்கது. அந்த திவ்யதேசங்களில் தனிக் கருவறையில் எழுந்தருளியிருக்கும் மகாலட்சுமி பிராட்டியாரின் திருவுருவங்களும் ஓவியங்களாக வரையப்பட்டுள்ளன. கருவறை விமானம், தீர்த்தக்குளம், திவ்யதேசத்துக்கு அருகில் தவழும் நதி என்று அத்தனை விஷயங்களும் நுட்பமான முறையில் ஓவியங்களாகச் சித்திரிக்கப்பட்டுள்ளன.

முதலையின் வாயில் அகப்பட்ட கஜேந்திர யானையின் அபயக் குரல் கேட்டு, கருட வாகனத்திலேறி வரும் கஜேந்திர வரதரின் ஓவியம், புண்ணியகோடி விமானத்தின்கீழ் எழுந்தருளியிருக்கும் வரதராஜர் ஆகிய ஓவியங்களையும் காணலாம். தமிழகத்தின் நன்கு அறியப்பட்டதும் பிரபலமானதுமான தலங்களின் விஷ்ணு உருவங்கள், அஹோபிலம் நரசிம்மர் மற்றும் வட இந்தியாவிலுள்ள பல கோயில்களின் விஷ்ணு உருவங்களும் ஓவியங்களாகச் சித்திரிக்கப் பட்டிருக்கின்றன. திவ்யதேசம் இல்லையென்றாலும்கூட பூரி ஜகந்நாதர், பலபத்திரர், சுபத்திரை ஆகியோரின் ஓவியங்களும் காணப்படுகின்றன. எனவே, வரதராஜ பெருமாளின் கருவறையைச் சுற்றி வரும் பக்தருக்கு நம் நாட்டிலுள்ள பல வைணவத் தலங்களையும் ஒருசேர தரிசித்து வலம் வந்தது போன்ற உணர்வு ஏற்படவே செய்யும்.

கருவறையைச் சுற்றிலுமிருக்கும் சுவரோவியங்கள் தவிர, கோயிலின் வெவ்வேறு பகுதிகளிலும் பல ஓவியங்களைக் காணலாம். மேற்குப்புறத்திலுள்ள இரண்டாவது கோபுரத்தை ஒட்டியுள்ள சுவர்களிலும் பல ஓவியங்கள் வரையப்பட்டுள்ளன. நாயக்கர் காலத்தைச் சேர்ந்தவையாகக் கருதப்படும் இந்த ஓவியங்கள் சிலவற்றில் கிருஷ்ணர் கோபியருடன் இருப்பது போன்ற காட்சி சித்திரிக்கப்பட்டுள்ளது. மற்ற ஓவியங்கள் தெய்வங்களின் ஊர்வலக் காட்சிகளைச் சித்திரிக்கும் வண்ணம் வரையப்பட்டுள்ளன. அவற்றுள் கருட வாகனத்தில் வரதராஜர் எழுந்தருளியிருப்பது போன்ற ஓவியத்தை சிறப்பாகக் குறிப்பிடலாம்.

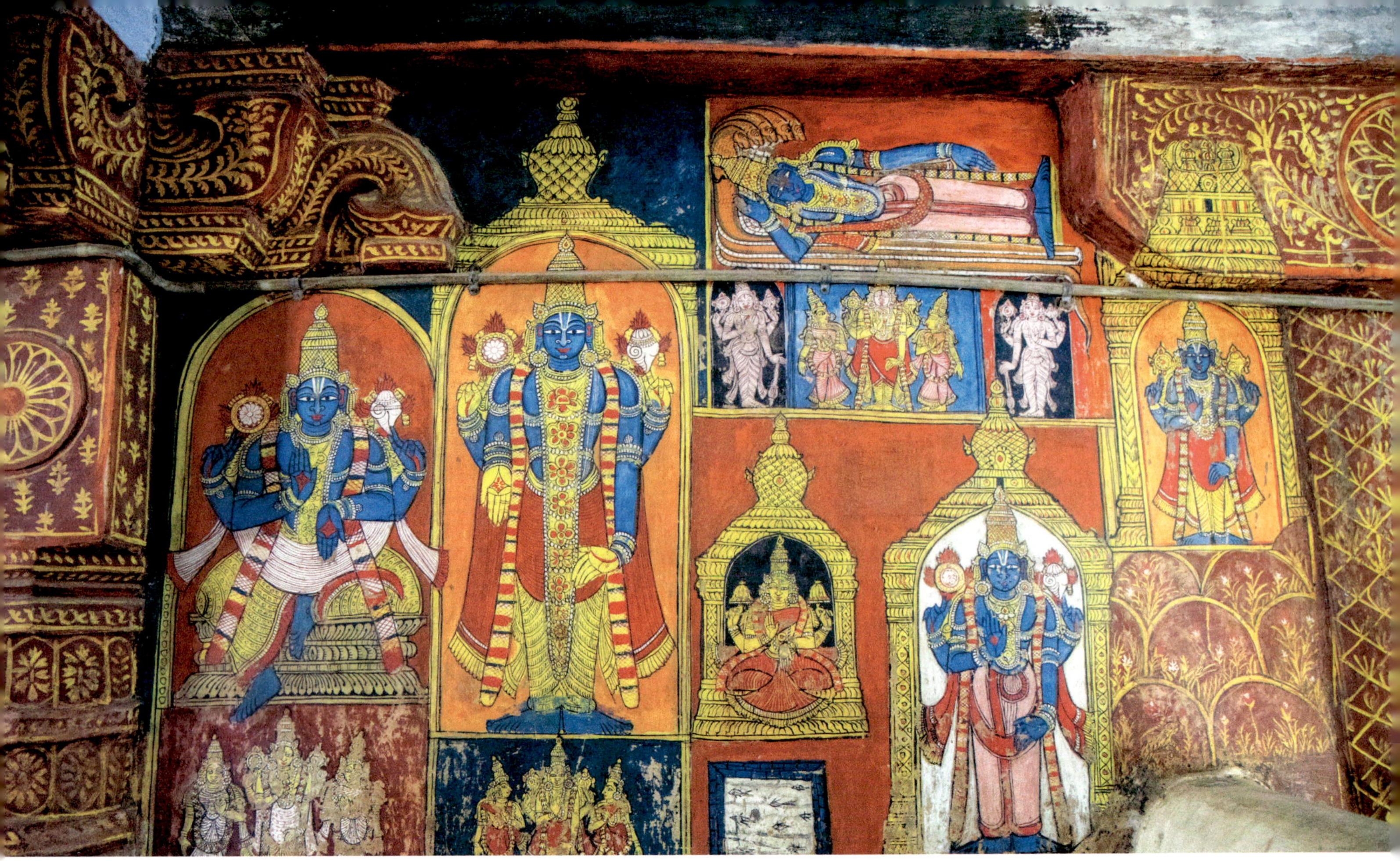

தெய்வத் திருவுருவங்களைத் தவிர, திருக்கோவிலூரில் முதன்முதலாகச் சந்தித்த முதலாழ்வார்களான பொய்கையாழ்வார், பூதத்தாழ்வார், பேயாழ்வார் ஆகியோரும், ஆழ்வார் திருநகரியில் அவதரித்த நம்மாழ்வார் ஆகியோரும் ஓவியங்களாகச் சித்திரிக்கப்பட்டிருக்கின்றனர்.

நரசிம்மர் சந்நிதிக்கு முன்பாக உள்ள அபிஷேக மண்டபம், அலங்கார மண்டபம், பெருந்தேவி தாயார் சந்நிதிக்கு அருகிலுள்ள ஊஞ்சல் மண்டபம் மற்றும் சில இடங்களிலும்கூட சுவர்ச்சித்திரங்களை நாம் காணமுடிகிறது. ஊஞ்சல் மண்டபத்தின் விதானத்தில் இசைக்கலைஞர்களால் சூழப்பட்ட பெண் நடனக் கலைஞரின் ஓவியம், விஜயநகர மன்னர்களின் பிரதான அரச சின்னமான சூரியன் மற்றும் சந்திரனுடன் முன்னால் வாளுடன் காணப்படும் பன்றியின் வடிவமும் செதுக்கப்பட்டுள்ளன. விஜயநகர மன்னர்களின் அரச சின்னங்கள் கோயிலின் பல இடங்களிலும் காணப்படுகின்றன.

கிரீடங்கள், ஆபரணங்கள், பூக்கள், மாலைகள் மற்றும் தெய்வங்களின் ஆடைகள் போன்றவைகூட மிக நுட்பமாக வரையப்பட்டிருக்கின்றன, துவாரபாலகர்கள், கருடன், சிறு தெய்வங்கள் மற்றும் பக்தர்கள் ஆகியோரும் சித்திரிக்கப்பட்டிருப்பதைக் காணலாம்.

இந்த ஓவியங்கள் பெரும்பாலும் ஃப்ரெஸ்கோ – செக்கோ எனப்படும் ஓவிய வகையைச் சேர்ந்தவையாக உள்ளன. நீண்ட காலம் கடந்துவிட்ட நிலையில் பல ஓவியங்கள் சற்று பொலிவிழந்தும் சேதமடைந்தும் காணப்பட்டாலும்கூட வண்ணங்கள் தெளிவாகத் தெரிகின்றன. இந்த ஓவியங்களில் பெரும்பாலும்சிவப்பு, மஞ்சள், வெள்ளை, பச்சை மற்றும் பொன்னிறங்கள் பயன்படுத்தப்பட்டிருக்கின்றன. பல சுவரோவியங்களின் பின்னணியில் சிவப்பு வர்ணம் பயன்படுத்தப்பட்டுள்ளது.

விஜயநகர மற்றும் நாயக்கர் காலத்தின் ஆகச் சிறந்த கலைஞர்களின் சீரிய கலைத்திறமை இந்த ஓவியங்களில் பிரதிபலிப்பதை நம்மால் புரிந்துகொள்ள முடிவதுடன், அந்தக் கால மன்னர்கள் தொடர்ச்சியாக இந்த ஆலயத்தைப் பராமரித்ததையும் தெரிந்துகொள்ள முடிகிறது.

కుడ్య చిత్రాలు

కాంచీపురంలో అనేక దేవాలయాలు ఉన్నాయి, ఈ దేవాలయాలలో కుడ్య చిత్ర కళ లేదా ఆ కళ తాలూకు జాడలను కనుగొన్నారు. పల్లవుల కాలం నాటి చిత్రలేఖనం యొక్క అవశేషాలను కైలాసనాథ ఆలయంలో చూడవచ్చును. తిరుపరుట్టికుడ్రంలోని వర్థమాన ఆలయంలో కూడా విజయనగర రాజుల మరియు నాయక రాజుల కాలం నాటి కొన్ని చిత్రాలను చూడవచ్చు.

వరదరాజ పెరుమాళ్ ఆలయంలో కూడా 16 మరియు 17 వ శతాబ్దాలకు చెందిన విజయనగర రాజుల మరియు నాయక రాజుల కాలానికి చెందిన అనేక చిత్రాలు ఉన్నాయి. ఈ చిత్రాలు ఆ యుగాల విలక్షణమైన శైలిలో ఉంటూ తిరుపరుట్టికుండ్రం (కాంచీపురం), లేపాక్షి (ఆంధ్రప్రదేశ్) మరియు అనేక ఇతర ప్రదేశాలలో కనిపించే కుడ్యచిత్రాలను పోలి ఉంటాయి. వరదరాజ పెరుమాళ్ ఆలయంలో బాగా ప్రసిద్ధి చెందిన చిత్రాలు ప్రధాన గర్భగుడి (గర్భ-గృహ) చుట్టూ లోపలి ప్రదక్షిణ మార్గం (ప్రాకారం) గోడలపై కనిపిస్తాయి. ఈ చిత్రాలు చాలామట్టుకు 108 దివ్య దేశాలలో ముఖ్యమైన దేవాలయాలు సందర్శించి, ఆళ్వార్లను స్తుతిస్తూ గానం చేసినట్టుగా ఉంటాయి. ఒక్కొక్క చిత్రము ఒక్కో ప్రాకార విభాగంలో ఉన్నాయి. ఈ దేవునికి సంబంధించిన మిగతా దేవాలయాలలో ఉన్నట్లే విష్ణుమూర్తి నిలబడి, కూర్చున్న మరియు పడుకునే రూపాల్లో చిత్రీకరించబడ్డాడు. ఊరేగింపు దేవతలయిన (ఉత్సవ-మూర్తులను) శ్రీదేవి మరియు భూదేవి (ఉభయ నాచియార్) కూడా అందంగా చిత్రీకరించారు. దేవాలయాల ప్రధాన గర్భగుడిలో ఉన్న ఖచ్చితమైన రూపాలకు ఇవి ప్రతిబింబాలు గా ఉంటాయి, ఒక ఆలయానికి మరో ఆలయానికి వున్నచిన్నచిన్న తేడాలు కూడా స్పష్టంగా కనిపిస్తాయి. సంబంధిత విష్ణు దేవాలయాలలో ప్రత్యేక గర్భగుడిలో ఉంచిన లక్ష్మీదేవి కూడా ఈ చిత్రాలలో కనిపిస్తుంది. ప్రధాన గర్భగుడి (విమానం) మరియు ఆలయ కోనేరులు (తీర్థం)పై ఉన్న ఎత్తైన కట్టడాల గురించిన క్లిష్టమైన వివరాలు, వాటిలో కొన్ని విలక్షణమైన ఆకారంలో ఉన్నవాటిని, దేవాలయాల సమీపంలో ప్రవహించే నదులనుకూడా ఆ కాలంనాటి చిత్రకారులు చిత్రించారు.

108 దివ్య దేశాలలో అగ్రగామిగా ఉన్న క్షేత్రము శ్రీరంగం. శ్రీ రంగనాథస్వామి ఈ ఆలయములో వరదరాజ పెరుమాళ్‌గా కూడా కనిపిస్తారు. గరుడ వాహనంపై స్వారీ చేస్తూ, ఒక మొసలి బారిన పడి సహాయం కోసం అర్థిస్తూ ఏడుస్తున్న ఏనుగును రక్షించడానికి వస్తున్న వరదరాజ స్వామి (గజేంద్ర వరద)వారు ఇక్కడ చిత్రీంకరించబడ్డారు. మరో చిత్రం పుణ్యకోటి విమానం కింద వరదరాజ పెరుమాళ్. తమిళనాడుకు చెందిన ప్రసిద్ధ దేవాలయాలలోని అత్యంత ప్రసిద్ధులైన దేవతలయొక్క మరియు దివ్య దేశాలకు చెందిన అనేక విష్ణు చిత్రాలు; అహోబిలంలో వెలసిన నరసింహస్వామి వారి మరియు ఉత్తర భారతదేశంలోని కొన్ని ఆలయాలలోని దేవతల చిత్రాలు కూడా చిత్రీకరించబడ్డాయి. ఒరిస్సాలోని పూరి ఆలయంలోని జగన్నాథ్, బలభద్ర మరియు సుభద్ర యొక్క ప్రత్యేకమైన మరియు ప్రసిద్ధ చిత్రాలు మరొక చిత్రలేఖనంలో స్పష్టంగా కనిపిస్తాయి, అయితే పూరి ఆలయం దివ్య దేశం కాదు. భక్తుడు వరదరాజ పెరుమాళ్‌తో కూడి ప్రధాన గర్భగుడి ప్రదక్షిణం చేస్తున్నట్లుగా చిత్రీకరించబడ్డ ఈ చిత్రాలవల్ల 108 దివ్య దేశాల దర్శనముకూడా జరిగినట్టు అవుతుంది.

ప్రధానమైన గర్భగృహ గోడలపై కనిపించే కుడ్యచిత్రాలు కాకుండా, ఈ ఆలయంలోని వివిధ ప్రాంతాలలో ఇంకా చాలా చిత్రాలు ఉన్నాయి. ఆలయానికి పడమటివైపునగల రెండవ గోపురం పక్కనవున్న మార్గంయొక్క పైకప్పు మరియు గోడల మీద కూడా చిత్రాలు వున్నాయి. నాయక రాజుల కాలంనాటి చిత్రాలలో కొన్ని కృష్ణుడిని గోపికలతో చిత్రీకరించబడ్డాయి. మరికొన్ని దేవతల ఊరేగింపులను చూపిస్తాయి. పైకప్పుపై చిత్రీకరించబడ్డ గరుడ వాహనంపై (గరుడ సేవ పండుగ) వరదరాజుస్వామివున్న చిత్రము అసాధారణమైనది, అద్భుతమైనది.

దేవీ దేవతల చిత్రాలతోపాటు, తిరుకోయిలూర్ వద్ద 'ముదల్ ఆళ్వార్' (పోయిగై ఆళ్వార్, భూతత్తాళ్వార్ మరియు పేయాళ్వార్) వంటి ఆళ్వార్లతోబాటు ఇతరులు కూడా కుడ్య చిత్రాలలో ఉన్నారు. ఈ చిత్రాలను వారు ఎక్కడైతే మొదట కలుసుకున్నారో అక్కడే చిత్రీకరించారు. అతని జన్మస్థలం తిరునగరిలో (అవతార ఆళ్వార్, నమ్మాళ్వార్) కూడా చిత్రాలు ఉన్నాయి.

అభిషేక మండపం శ్రీ నరసింహ గర్భగుడి ముందు ఉన్న మండపం 'అలంకార మండపం'గా పేరుందేవి తాయర్ మందిరం సమీపంలో ఉయ్యాల మండపం మరియు ఈ ఆలయంలోని మరికొన్ని ప్రదేశాలలో కూడా కుడ్య చిత్రాలు ఉన్నాయి. ఉయ్యాల మండపం పైకప్పుపై సంగీతకారులు చుట్టూ వుండగా నాట్యం చేస్తున్న నాట్య కన్యలయొక్క శిల్పాల నుండి చూసినట్లుగా కొన్ని రాతి శిల్పాలు కూడా చిత్రీకరించబడ్డాయి. విజయనగర రాజవంశంయొక్క ప్రధానమైన రాజ చిహ్నం సూర్యచంద్రులతోపాటు ముందు కత్తితో ఉన్న వరాహ (పంది) వరదరాజ పెరుమాళ్ ఆలయంలో అనేక ప్రదేశాలలో చెక్క బడింది. ఈ చిహ్నం ఉయ్యాల మండపం పైకప్పుపై చిత్రీకరించ బడింది.

ఈ చిత్రాలలో కిరీటాల నమూనాలు, వివిధ ఆభరణాలు, పువ్వుల దండలు మరియు దేవతల వస్త్రాలు వంటి చాలా క్లిష్టమైన చిత్రాలు ఎంతో శ్రమ కోర్చి కష్టపడి చిత్రించబడ్డాయి. ద్వార పాలకుల, గరుడ, చిన్న చిన్న దేవతలు మరియు భక్తులు కూడా ఈ కుడ్యచిత్రాలలో ప్రాముఖ్యత ఇవ్వబడ్డాయి. ఈ చిత్రాలలో విభిన్న రేఖాగణిత నమూనాలు మరియు పూల ఆకృతులు కూడా చిత్రీకరించబడ్డాయి.

ఈ చిత్రాలు ఫ్రెస్కో - సెక్కో (fresco - secco) అనే ప్రక్రియలో ఆలయం యొక్క తడవని గోడలు మరియు పైకప్పుపై చిత్రీకరించబడ్డాయి. వాటిలో చాలా మట్టుకు కాల గమనాన దెబ్బతిని మందకొడిగా రంగులు అస్పష్టంగానైనా కనిపిస్తాయి, కొన్ని చిత్రాలు ఇప్పటికీ చాలా స్పష్టంగా కనిపిస్తాయి. ఎరుపు, పసుపు, తెలుపు, ఆకుపచ్చ మరియు బంగారు రంగులను తరచుగా ఈ చిత్రాలలో ఉపయోగించారు. ఎరుపు రంగు అనేక కుడ్యచిత్రాలలో ఉపయోగించబడింది.

విజయనగర రాజులు మరియు నాయక రాజుల కాలంలోని నైపుణ్యం కలిగిన కళాకారుల గొప్ప కృషితోపాటు ఈ ప్రాంతాలను పరిపాలించిన రాజుల నిరంతర ప్రోత్సాహం కూడా ఈ చిత్రాలలో ప్రతిబింబిస్తుంది.

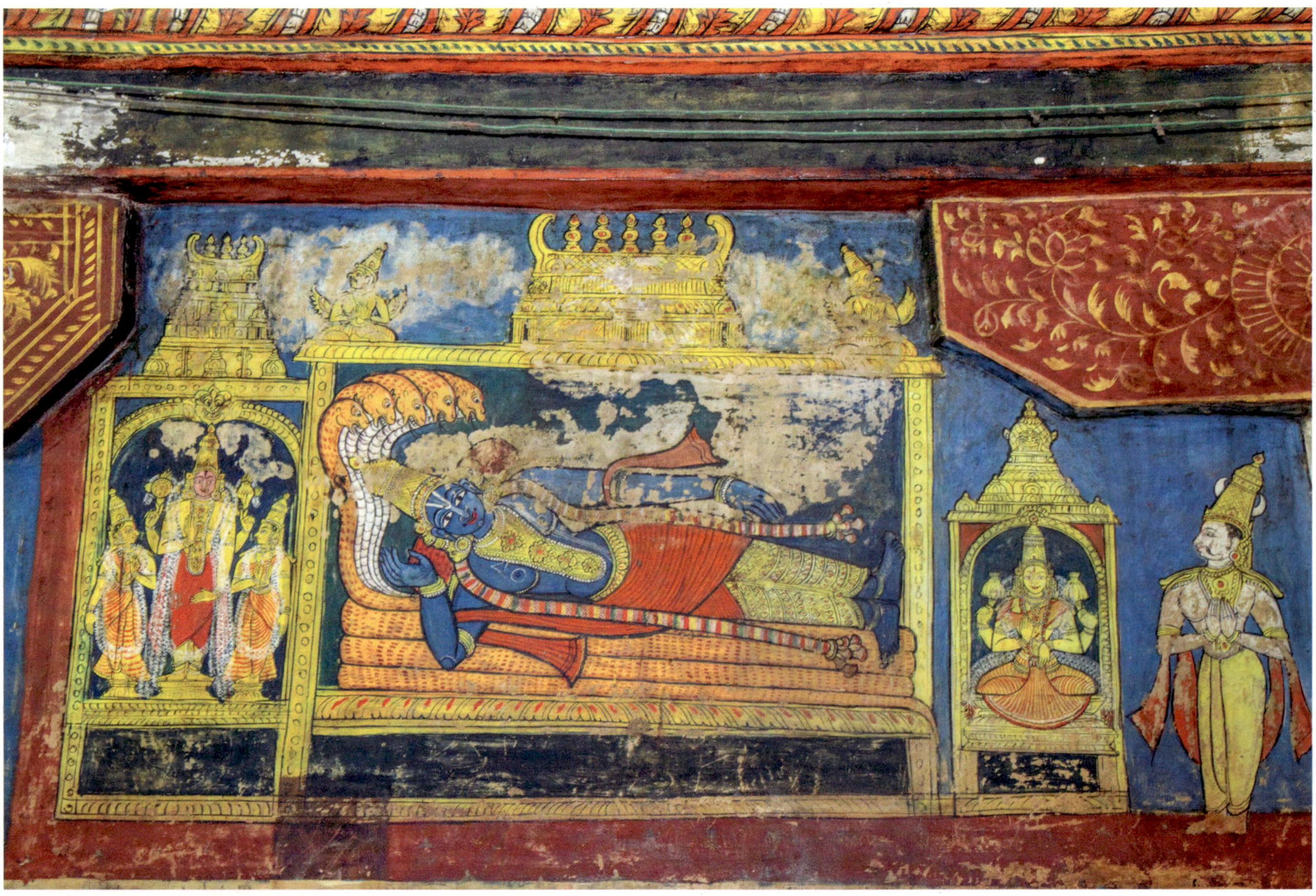

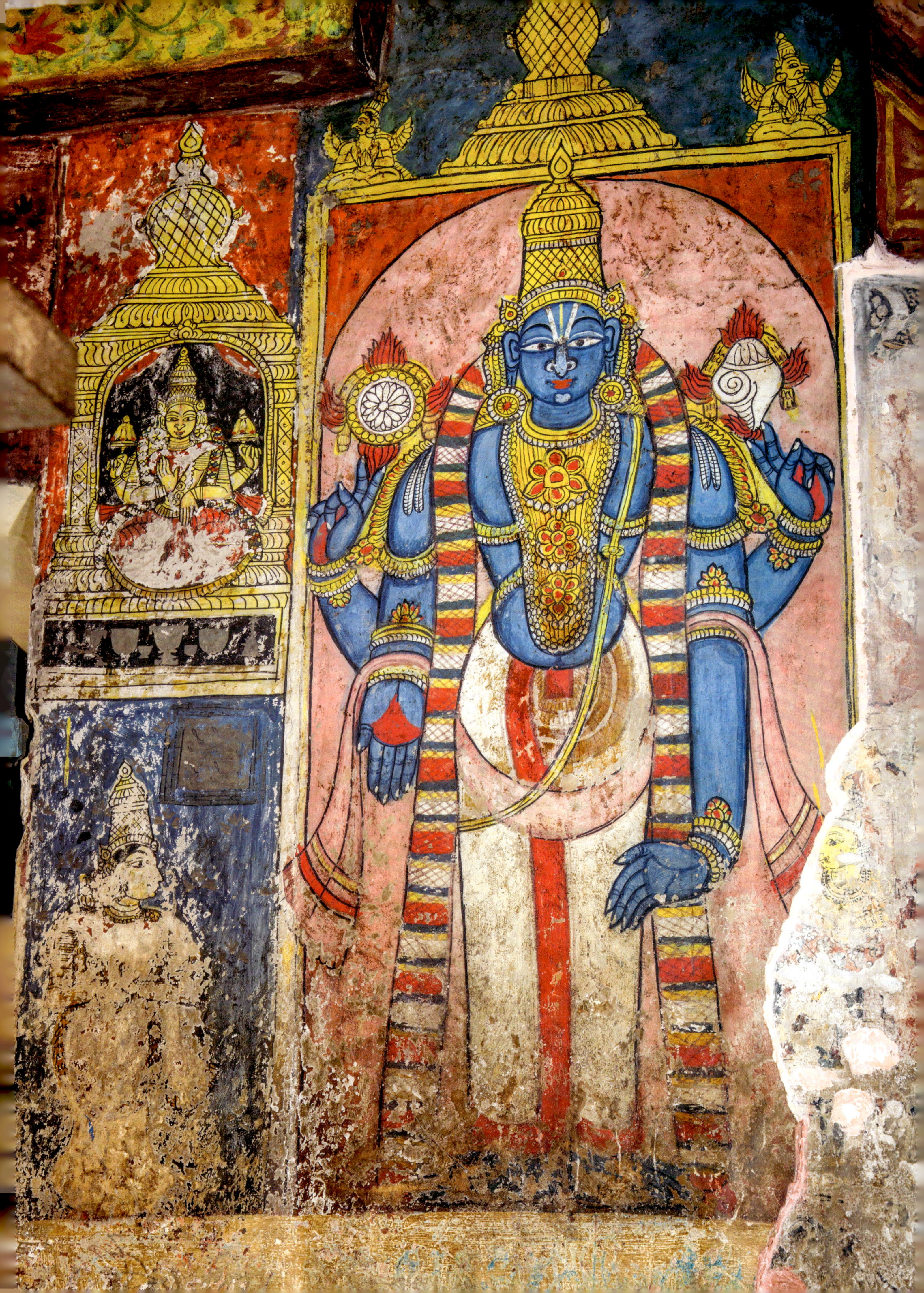

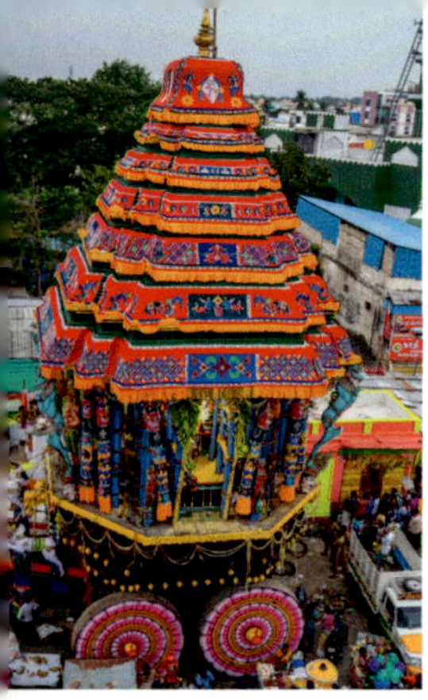

Temple Chariot
தேர்
ఆలయ రథము

Tamil Nadu is known for its and huge and ornate wooden chariots ther (ratha) such as those of the Thyagaraja Svami temple, Thiruvarur and the Sarngapani temple, Kumbakonam. The ther of the Varadaraja Perumal temple, stationed on the main road leading to the west gopuram of this temple, is also outstandingly large and beautiful and is one of the best in India. Approximately sixty feet in height, with wheels of about ten feet in diameter, the base is covered with numerous sculptures made of wood. These sculptures clearly reflect Vijayanagara workmanship and compare favourably with the stone sculptures of the Vijayanagara times seen in several places in the Varadaraja Perumal temple, especially in the Kalyana-mandapa. An inscription of 1517 A.D., belonging to the reign of Krishnadeva Raya, found on a wall near the entrance to the sanctum of Perundevi Thayar, mentions that this Emperor gifted a chariot to this temple. It is entirely possible that the present ther in the Varadaraja Perumal temple is the one donated by this great monarch. Incidentally, it was it in the reign of Krishnadeva Raya, at a time when this Emperor was camping in Kanchipuram, that the respective routes to be followed by the ther and vahanas of the Varadaraja Perumal temple and the Ekamranatha temple in Kanchipuram were clearly demarcated.

'తేరు - రథం' అని పిలవబడే భారీ, అలంకృత, చెక్కతో తయారు చేయబడ్డ ఆలయ రథాలకు తమిళనాడు పెట్టింది పేరు. ఉదా:- తిరువారూర్‌లోవున్న త్యాగరాజస్వామి మరియు కంభకోణంలోవున్న సారంగపాణి ఆలయాల రథాలు. పశ్చిమ గోపుర రోడ్డుపైవున్న వరదరాజస్వామి పెరుమాళ్ (తేరు - రథం) కూడా చాలా పెద్దది, అందమైనది. భారతదేశంలో సుప్రసిద్ధమైన ఆలయ రథాలలో ఒకటి. 60 అడుగుల పొడవున్న ఈ రథానికి 10 అడుగుల వ్యాసంతో రథచక్రాలు మరియు రథంపై చెక్కతోచేసిన అందమైన శిల్పాలు (ఆకృతులు) వున్నాయి. ఈ శిల్పాలపై విజయనగర కాలానికి చెందిన పని నైపుణ్యం, హస్తవాసి కనిపిస్తుంది. పైగా ఆలయంలో, ఇంకా ఆలయ కళ్యాణ మండపంలోవున్న విజయనగర శిల్పకళతో ఇవి సరితూగుతాయి. పేరుందేవి తాయారు గర్భగుడి ప్రక్కన గోడపైవున్న ఒక శాసనం (క్రీ॥శ॥ 1517 శ్రీకృష్ణదేవరాయల కాలానికి చెందినది) ప్రకారం రాయలవారు వరదరాజ పెరుమాళ్ దేవాలయానికి ఒక రథాన్ని బహుకరించారు. బహుశా, ఆయన బహుకరించిన రథమే ఈ రథం అయ్యుండొచ్చు. గమ్మత్తైన విషయం ఏమిటి అంటే శ్రీకృష్ణదేవరాయలవారు కాంచీపురములో విడిది చేసినప్పుడే, వరదరాజస్వామి పెరుమాళ్ ఆలయం, ఇంకా కాంచీపురంలో ఏకాంబరనాథస్వామి ఆలయ వాహనాలు, రథం ఊరేగించే మార్గాలు ఖచ్చితంగా నిర్ణయింపబడ్డాయి.

தமிழகத்தின் சிறப்பம்சங்களில் ஒன்று, மிகப் பெரியதும் அழகிய சிற்ப வேலைப்பாடுகள் கொண்டதுமான பிரம்மாண்டமான தேர்கள். திருவாரூர் தியாகராஜர் கோயில், கும்பகோணம் சார்ங்கபாணி கோயில் தேர்களைப் போலவே காஞ்சிபுரம் வரதராஜ பெருமாள் கோயில் தேரும் பல சிறப்பம்சங்களுடன் திகழ்கிறது.

வரதராஜ பெருமாள் கோயில் மேற்கு கோபுர வாசலிலிருந்து சுமார் 1.5 கி.மீ தொலைவில் பிரதான சாலையில் நிறுத்தப்பட்டிருக்கும் இந்தத் தேரின் உயரம் 60 அடி. சக்கரங்களின் விட்டம் 10 அடி. இந்தியாவில் உள்ள கோயில் தேர்களில் தனிச்சிறப்பும், அழகான கலைநயமும் கொண்ட தேர்களில் வரதராஜ பெருமாள் கோயில் தேரும் குறிப்பிடத்தக்க ஒன்று. தேரின் அடித்தளம் முழுவதும் எண்ணற்ற மரச் சிற்பங்கள் மிக நுட்பமான கலையழகுடன் செதுக்கப்பட்டுள்ளன. வரதராஜ பெருமாள் கோயிலிலுள்ள, விஜயநகர அரசர்கள் காலத்தைய பல கல் சிற்பங்களை குறிப்பாகக் கல்யாண மண்டபத்திலுள்ள சிற்பங்களை அப்படியே பிரதிபலிக்கும் வண்ணம் தேரிலுள்ள சிற்பங்களும் விஜயநகர அரசர்கள் காலத்துச் சிற்பக் கலையை ஒத்திருக்கின்றன.

பெருந்தேவித் தாயார் சந்நிதி வாயிலுக்கு அருகிலுள்ள சுவரில் காணப்படும் கிருஷ்ணதேவராயர் கால 1517-ஆம் வருடத்திய கல்வெட்டின் மூலம் கிருஷ்ணதேவராயர் வரதராஜ பெருமாள் கோயிலுக்கு அழகிய தேர் ஒன்றைக் காணிக்கையாகக் கொடுத்த செய்தியை அறிந்துகொள்ள முடிகிறது. தற்போதுள்ள தேரிலுள்ள விஜயநகர அரசர்கள் காலத்தைய சிற்பங்களைப் பார்க்கும்போது, கிருஷ்ணதேவராயர், காஞ்சியில் முகாமிட்டிருந்த காலத்தில் கோயிலுக்குக் காணிக்கையாக அளித்த தேரே தற்போதும் உள்ளது என்று எண்ணுவதற்குச் சாத்தியமுள்ளது.

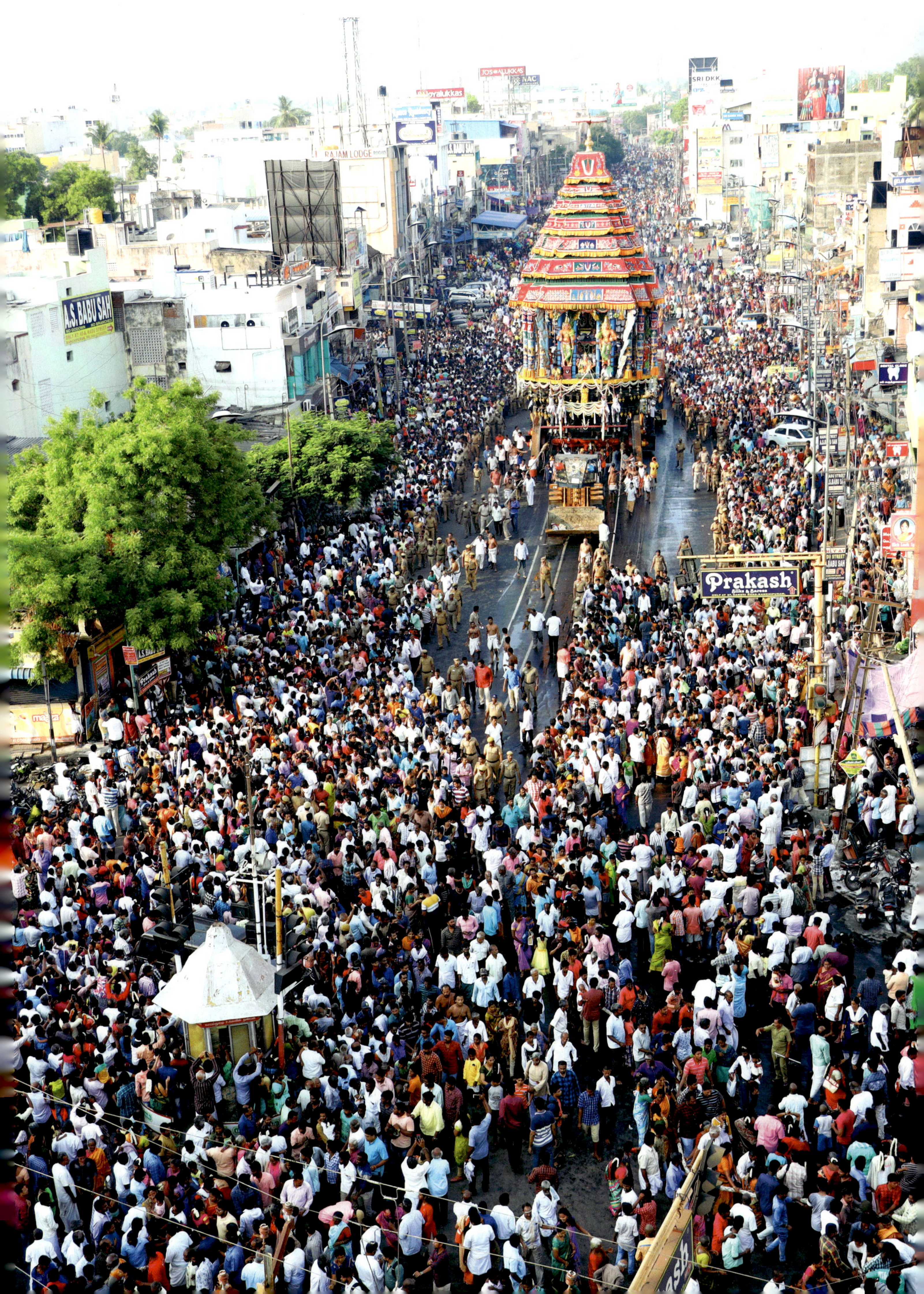
A.S. BABU SAH
Prakash

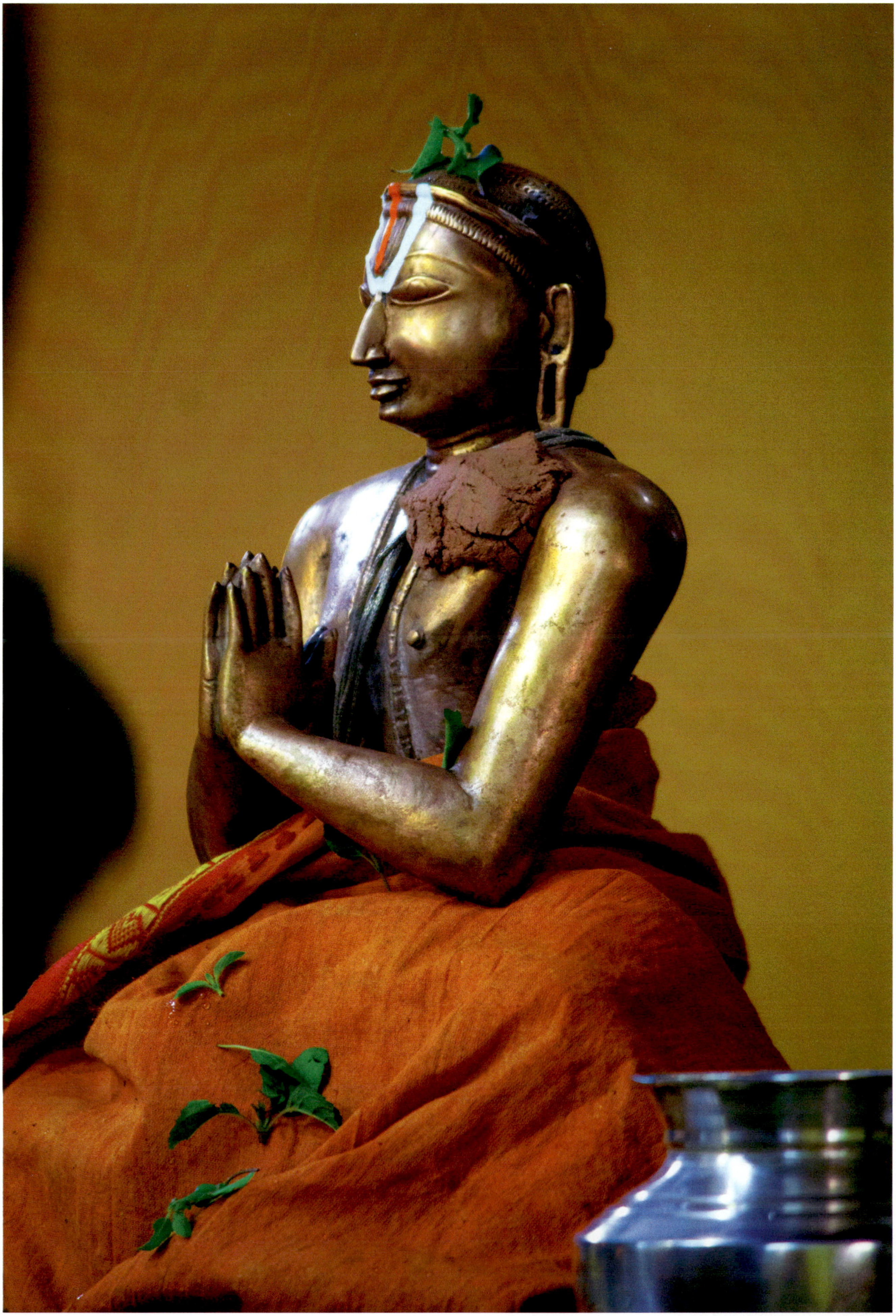

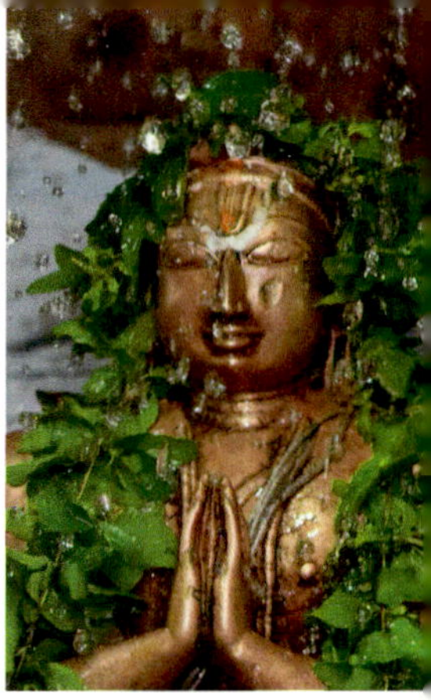

Ramanujacharya

It is well known that the illustrious Srivaishnava preceptor Ramanujacharya was closely connected with the Varadaraja Perumal temple and spent a lot of time in the service of this deity. This Acharya considered this temple, along with the famous ones in Srirangam, Venkatam (Thirumala) and Thirunarayanapuram (Melkote), as the four primary Vaishnava Sthalams and all four were important centres of his activities.

Born in 1017 A.D. in Sriperumbudur to Asuri Kesava Somayaji and Kanthimati, Ramanujacharya studied under Yadavaprakasa. This teacher, following differences with Ramanujacharya, planned to murder him while on a pilgrimage to the Ganga. Coming to know of this plot, Ramanujacharya made good his escape and entered a dense forest. Exhausted during his journey through the forest, he rested under a tree and fell unconscious. On waking up, he saw a hunter and his wife near him. Finding out from Ramanujacharya that he wanted to go to Kanchipuram, they told him that they were going on a pilgrimage and would guide him to Kanchipuram in the morning. Showing him a convenient place to rest, the hunter couple too stayed there that night, promising to take him to a nearby well the next morning to drink water. Early in the morning, as promised, they commenced their journey and took him to a well, down which Ramanujacharya climbed and drank its sweet water. He carried some water for the hunter and his wife, but to his great astonishment, they had disappeared. It was then that he realized that the couple was none other than Sriman Narayana and Goddess Lakshmi, and on enquiring where he was, found to his surprise that he was in Kanchipuram.

The shrine for Ramanujacharya is located at the very spot where Varadaraja Perumal and Goddess Lakshmi gave darshan incognito to this illustrious Acharya. The image of Ramanujacharya enshrined in the sanctum faces east and is in anjali hasta with his danda. A small eight-pillared mandapa of the Vijayanagara age is attached to this shrine and the tank called Anushtana kulam is situated in front. The royal emblem of the imperial house of Vijayanagara, depicting a boar (varaha) with the sun and moon, is seen neatly chiseled on the outer wall of the sanctum indicating that this shrine was constructed or rebuilt during the reign of the Vijayanagara kings who rendered yeoman service to Vaishnavism. A noteworthy feature of this shrine is that the image of Ramanujacharya directly faces east towards the temple of Varadaraja Perumal in Kanchipuram and the two magnificent gopurams, east and west of this temple are clearly visible from inside this shrine.

Very near the temple in Sevilimedu is located the holy and ancient well (salakkinaru) to which Ramanujacharya was directed by the divine couple and from which he fetched water for them. Subsequently, when Ramanujacharya became the disciple of Thirukkachi Nambi in Kanchipuram, the latter requested him to start his services to Narayana by bringing water from this well for the tirumanjanam of Varadaraja Perumal, the deity to whom he was so attached. Thus, at the behest of his guru, Ramanujacharya used to carry water everyday to the great Vishnu temple at Kanchipuram (salakkinaru-kainkaryam). This well is maintained in good condition even today, and priests from the Varadaraja Perumal temple visit it every morning to fetch water for tirumanjanam to Varadaraja Perumal, an enduring custom started in the 12th century A.D. and continued till today.

A unique festival connected with this tiny temple dedicated to Ramanujacharya is held in the month of Margazhi (December-January) every year. On the day after the Iyarpa Sattumurai of the Adhyayana festival, the Anushtanakulam festival is celebrated to commemorate this important episode in the life of Ramanujacharya when the divine couple helped him. Varadaraja Perumal and Perundevi Thayar, starting from their temple in Chinna Kanchipuram, dressed as a hunter couple visit this sacred well and Ramanujacharya's shrine in Sevelimedu.

Ramanujacharya spent a long time in Kanchipuram and received injunctions from Varadaraja Perumal through Thirukkachi Nambi. The important Srivaishnava Acharya, Yamunachaya (Alavandar), on his visit to this temple is said to have met Ramanujacharya for the first time in the third prakara which is thus known as the Yamunai-thuraivar-thirumuttram. It was Thirukkachi Nambi who instructed Ramanujacharya to learn from Periya Nambi, also known as Mahapurna who was one of the prominent disciples of Yamunacharya, which he did in Kanchipuram. Periya Nambi wanted to make Ramanujacharya as the head of the Srivaishnava matha in Srirangam to fulfill the desire of Yamunacharya who by then had departed. Along with his disciples Mudaliandan and Kurattazhvan, Ramanujacharya went to Srirangam which henceforth became the principal place of all his activities.

There are a few inscriptions in the Varadaraja Perumal temple which record some information in connection with this great Acharya. It is common knowledge that the recitation of the Pasuram of the Azhvars in temples, along with the Vedas, was primarily because of the initiative of Ramanujacharya. An epigraph in this temple mentions that in 1129 A.D., during the lifetime of this Acharya, the Tamil hymns of Poigai Azhvar and Bhuttazhvar were recited here.

It is also interesting to note that Ramanujacharya was worshipped in the Varadaraja Perumal temple about five decades after he had departed. An inscription of the reign of Kulottunga Chola III, dated 1191 A.D., stated that a person named Ilaiazhvan Kalingarayan of Nettur, a Chola chieftain, had consecrated the image of Emberumanar and gave the taxes from two villages for the expenses of offerings to this deity. This chieftain also made donations for Bhashya-vritti (expounding the Ramanuja Bhashya) and for feeding a few Jiyars in the temple matha. This Acharya is worshipped in the outermost prakaram of this temple and is depicted in many sculptures and also in Vijayanagara era paintings in this temple. An important celebration in this temple is for this great preceptor in the month of Chittirai for ten days ending on Thiruvadirai Nakshatram. On this day, Varadaraja Perumal goes to the sanctum of Ramanujacharya and honours are done here.

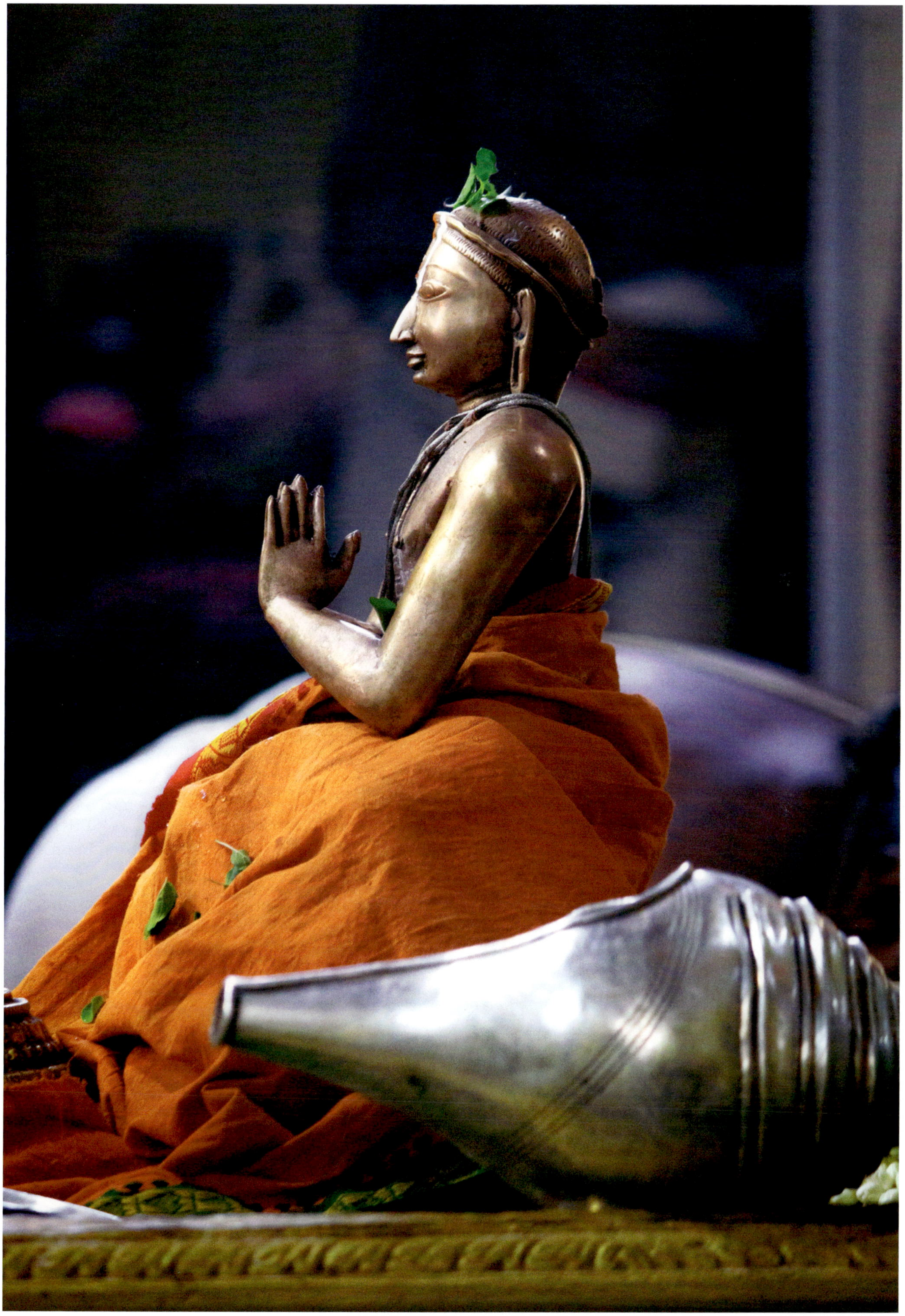

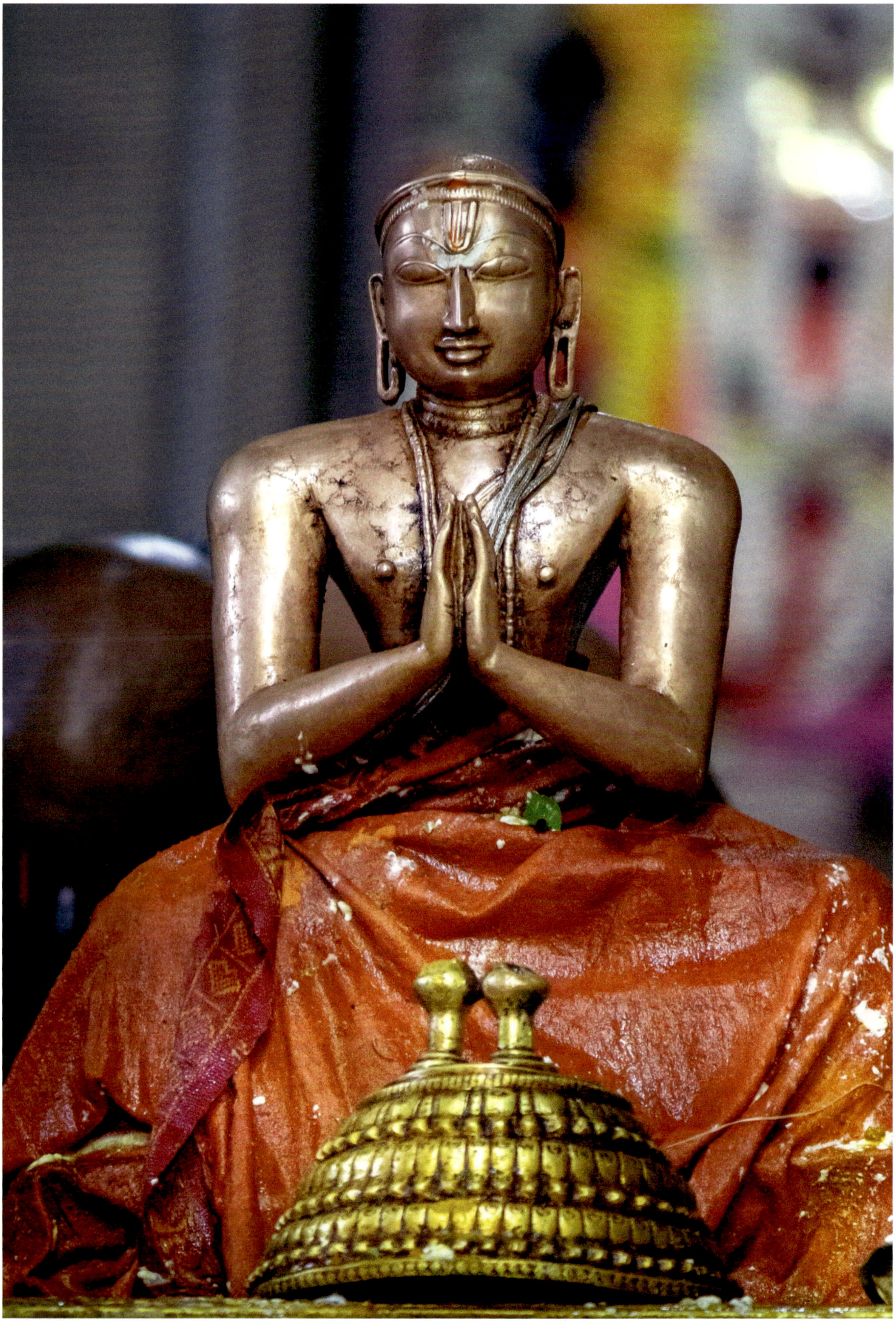

ராமானுஜர்

ஸ்ரீவைஷ்ணவ ஆசார்யர்களில் ஒப்பற்றவரான ஸ்ரீராமானுஜர் வரதராஜ பெருமாளுடன் நெருங்கிய தொடர்புடையவர். நீண்ட காலம் பெருமாளின் கைங்கர்யத்தில் தம்மை ஈடுபடுத்திக்கொண்டவர். ஸ்ரீரங்கம், திருமலை, மேல்கோட்டை போன்ற தலங்களுக்கு நிகராக காஞ்சி வரதராஜ பெருமாள் கோயிலைப் போற்றியிருக்கிறார். முக்கியமான இந்த நான்கு வைணவத் தலங்களும் ஸ்ரீராமானுஜரின் ஆன்மிகம் மற்றும் சமூகச் செயல்பாடுகளின் மையமாக விளங்கின.

ஸ்ரீராமானுஜர் கி.பி.1017-ம் வருடம் சென்னையை அடுத்துள்ள ஸ்ரீபெரும்பூதூரில், ஆசூரி கேசவ சோமயாஜி - காந்திமதி தம்பதிக்கு மகனாகப் பிறந்தார். யாதவபிரகாசரிடம் கல்வி பயின்றார். ஆனால், ராமானுஜருடன் அவருக்குக் கருத்து வேறுபாடு ஏற்பட்டது. அவரைக் கொலை செய்துவிடவேண்டும் என்று முடிவெடுத்த யாதவபிரகாசர், காசி யாத்திரைக்கு ஏற்பாடு செய்தார். காசிக்குச் செல்லும் வழியில்தான் இந்த விஷயம் ராமானுஜருக்குத் தெரிய வந்தது. உடனே அங்கிருந்து தப்பி காஞ்சிபுரத்துக்குத் திரும்பினார். காட்டு வழியில் பயணித்த ராமானுஜருக்கு, காஞ்சிக்குச் செல்லும் வழி தெரியவில்லை. நீண்டதூரம் நடந்த களைப்பில் ஒரு மரத்தினடியில் சுயநினைவிழந்து விழுந்துவிட்டார்.

விழித்தெழுந்தபோது இருள் சூழ்வதையும், தனக்கு அருகில் ஒரு வேடுவத் தம்பதி இருப்பதையும் கண்டார். ராமானுஜரைப் பற்றியும், அவர் காஞ்சிக்குச் செல்ல நினைப்பதையும் அறிந்துகொண்ட வேடுவத் தம்பதி, தாங்கள் புனித யாத்திரை மேற்கொண்டிருப்பதாகவும், விடிந்ததும் ராமானுஜருக்குக் காஞ்சிக்குச் செல்லும் வழியைக் காட்டுவதாகவும் கூறினர். மேலும் அன்றிரவு ராமானுஜர் உறங்குவதற்கு வசதியான இடத்தைக் காட்டியதுடன், வேடுவத் தம்பதியும் அங்கேயே தங்கினர். விடிந்ததும் அருகிலிருக்கும் கிணற்றுக்குச் சென்று தண்ணீர் பருகலாம் என்றும் உறுதி கூறினர்.

அதிகாலையில் ராமானுஜருடன் பயணத்தைத் தொடங்கிய வேடுவத் தம்பதி, அவரை ஒரு கிணற்றுக்கு அருகில் அழைத்து வந்தனர். கிணற்றுக்குள் இறங்கி சுவையான தண்ணீரைப் பருகிய ராமானுஜர், வேடுவத் தம்பதிக்கும் தண்ணீர் எடுத்துக்கொண்டு மேலே ஏறி வந்தார். ஆனால், ராமானுஜருக்கு பெருத்த ஆச்சர்யத்தை ஏற்படுத்துவது போல் வேடுவத் தம்பதி அங்கிருந்து மறைந்துவிட்டனர். சுற்றிலும் பார்த்து அவர்களைக் காணாத ராமானுஜருக்கு, தம்மைக் காப்பாற்றியது மகாவிஷ்ணுவும் மகாலட்சுமி பிராட்டியும்தான் என்று தெரிந்துகொண்டார். மேலும், தாம் காஞ்சிக்கு அருகில்தான் இருக்கிறோம் என்பதும் அவருக்குத் தெரிந்துவிட்டது.

புகழ் பெற்ற ஆசார்யரான ஸ்ரீராமானுஜருக்கு வரதராஜ பெருமாளாகவும், மகாலட்சுமி தேவியும் வேடுவத் தம்பதியாகக் காட்சி கொடுத்த இடத்தில் ஸ்ரீராமானுஜருக்கு ஒரு கோயில் அமைந்துள்ளது. அந்தக் கோயிலில் ஸ்ரீராமானுஜர் அஞ்சலி ஹஸ்தராக, தண்டத்துடன் கிழக்கு நோக்கிக் காட்சி தருகிறார். கோயிலுடன் விஜயநகர காலத்தைச் சேர்ந்த, எட்டுத் தூண்களுடன் கூடிய மண்டபம் ஒன்றும், அதையொட்டி அனுஷ்டான குளம் என்ற பெயரில் திருக்குளமும் உள்ளன. விஜயநகர மன்னர்கள் இந்தக் கோயிலைக் கட்டியும், புனரமைத்தும் இருக்கிறார்கள் என்பதை உணர்த்தும் வண்ணம் அவர்களுடைய அரச சின்னம் (வராகம், வாள், சூரியன், சந்திரன்) கோயில் வெளிப்புறச் சுவர்களில் காணப்படுகின்றன. இதன் மூலம் அவர்கள் வைஷ்ணவத்தின் மீது கொண்டிருந்த பற்றையும் நம்மால் தெரிந்துகொள்ள முடிகிறது.

கிழக்கு நோக்கி அமைந்திருக்கும் ராமானுஜரின் கோயிலிலிருந்து பார்த்தால் வரதராஜ பெருமாள் கோயில் தெரிவதுடன், அற்புதமான கிழக்கு மற்றும் மேற்கு கோபுரங்களும் நம் பார்வைக்குத் தெரிகின்றன என்பது இந்தக் கோயிலின் சிறப்பம்சம்.

செவிலிமேடு பகுதியில் அமைந்திருக்கும் இந்தக் கோயிலுக்கு அருகில்தான், புராதனமான அந்தக் கிணறு உள்ளது. சாலக்கிணறு என்று அழைக்கப்படும் அந்தக் கிணற்றிலிருந்துதான் ராமாநுஜர் வேடுவ வடிவத்தில் வந்த பெருமாளுக்கும் தாயாருக்கும் தண்ணீர் எடுத்து வந்தது. பின்னர் காஞ்சியை அடைந்த ராமாநுஜர், திருக்கச்சிநம்பிகளின் சீடராக ஆனார். ராமாநுஜரை நாராயண சேவையில் ஈடுபடுத்திக்கொள்ளும்படிக் கூறிய திருக்கச்சிநம்பிகள், தினமும் வரதராஜ பெருமாளின் திருமஞ்சனத்துக்கு செவிலிமேடு சாலக்கிணற்றிலிருந்து தீர்த்தம் எடுத்து வரும்படிக் கூறினார். குருவின் உத்தரவின்படி ராமாநுஜர் தினமும் செவிலிமேடுக்குச் சென்று சாலக்கிணற்று தீர்த்தத்தை எடுத்து வந்து பெருமாளின் திருமஞ்சனக் கைங்கர்யம் செய்து வந்தார். இன்றைக்கும் இந்தக் கிணறு நல்லமுறையில் பராமரிக்கப்பட்டு வருவதுடன், தினமும் கோயில் பட்டாசார்யார்கள் சென்று திருமஞ்சனத்துக்கு தீர்த்தம் எடுத்து வருகிறார்கள். 12-ம் நூற்றாண்டில் தொடங்கப்பட்ட அந்தப் புனித கைங்கர்யம் இன்றைக்கும் தொடர்ந்து நடைபெற்று வருவது குறிப்பிடத்தக்கது.

ராமாநுஜருக்கு அர்ப்பணிக்கப்பட்ட இந்தச் சிறிய கோயிலில் மார்கழி மாதம் ராமாநுஜருக்கென்றே ஒரு விழா நடத்தப்பட்டு வருகிறது. வைகுண்ட ஏகாதசியை முன்னிட்டு நடைபெறும் பகல்பத்து, ராப்பத்து என இருபது நாள்களைத் தொடர்ந்து இரண்டு நாள்கள் ஆழ்வார் திருவடி தொழல், இயற்பா சாற்றுமுறை என்ற வைபவங்கள் நடைபெறும். அடுத்த நாள் அனுஷ்டான குளம் விழா நடை பெறுகிறது. அன்றைய தினம் காஞ்சி வரதராஜர் தாயாருடன் வேடுவக் கோலத்தில் செவிலிமேட்டில் அமைந்துள்ள ராமாநுஜர் கோயிலுக்கு எழுந்தருளுவார்.

நீண்டகாலம் காஞ்சியில் இருந்த ராமாநுஜர், திருக்கச்சிநம்பிகள் மூலமாக பெருமாளின் உத்தரவுகளைத் தெரிந்துகொள்வார். முதன்மையான ஸ்ரீவைஷ்ணவ ஆசார்யரான யமுனாசார்யர் (ஆளவந்தார்) இந்தக் கோயிலுக்கு விஜயம் செய்திருந்தபோதுதான் ராமாநுஜாசார்யரை கோயிலின் மூன்றாவது பிராகாரத்தில் சந்தித்தார். அதன் காரணமாகவே அந்தப் பிராகாரம் யமுனைத்துறைவர் திருமுற்றம் என்று அழைக்கப்பட்டது. திருக்கச்சிநம்பிகளின் கட்டளையின்படி யமுனாசார்யரின் பிரதான சீடர்களில் ஒருவரான பெரியநம்பிகளிடம் சாஸ்திரங்கள் கற்கச் சென்றார் ராமாநுஜர். யமுனாசார்யருக்குப் பிறகு திருவரங்கக் கோயில் மற்றும் ஸ்ரீவைஷ்ணவ மடத்தின் நிர்வாகப் பொறுப்பை ராமாநுஜர் ஏற்றுக்கொள்ளவேண்டும் என்று பெரியநம்பிகள் கேட்டுக்கொண்டார். அதன்படி தம்முடைய சீடர்களான முதலியாண்டான், கூரத்தாழ்வான் ஆகியோருடன் ஸ்ரீரங்கம் சென்ற ராமாநுஜர். தொடர்ந்து ஸ்ரீரங்கமே அவருடைய செயல்பாடுகளின் மையக் கேந்திரமாக விளங்கிற்று.

வரதராஜ பெருமாள் கோயிலில் உள்ள சில கல்வெட்டுகளில் மகான் ராமாநுஜரைப் பற்றிய குறிப்புகள் இடம்பெற்றிருக்கின்றன. வரதராஜ பெருமாள் கோயிலில் வேத பாராயணம் செய்வதுடன் ஆழ்வார்களின் பாசுரங்களையும் ஓதவேண்டும் என்ற நடைமுறையை ஏற்படுத்தியவர் ஸ்ரீராமாநுஜர் என்பது பலரும் அறிந்த செய்திதான். இங்குள்ள கல்வெட்டு ஒன்றில் 1129-ம் வருடம் ஸ்ரீராமாநுஜரின் காலத்திலேயே பொய்கையாழ்வார், பூதத்தாழ்வார் ஆகியோரின் பாசுரங்கள் பாராயணம் செய்யப்பட்ட தகவல் காணப்படுகிறது.

ஸ்ரீராமாநுஜர் ஸித்தியடைந்து ஐம்பது வருடங்களுக்குப் பிறகே வரதராஜ பெருமாள் கோயிலில் வழிபடப்பெற்றார் என்று தெரிய வருகிறது. மூன்றாம் குலோத்துங்கன் காலத்தைய (கி.பி.1191) கல்வெட்டு ஒன்றின் மூலம், சோழர்களின் படைத் தலைவனான நெட்டூர் இளையாழ்வான் காளிங்கராயன் என்பவர் எம்பெருமானார் என்று போற்றப்பட்ட ஸ்ரீராமாநுஜருக்கு சந்நிதி ஏற்படுத்திய விவரத்தைத் தெரிவிக்கிறது. மேலும் நித்தியபடி பூஜைகளுக்காக இரண்டு கிராமங்களிலிருந்து வரக்கூடிய வரி வருவாயையும் மானியமாகக் கொடுத்திருந்ததாக அந்தக் கல்வெட்டு தெரிவிக்கிறது. இது மட்டுமல்லாமல், ராமாநுஜரின் சித்தாந்தத்தைப் பரப்புவதற்காகவும், கோயில் மடத்திலுள்ள சில ஜீயர் சுவாமிகளின் உணவுக்காகவும் நன்கொடைகள் வழங்கியதாகத் தெரிய வருகிறது.

கோயிலின் வெளிப்புற பிராகாரத்தில் ஸ்ரீராமாநுஜரின் சந்நிதி அமைந்திருக்கிறது. மேலும் விஜயநகர அரசர்கள் காலத்தைய ஸ்ரீராமாநுஜரின் சிற்பங்களும் ஓவியங்களும் கோயிலின் பல இடங்களில் காணப்படுகின்றன. ஸ்ரீராமாநுஜருக்கான முக்கியமான வைபவம் சித்திரை மாதம் நடைபெறுகிறது. திருவாதிரை நட்சத்திரம் பத்தாவது நாளாக வரும்படி நடைபெறும் பத்து நாள் திருவிழாவில், நிறைவு நாளான திருவாதிரை நட்சத்திரத்தன்று, வரதராஜ பெருமாள் ராமாநுஜரின் சந்நிதிக்கு எழுந்தருளி பரஸ்பர உபசாரங்கள் நடைபெறும்.

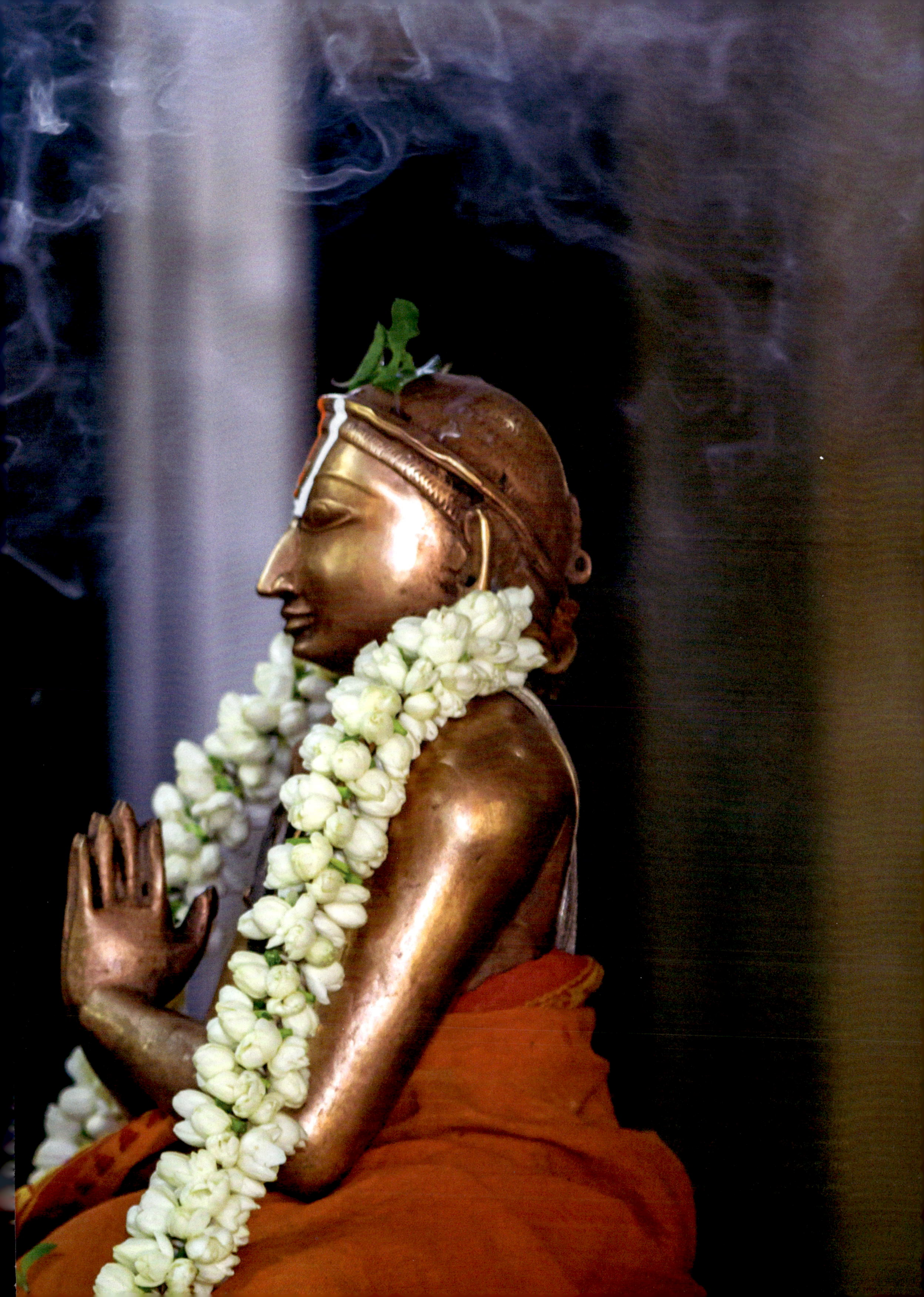

శ్రీమద్రామానుజాచార్యులు

సుప్రసిద్ధ శ్రీవైష్ణవ ఆచార్యులు అయిన శ్రీమద్రామానుజాచార్యులు వరదరాజ పెరుమాళ్ దేవాలయంలో దైవారాధనలో కొంత కాలం తరించారన్నది జగద్విదితం. వారు ఈ దేవాలయంతో పాటు శ్రీరంగం, వెంకటాచలం (తిరుపతి), తిరునారాయణ పురం (మేల్కోటే)లోని వైష్ణవ ఆలయాలల్లో కార్యాకలాపాలు సాగించారు. ఈ నాలుగు క్షేత్రాలు వైష్ణవ సాంప్రదాయంలో పేరెన్నిక గాంచాయి.

CE 1017వ సంవత్సరంలో శ్రీపెరుంబుదూర్‌లో అసురీ కేశవ సోమయాజి - కాంతిమతి దంపతులకు జన్మించిన శ్రీ రామానుజాచార్యుని తొలి గురువు యాదవప్రకాశుడు. కొన్ని మనస్పర్థల కారణంగా గురువు అయిన యాదవప్రకాశుడు, శ్రీ రామానుజాచార్యులను గంగా యాత్రలో వున్నప్పుడు హత్య గావించాలి అని భావించారు. ఇది ముందే పసిగట్టిన ఆయన తప్పించుకొని, ఒక కారడవిలోకి చేరారు. ఒక చెట్టు కింద స్పృహ తప్పి పడిపోయారు. అప్పుడు ఒక వేటగాడు అతని భార్య శ్రీ రామానుజాచార్యుని రక్షించారు. ఆ జంటను ఆచార్యులువారు కాంచీపురానికి మార్గమును అడగగా, ఆ రాత్రి సేద తీరి, వారు అయనకు మార్గమును చూపిస్తూ పయనమయ్యారు. దారిలో దాహార్తితోవున్న శ్రీ రామానుజాచార్యులు ఒక సరస్సులో మధుర మైన నీటిని త్రాగి, కొంత నీటిని ఆ జంట కోసమై తీసుకొని, తిరిగి వెనకకు చూడగా, ఆ వేటగాడి జంట ఎక్కడా కానరాలేదు. అప్పుడు ఆ జంటను శ్రీమన్నారాయణ-లక్ష్మీదేవి గా భావించిన శ్రీ రామానుజాచార్యులు వారు, తాను వచ్చింది కాంచీపురం అని తెలుసుకుని ఆశ్చర్యపోయారు.

శ్రీ రామానుజాచార్యుల గుడి వరదరాజ పెరుమాళ్ మరియు లక్ష్మీదేవి ఈ విశిష్ట ఆచార్యకు వరదరాజ పెరుమాళ్ మరియు లక్ష్మీదేవి అజ్ఞాత దర్శనాన్ని ఇచ్చిన ప్రదేశంలోనే ఉంది. గర్భగుడిలో పొందుపరచబడిన శ్రీ రామానుజచార్య ప్రతిమ తూర్పు ముఖంగా ఉంది మరియు అంజలి హస్తంతో, దండతో ఉంది. విజయనగర కాలానికి చెందిన ఎనిమిది స్తంభాల మండపం ఈ పుణ్యక్షేత్రానికి అనుసంధానించబడి ఉంది, మరియు అనుష్ఠాన కుళం అనే ఆలయ పుష్కరిణి ముందు ఉంది. విజయనగర రాజ చిహ్నం, (సూర్యుడు మరియు చంద్రులతో ఒక వరాహ) ఈ ఆలయ వెలుపల గర్భగుడి బయటి గోడపై చక్కగా చెక్కబడి, ఈ మందిరం నిర్మించిన లేదా విజయనగర రాజుల పాలనలో నిర్మించబడినది లేక పునర్నిర్మించబడిందని సూచిస్తుంది. ఇది వైష్ణవిజానికి గొప్ప సేవ. ఈ పుణ్యక్షేత్రం యొక్క ముఖ్యమైన లక్షణం ఏమిటంటే, శ్రీ రామానుజాచార్యుని ప్రతిమ తిన్నగా తూర్పున కాంచీపురంలోని వరదరాజ పెరుమాళ్ ఆలయం వైపుకు ఉంది పైగా వరదరాజ పెరుమాళ్ ఆలయ రెండు ప్రధాన గోపురాలు ఇక్కడి నుండి సుసుస్పష్టంగా కనిపిస్తాయి.

సెవిలిమేడులోని ఆలయానికి చాల సమీపంలో పవిత్రమైన మరియు పురాతన బావి (సాలక్కినారు) ఉంది, ఇక్కడే శ్రీ రామానుజాచార్యులు నీటిని సేవించి, ఆ దైవ జంటకు సమర్పించదలిచారని ప్రశస్తి. తదనంతరం శ్రీ రామానుజా చార్యులు కాంచీపురంలోని తిరుక్కచ్చి నంబికి శిష్యుడైనప్పుడు, గురువుగారి కోరిక మేరకు వరదరాజ పెరుమాళ్ దేవాలయంలో తిరుమంజనానికి ఈ బావి నుండి నీటిని తీసుకురావడంద్వారా నారాయణుడికి రామానుజాచార్యుని సేవలను ప్రారంభించ మని కోరాడు. ఆ విధంగా తన గురువు ఆదేశానుసారం, శ్రీ రామానుజాచార్యులు కాంచీపురం (సాలక్కినారు-కైంకర్యమ్) లోని గొప్ప విష్ణు ఆలయానికి రోజూ నీటిని తీసుకువెళ్లేవారు. ఈ బావి ఈనాటికీ మంచి స్థితిలో ఉంది, మరియు వరదరాజ పెరుమాళ్ ఆలయం నుండి పూజారులు తిరుమంజనంకోసం వరదరాజ స్వామికి నీరు తీసుకు రావడానికి ప్రతి ఉదయం సందర్శిస్తారు, ఇది 12వ శతాబ్దం CEలో ప్రారంభమైనది మరియు ఈనాటికీ కొనసాగుతోంది.

శ్రీ రామానుజాచార్యులకు అంకితం చేసిన ఈ చిన్న ఆలయానికి అనుసంధానించబడిన ఒక ప్రత్యేకమైన పండుగ ప్రతి సంవత్సరం (మార్గళి - మార్గశిర) మాసం (డిసెంబర్ - జనవరి)లో జరుగుతుంది. అధ్యాయ పండుగ లో అయ్యర్ప సాత్తుముర్రై మరుసటి రోజు, దైవ దంపతులు (వేట జంట) రామానుజా చార్యునికి సహాయం చేసిన ముఖ్యమైన ఘట్టం జ్ఞాపకార్థం అనుష్ఠానకుళం పండుగ జరుపుకుంటారు. వరదరాజ పెరుమాళ్ మరియు పేరుందేవి తాయార్, చిన్న కాంచీపురంలోని వారి ఆలయం నుండి, వేటగాడి జంట రూపంగా ధరించి ఈ పవిత్ర బావిని మరియు సెవెలిమేడులోని శ్రీ రామానుజచార్యుల మందిరాన్ని సందర్శిస్తారు.

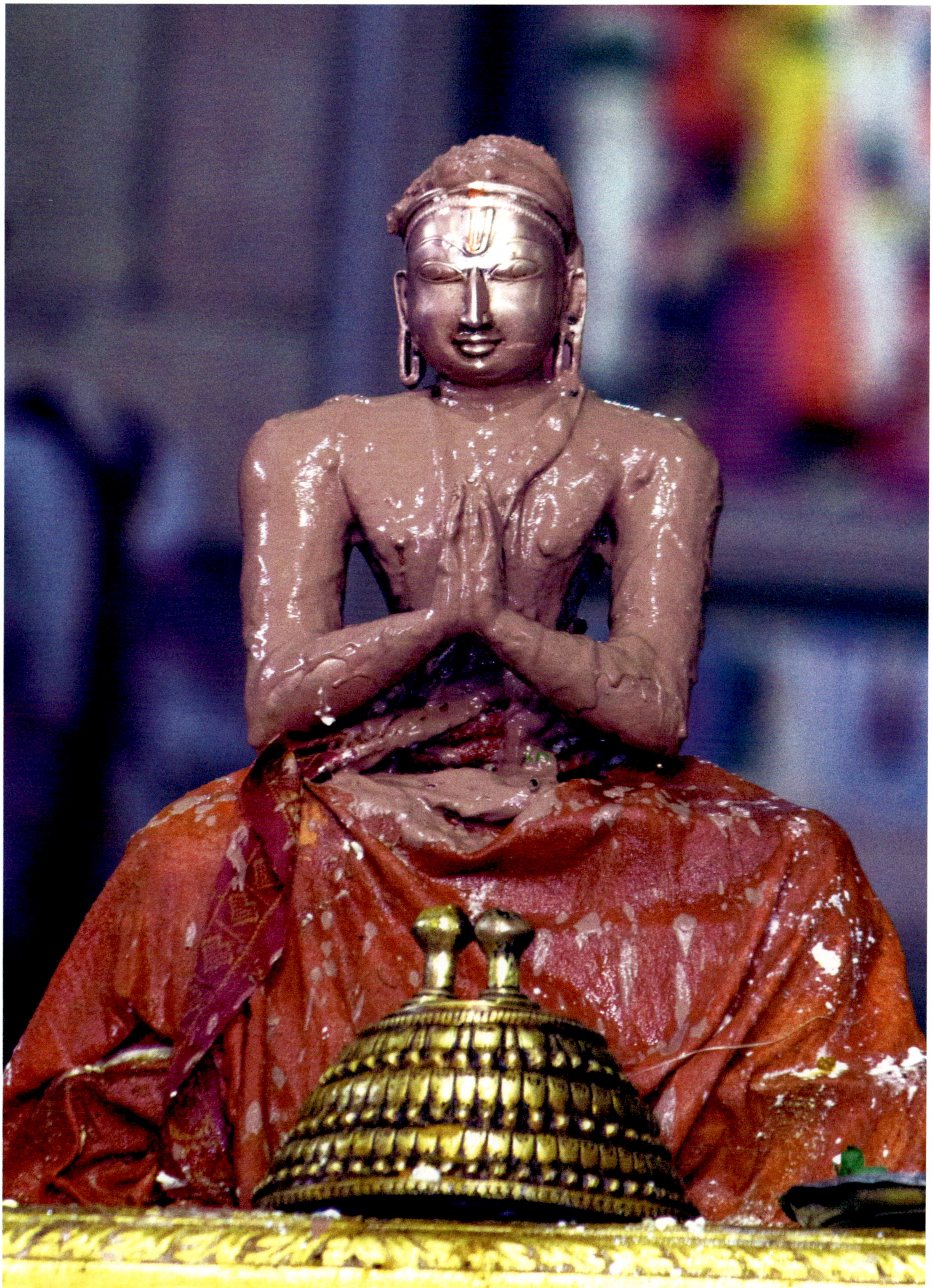

శ్రీ రామానుజాచార్యులు కాంచీపురంలో [illegible]
మరియు వరదరాజ పెరుమాళ్ నుండి తిరుక్కచ్చి నంబి ద్వారా ఆజ్ఞలు పొందారు. ముఖ్యమైన శ్రీవైష్ణవ ఆచార్య, యమునా చార్యులు (ఆలవందర్), ఈ ఆలయ సందర్శనలో భాగంగా, శ్రీ రామానుజాచార్యులను మొదటిసారి మూడవ ప్రాకారమైన యమునై-తురైవర్-తిరుముట్రంలో కలుసుకున్నట్లు చెబుతారు. తిరుక్కచ్చి నంబి, మహాపూర్ణగా కూడా పిలవబడే పెరియ నంబి (యమునాచార్యుని శిష్యుడు)వద్ద తిరుకచ్చి నంబి ఆదేశాల మేరకు శ్రీ రామానుజాచార్యులు కాంచీపురంలో అభ్యాసం చేశారు. అప్పటికి పరమపదించిన యమునాచార్యుల కోరికను తీర్చడానికి శ్రీరంగంలో శ్రీవైష్ణవ మఠానికి అధిపతిగా శ్రీ రామానుజచార్యులైతే మంచిదని పెరియనంబి కోరుకున్నారు. తన శిష్యులైన ముదలియందన్ మరియు కూరత్తాళ్వార్‌తో పాటు, శ్రీ రామానుజచార్యులు శ్రీరంగంకు వెళ్లారు, ఇక అప్పటి నుండి ఆయన చేసిన అన్ని కార్యకలాపాలకు శ్రీరంగమే ప్రధాన స్థావరం అయినది.

వరదరాజ పెరుమాళ్ ఆలయంలో కొన్ని శాసనాలు ఉన్నాయి, శ్రీ రామానుజాచార్యులుకు సంబంధించి కొంత సమాచారాన్ని నమోదు చేశాయి. శ్రీ రామానుజచార్యుల చొరవ వల్ల వేదాలతో పాటు దేవాలయాలలో ఆళ్వార్ల పాశుర పఠనం జరుగుతోంది అనడం అందరికీ తెలిసిన విషయమే. ఈ ఆలయంలోని 1129 CE నాటి శిలాశాసనం ద్వారా, ఈ ఆచార్య జీవితకాలంలో, పోయిగై ఆళ్వార్ మరియు భూతత్తాళ్వార్‌యొక్క తమిళ శ్లోకాలు ఇక్కడ పఠించబడేవి అని తెలుస్తోంది.

శ్రీ రామానుజచార్యులు పరమపదించిన తర్వాత ఐదు దశాబ్దాల పాటు వరదరాజ స్వామి ఆలయంలో ఆయన పూజలు అందుకున్నారు. మూడవ కులోత్తుంగ చోళుని 1191 CE నాటి శాసనంవలన, చోళ అధిపతి అయిన నెట్టూర్కు చెందిన ఇలైఆళ్వార్ కళింగరాయణ అనే వ్యక్తి ఎంబెరుమానార్ ప్రతిమను ప్రతిష్ట చేసి ఈ దేవత నైవేద్యాల ఖర్చుల కోసం రెండు గ్రామాల నుండి పన్నులు ఇచ్చాడని పేర్కొన్నాడు. ఈయనే భాష్య-వృత్తికై (రామానుజ భాష్యం వివరణ) మరియు ఆలయ మఠంలోని కొద్దిమంది జియ్యర్లకు జీవనానికి విరాళాలు ఇచ్చాడు. శ్రీ రామానుజాచార్యులను ఈ ఆలయం యొక్క వెలుపలి ప్రాకారంలో పూజిస్తారు మరియు అనేక శిల్పాలలో, ఆలయంలోని విజయనగర యుగపు చిత్రాలలో కూడా ఆయన దర్శనమిస్తారు. వారి గౌరవార్థం ఈ ఆలయంలో ఒక ముఖ్యమైన వేడుక - చైత్రమాసంలో ఆరుద్ర నక్షత్రంతో ముగిసే పది రోజులు పండగ జరుపబడుతుంది. ఈ గొప్ప గురువు కోసం. ఇదే రోజు, వరదరాజ పెరుమాళ్ రామానుజచార్యుల గర్భగుడికి వెళ్లి గౌరవాలు స్వీకరిస్తారు.

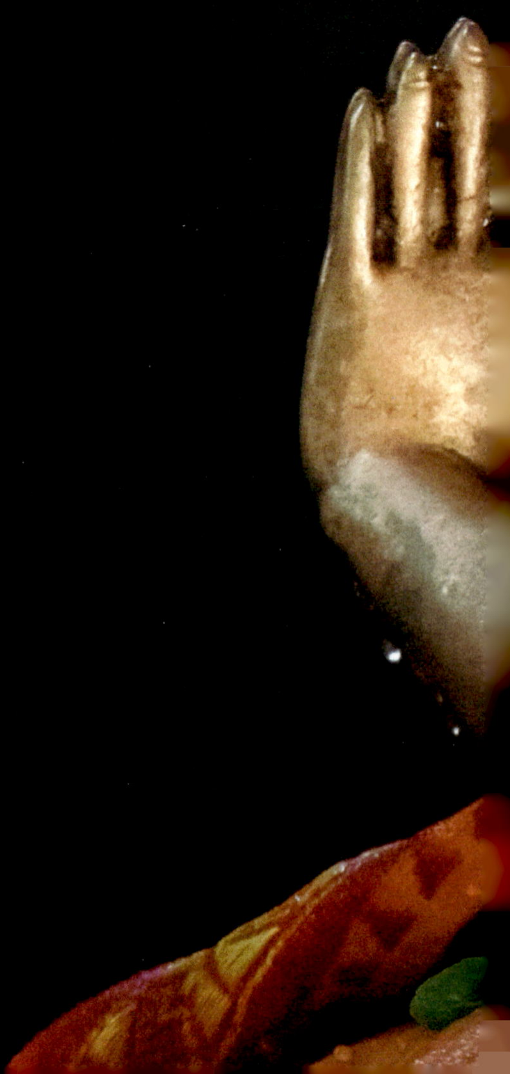

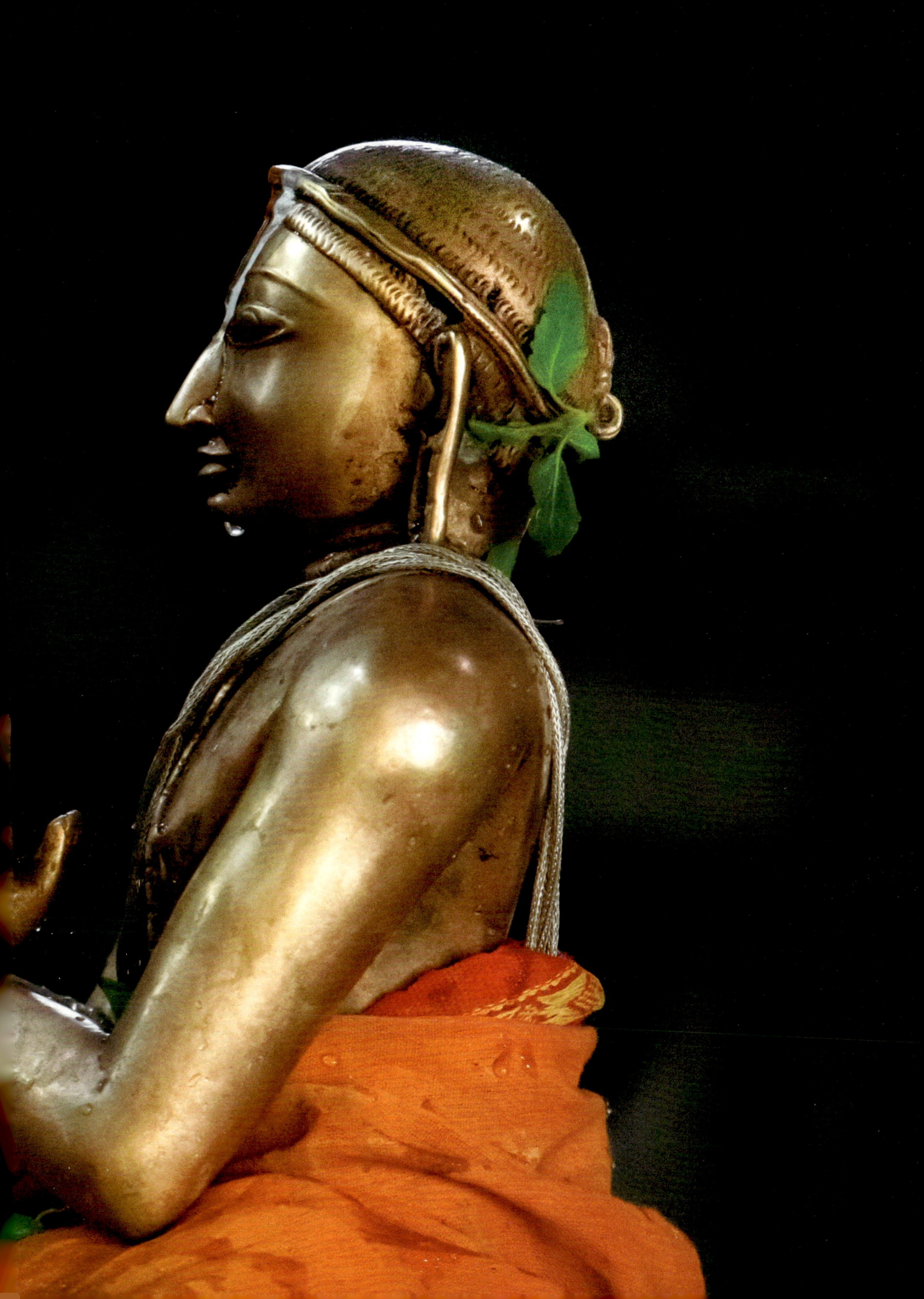

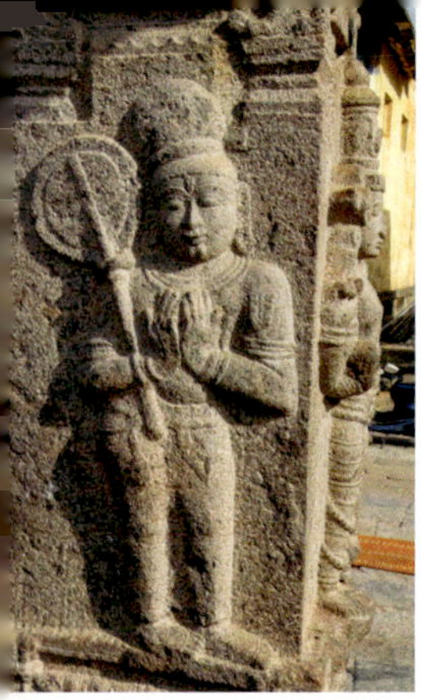

Thirukkachi Nambi

திருக்கச்சி நம்பிகள்

తిరుక్కచ్చి నంబి

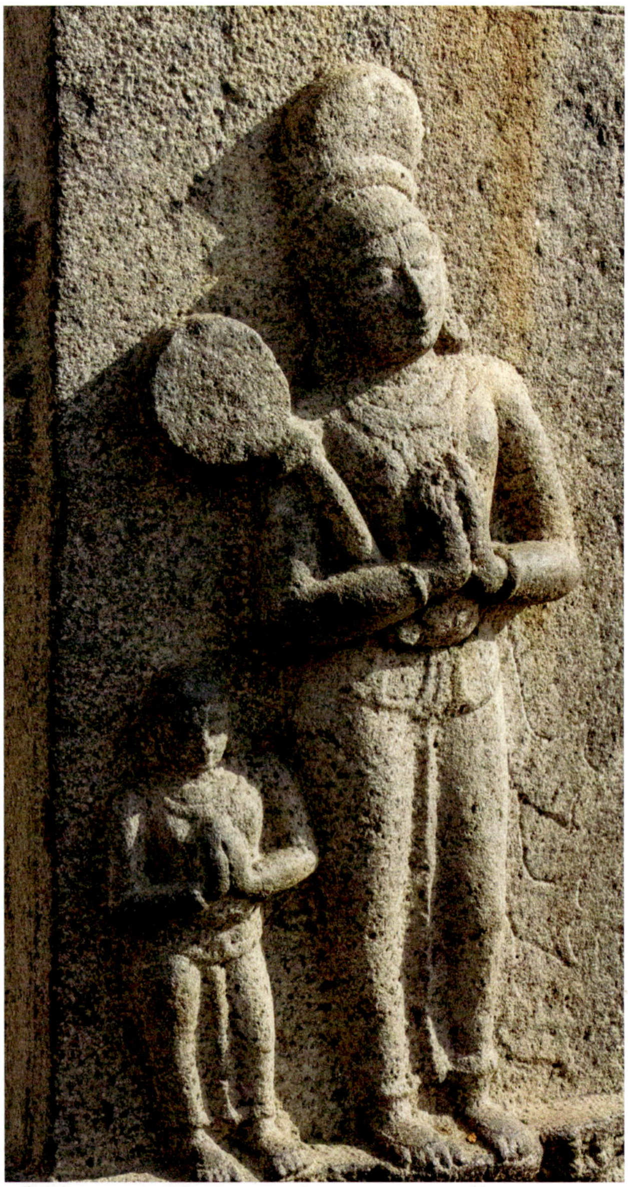

Thirukkachi Nambi, an elder contemporary of Ramanujacharya and also the latter's preceptor (guru) was a very great devotee of Varadaraja Perumal of Kanchipuram. He is revered as one of the early Srivaishnava Acharyas. The *Guruparampara Prabhavam* mentions that Nambi's birthplace was Poondamalli near Chennai. He is believed to have taken flowers to Kanchipuram everyday to worship Varadaraja Perumal and also composed the work *Devarajashtakam* in praise of this deity. The Varadaraja Perumal temple in Poondamallee is said to have been constructed by him.

Thirukkachi Nambi is known for performing the `alavatta kainkarya'. The alavatta is a fan with a long handle with which he used to fan Varadaraja Perumal. He won the unique reputation as the only person who could converse with Varadaraja Perumal and was held in great respect by the people of Kanchipuram. When Ramanujacharya requested Thirukkachi Nambi to accept him as his disciple, the latter told him that he was not proficient in the Sastras, but Ramanujacharya insisted on becoming his student on account of his great devotion to Vishnu. It was at Nambi's request that Ramanujacharya brought water everyday from a well (salakkinaru) in Sevilimedu a short distance from Kanchipuram for worship at the Varadaraja Perumal temple. This deity chose Thirukkachi Nambi as his medium to convey to Ramanujacharya, the six famous tenets of Visishtadvaita which served as the guideline for the latter's teachings.

During the Vijayanagara times of the 16th century A.D., many mandapas were constructed inside the Varadaraja Perumal temple such as the Kalyana-mandapa and the four-pillar mandapas near the west gopuram. The four-pillar mandapa which is near the dwajastambham is known as the Thirukkachi Nambi mandapa since it has many sculptures of this Acharya holding the alavatta. The Kalyana-mandapa too has a similar carving of this Acharya.

ஸ்ரீராமானுஜரை விட மூத்தவரும், அவருடைய சம காலத்தவருமான திருக்கச்சி நம்பிகள் ராமானுஜரின் குருவாகவும் இருந்தவர். காஞ்சி வரதராஜ பெருமாளிடம் அளவற்ற பக்தி கொண்டிருந்தவர். ஆரம்பக்கால வைஷ்ணவ ஆசார்யர்களில் ஒருவராகப் போற்றப்படுகிறார். திருக்கச்சி நம்பிகள், சென்னைக்கு அருகிலுள்ள பூவிருந்தவல்லியில் தோன்றியதாக குரு பரம்பரை பிரபாவம் குறிப்பிடுகிறது. தினமும் பூவிருந்தவல்லி யிலிருந்து காஞ்சி வரதராஜ பெருமாள் கோயிலுக்குப் புஷ்பங்கள் எடுத்துச் சென்று வழிபட்டவர். காஞ்சி வரதராஜ பெருமாளைப் போற்றும் தேவராஜ அஷ்டகம் என்னும் ஸ்தோத்திர நூலையும் இயற்றியுள்ளார். பூந்தமல்லியில் உள்ள வரதராஜ பெருமாள் திருக்கச்சி நம்பிகளால் கட்டப்பட்டதாகக் கூறப்படுகிறது.

திருக்கச்சி நம்பிகள் என்றாலே வரதராஜ பெருமாளுக்கு அவர் செய்த ஆலவட்ட கைங்கர்யம்தான் நம் நினைவுக்கு வரும். நீண்ட கோலில் ஆலிலைகளை விசிறிபோல் பிணைத்து பெருமாளுக்கு விசிறும் கைங்கர்யமே ஆலவட்ட கைங்கர்யம்.

வரதராஜ பெருமாளிடம் நேரிடையாகப் பேசக்கூடியவர் என்ற பெருமைக்கு உரிய திருக்கச்சி நம்பிகள், காஞ்சி மக்களால் பெரிதும் மதித்துப் போற்றப்பெற்றவர். திருக்கச்சி நம்பிகளிடம் தம்மைச் சீடனாக ஏற்றுக்கொள்ளவேண்டும் என்று ராமாநுஜர் கேட்டபோது, திருக்கச்சி நம்பிகள் தமக்கு சாஸ்திரங்களில் போதிய ஞானம் இல்லையென்று கூறி மறுத்துவிட்டார். ஆனாலும்,திருக்கச்சி நம்பிகள் விஷ்ணுவிடம் கொண்டிருந்த மாசற்ற பக்தியின் காரணமாகத் தம்மைச் சீடராக ஏற்றுக்கொள்ளவேண்டும் என்று ராமாநுஜர் கேட்டுக்கொண்டார்.

திருக்கச்சி நம்பிகள் கேட்டுக்கொண்டதன்படி, ராமாநுஜர் வரதராஜ பெருமாளின் திருமஞ்சனத்துக்காக காஞ் சிபுரத்திலிருந்து சிறிது தொலைவிலிருந்த செவிலிமேடு என்ற இடத்திலுள்ள சாலக்கிணற்றிலிருந்து தீர்த்தம் கொண்டு வருவதை தினசரிக் கடமையாகக் கடைப்பிடித்தார். வரதராஜ பெருமாள் திருக்கச்சி நம்பிகளின் மூலமாகத்தான் ராமாநுஜருக்கு விசிஷ்டாத்வைதத்தின் முக்கியமான ஆறு கோட்பாடுகளை உணர்த்தி அருளினார். அவையே ராமாநுஜரின் பிற்கால போதனைகளுக்கு அடிப்படையாக அமைந்தன.

விஜயநகர மன்னர்களின் காலத்தில் 16-ம் நூற்றாண்டில் வரதராஜ பெருமாள் கோயிலில் கல்யாண மண்டபம் மற்றும் மேற்கு கோபுரத்துக்கு அருகிலுள்ள நான்கு தூண்களுடன் கூடிய மண்டபங்கள் என்று பல மண்டபங்கள் கட்டப்பட்டன. துவஜஸ்தம்பத்துக்கு அருகிலுள்ள நான்கு தூண்களுடன் கூடிய மண்டபம், 'திருக்கச்சி நம்பி மண்டபம்' என்று அழைக்கப்படுகிறது. இந்த மண்டபத்தில் ஆலவட்ட கைங்கர்யத்தில் ஈடுபட்டிருப்பது போன்ற திருக்கச்சி நம்பிகளின் பல சிற்பங்கள் காணப்படுகின்றன. கல்யாண மண்டபத்திலும் திருக்கச்சி நம்பிகளில் சிற்பம் காணப்படுகிறது.

శ్రీ రామానుజాచార్యుల సమకాలీనుడు మరియు గురువు కాంచీపురానికి చెందిన తిరుక్కచ్చి నంబి, వరదరాజు పెరుమాళ్‌యొక్క భక్తుడు. అతను తొలిదశ శ్రీవైష్ణవ ఆచార్యులలో అగ్రగణ్యుడు. నంబి జన్మస్థలం చెన్నైకి సమీపంలో ఉన్న పూందమల్లి (పూనమల్లి) అని గురు పరంపర పేర్కొంటోంది. వరదరాజ పెరుమాళ్‌ను పూజించడానికి రోజూ కాంచీపురానికి పువ్వులు తీసుకెళ్లినట్లు భావిస్తారు. ఈ దేవతను స్తుతిస్తూ 'దేవరాజాష్టకం' అనే రచనను కూడా సమకూర్చారు. పూందమల్లిలోని వరదరాజ పెరుమాళ్ ఆలయాన్ని ఆయన నిర్మించినట్లు చెబుతారు.

తిరుక్కచ్చి నంబి 'ఆలవట్ట కైంకర్యం' చేసేవారు. పొడవాటి వింజామరమైన 'ఆలవట్ట'తో వరదరాజ పెరుమాళ్‌స్వామికి వారు సేవ చేసేవారు. వరదరాజ పెరుమాళ్‌తో సంభాషించగల ఏకైక వ్యక్తిగా ప్రత్యేక ఖ్యాతిని పొందిన నంబిని కాంచీపురం ప్రజలు ఎంతో గౌరవించారు. తనను శిష్యునిగా అంగీకరించమని శ్రీ రామానుజాచార్యులు కోరినప్పుడు, శాస్త్రాలలో ప్రావీణ్యం లేదన్న కారణంగా నిరాకరించారు తిరుక్కచ్చి నంబి. ఐతే విష్ణువు పట్ల ఉన్న గొప్ప భక్తి కారణంగా రామానుజచార్య తను శిష్యరికం / విద్యార్థి కావాలని పట్టుబట్టారు. నంబి ఆజ్ఞ మేరకు శ్రీ రామానుజాచార్యులు వరదరాజ పెరుమాళ్ ఆలయంలో పూజలు కోసం కాంచీపురం నుండి కొద్ది దూరంలోవున్న సెవిలిమేడులోని బావి నుండి ప్రతిరోజూ నీటిని తీసుకువచ్చారు. అలా స్వయంగా వరదరాజ పెరుమాళ్ తిరుక్కచ్చి నంబిద్వారా రామానుజాచార్యునికి విశిష్టాద్వైతంలో ఆరు ప్రసిద్ధ సిద్ధాంతాలను వివరించారని, ఇది తరువాతి బోధనలకు మార్గదర్శకంగా పనిచేసిందని ప్రశస్తి.

16వ శతాబ్దం C.E. (A.D.) విజయనగర కాలంలో, వరదరాజ పెరుమాళ్ ఆలయం లోపల కల్యాణ మండపం మరియు పశ్చిమ గోపురం సమీపంలో నాలుగు స్తంభాల మండపాలవంటి ఎన్నో నిర్మాణాలు జరిగాయి. ధ్వజస్థంభం దగ్గరవున్న నాలుగు స్తంభాల మండపాన్ని 'తిరుక్కచ్చి నంబి మండపం' అని పిలుస్తారు. ఎందుకంటే ఆలవట్ట చేతబూనిన తిరుక్కచ్చి నంబి శిల్పాలు అనేకం ఇక్కడ దర్శనం ఇస్తాయి. కల్యాణ మండపంలోకూడా ఈ ఆచార్యుని శిల్పం ఉంది.

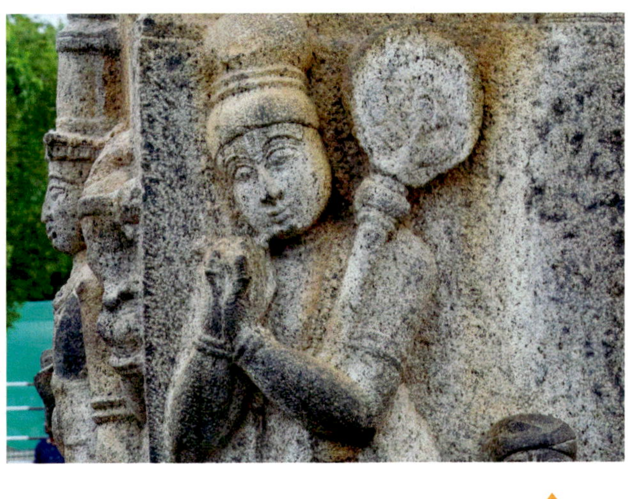

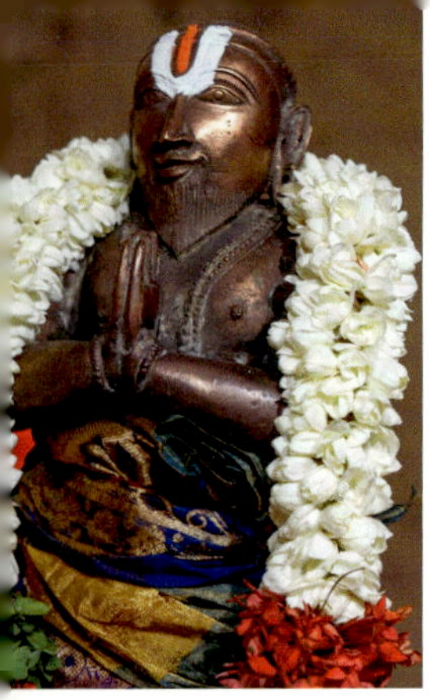

Kurattazhvan

Kuresha or Kurathazhvan, whose original name was Srivatsanka Mishra, hailing from Kuram near Kanchipuram, was one of the most loyal and important disciples of Ramanujacharya. According to Vaishnava hagiology, Ramanujacharya decided to visit Kashmir to study an ancient manuscript called *Bodayana Vritti*, a treatise on the *Brahma Sutras*, which was said to be available only there. Kuresha and some of his other disciples accompanied him on the long journey to this mountain kingdom. The Pundits of Kashmir tried to thwart Ramanujacharya's endeavor, but the king of Kashmir, impressed with his profound scholarship allowed him to see the manuscript and later even permitted him to take it to Srirangam. However, on his return journey, some of the Pundits who followed Ramanujacharya took the manuscripts back. Fortunately, Kuresha who had studied the text in Kashmir had committed the entire work to memory and there was no cause for for worry. After their return to the temple-town of Srirangam, it was Kuresha who wrote down the *Sri Bhashya*, the commentary on the *Brahma Sutra* as Ramanujacharya was dictating it.

Kurattazhvan along with Ramanujacharya suffered on account of the fanaticism of a ruler, Krimikanta Chola who was an ardent Saivite. This king wanted Ramanujacharya, the pre-eminent Acharya of the Vaishnavas to accept that Siva was the supreme God and he was ordered to go to the court of the king. However, sensing the possible danger in this visit, Kuresha decided to impersonate Ramanujacharya and went to see the Chola king along with Periya Nambi, another devoted disciple, while their preceptor escaped from the Chola country to the Mysore region. On Kuresha's refusal to sign a document to the effect that there is no God higher than Siva, the infuriated king ordered that the two be blinded. While Kuresha pulled out his own eyes, Periya Nambi was blinded by the king's men. The latter, who was aged, died as a consequence of this torture, but Kuresha returned to Srirangam.

After the death of this fanatical king, and the accession of a tolerant ruler to the Chola throne, Ramanujacharya returned to Srirangam and met Kuresha. Together they visited Kanchipuram to pray to Varadaraja Perumal as Ramanujacharya was keen on his disciple getting back his eyesight with the blessings of this deity. When Varadaraja Perumal granted him a boon, the kind-hearted and compassionate Kuresha asked that Naluran, the person who had betrayed him to the Chola king, be the object of His Grace. On Ramanujacharya's insistence that he should pray to get back his power of vision, Kuresha prostrated to Varadaraja Perumal and requested that he get back his eyesight but only to see His Form and his prayer was immediately fulfilled.

According to tradition, Kuresha's wife, Andal was a scholarly lady. Their two sons were Parashara Bhatta and Veda Vyasa (alias Srirama Pillai). The former was a great scholar and wrote a commentary on the Vishnu Sahasranama and also composed the *Sri Ranganatha Stotram* in Samskritam. He is believed to have succeeded Ramanujacharya in the apostolic seat at Srirangam.

Kurattazhvan was a great devotee of Varadaraja Perumal of Kanchipuram. He composed the Samskritam work *Panchasthavam* one section of which is the famous Varadarajasthavam (a string of hundred beautiful verses in praise of Varadaraja Perumal). Kurattazhvan enjoys an honoured place in this temple on account of his close association with Varadaraja Perumal. An inscription dated 1555 A.D. of the Vijayanagara period found in this temple mentions that offerings were made on Kurattazhvan's birth-star (tirunakshatram) Hastam in the Tamil month of Thai (January-February) in the Varadaraja Perumal temple.

There is a small shrine for Kurattazhvan in Kanchipuram on T.K.Nambi road in Chinna Kanchi about a kilometer from the Varadaraja Perumal temple. The bearded stone image of Kuresha enshrined in the sanctum is in a seated posture with his right hand in the vyakhyana mudra as if expounding the scriptures and his left hand holding manuscripts. The processional image of Kurattazhvan is kept in the Varadaraja Perumal temple near the image of his preceptor Ramanujacharya.

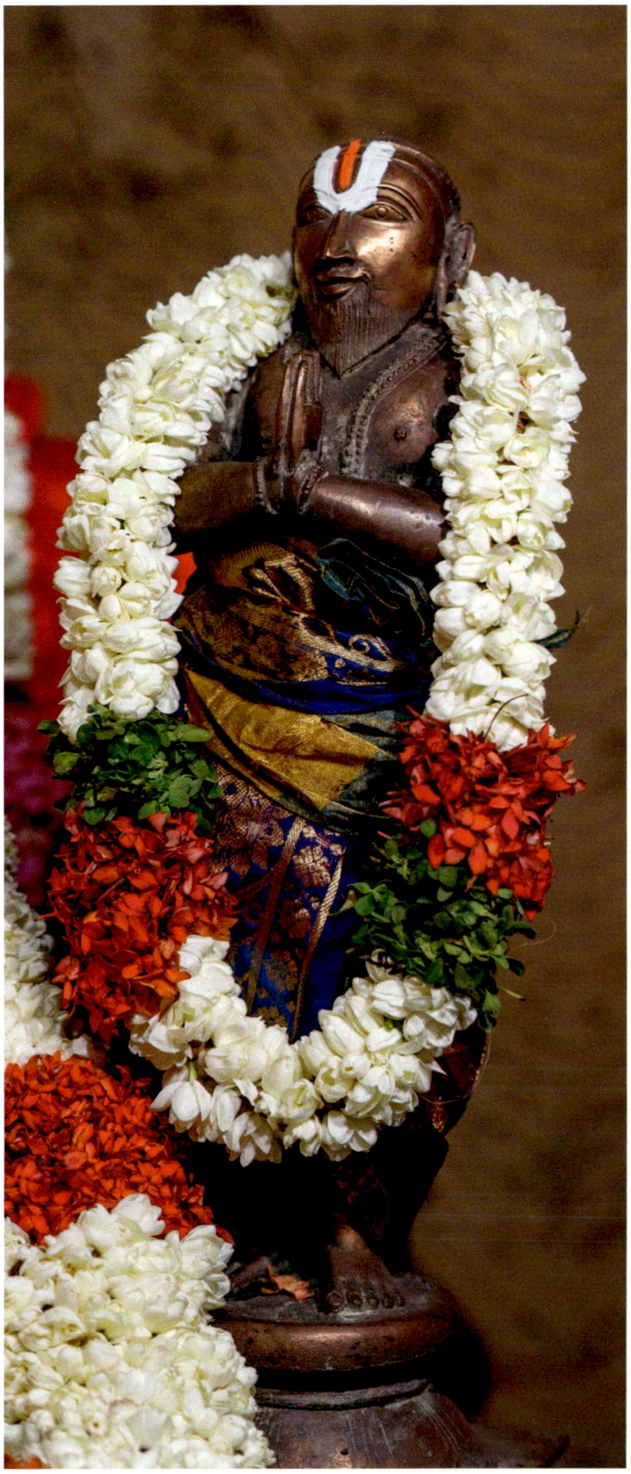

The mandapa in front of the Kurattazhvan shrine on T.K.Nambi road has many pillars of the Vijayanagara style with sculptures of deities like Vishnu and Lakshmi, Narasimha, Rama with bow and arrow and Krishna killing Bhakasura. Carvings of Vaishnava saints and preceptors like Nammazhvar, Tirumangai Azhvar, Ramanujacharya and Kurattazhvan are also seen here. On the birth asterism (Thai Hastham) of Kurattazhvan, Varadaraja Perumal visits this shine accompanied by the processional image (utsava murti) of Kuresha where He is received with due honours and puja is offered here.

Adjacent to the Kurattazhvan shrine is a small sanctum for his son Parashara Bhatta. In this shrine at Kanchipuram, the image of Parashara Bhatta is seen in a sitting posture facing east with his right hand in vyakhyana mudra and left hand holding manuscripts. Kuresha is also worshipped in the Adikesava Perumal temple which is located at his birth-place Kuram.

கூரத்தாழ்வான்

கூரேசர் என்றும் கூரத்தாழ்வான் என்றும் அழைக்கப்படும் ஸ்ரீவத்ஸாங்கன், காஞ்சிபுரத்துக்கு அருகிலுள்ள கூரம் என்ற கிராமத்தில் பிறந்தவர். ஸ்ரீராமாநுஜரிடம் மிகுந்த விசுவாசம் கொண்டி ருந்த முக்கியமான சீடர் இவர்.

பிரம்ம சூத்திரத்துக்கு பாஷ்யம் எழுத விரும்பிய ராமாநுஜர், அதற்காக போதாயன விருத்தி என்ற கிரந்தத்தைப் படிக்க விரும்பினார். காஷ்மீர் அரண்மனையில் மட்டுமே அந்தக் கிரந்தம் இருந்த காரணத்தினால், ராமாநுஜர் கூரத்தாழ்வான் உள்ளிட்ட சில சீடர்களுடன் காஷ்மீர் பயணம் மேற் கொண்டார். மிகுந்த பிரயாசைக்குப் பிறகு காஷ்மீரை அடைந்தனர். ராமாநுஜரின் வருகையின் நோக்கத்தை அறிந்துகொண்ட காஷ்மீர் பண்டிட்கள் சிலர், ராமாநுஜரின் நோக்கம் நிறைவேறாதபடி பல வகைகளிலும் இடையூறு செய்தனர்.

ஆனால், ராமாநுஜரின் தேஜஸினாலும், அவருடைய ஆழ்ந்த ஞானத்தினாலும் பெரிதும் ஈர்க்கப்பட்ட காஷ்மீர் மன்னர், அவரை அரண்மனைக்கு வரவேற்று, அந்தக் கிரந்தங்களைப் பார்க்க அனுமதித்தார். சில காலத்துக்குப் பிறகு அந்தக் கிரந்தங்களை ராமாநுஜர் எடுத்துச் செல்லவும் சம்மதித்தார். ஆனால், அவர்கள் திரும்பிச் செல்லும் வழியில் அவர்களை வழிமறித்த பண்டிட்கள், அவரிடமிருந்த கிரந்தங்களை பறித்துக்கொண்டனர்.

ஆனால், காஷ்மீரில் அந்தக் கிரந்தங்களைப் பார்வையிட்டுக் கொண்டிருந்தபோதே, கூரேசர் அந்தக் கிரந்தங்கள் முழுவதையும் படித்து, அப்படியே மனதில் பதிய வைத்துக்கொண்டுவிட்டார். எனவே, அவர்கள் ஸ்ரீரங்கத்துக்குத் திரும்பிய பின்னர், பிரம்ம சூத்திரத்துக்கு ராமாநுஜரின் விளக்கவுரையை எழுதுவது கூரேசருக்கு எளிதாக இருந்தது.

ராமாநுஜருடன் இருந்த காலத்தில் கூரத்தாழ்வானுக்கு ஒரு சோதனை ஏற்பட்டது. அந்தக் காலத்தில் அப்பகுதியை ஆட்சி செய்து வந்த கிருமிகண்ட சோழன் என்பவன். தீவிர சைவத்தைக் கடைப்பிடித்தான். அனைவரும் சைவத்தையே தழுவவேண்டும்; சிவபெருமான் மட்டுமே ஒரே பரம்பொருள் என்பதை அனைவரும் ஏற்றுக்கொள்ளவேண்டும் என்று கட்டளையிட்டான். வைஷ்ணவ ஆசார்யராக இருந்த ராமாநுஜரையும் தன் அரண்மனைக்கு அழைத்து, அவரையும் சைவத்துக்கு மாற்ற நினைத்து, அவரை அழைத்து வர வீரர்களுக்கு உத்தரவிட்டான்.விஷயம் அறிந்த கூரத்தாழ்வான், ராமாநுஜரை அங்கிருந்து தப்பி மேல்கோட்டைக்குப் போகும்படிச் சொல்லி விட்டு, அவரைப் போலவே வேடமிட்டுக்கொண்டு பெரியநம்பிகளுடன் அரண்மனைக்குச் சென்றார். மன்னன் உத்தரவின்படி சைவத்துக்கு மாற கூரத்தாழ்வானும் பெரியநம்பிகளும் சம்மதிக்கவில்லை. எனவே, அவர்கள் இருவரின் கண்களைக் குருடாக்கும்படி உத்தரவிட்டான் கிருமி கண்ட சோழன். கூரத்தாழ்வான் தாமாகவே கண்களைக் குருடாக்கிக்கொண்டார். பெரியநம்பிகளின் கண்களை வீரர்கள் குருடாக்கினர். அங்கிருந்து ஸ்ரீரங்கம் திரும்பும் வழியில், முதுமையின் காரணமாக பெரியநம்பிகள் பரமபதம் அடைந்துவிட்டார்.

கிருமிகண்ட சோழனின் மறைவுக்குப் பிறகு ஆட்சிக்கு வந்த மன்னன், மத விஷயங்களில் சகிப்புத் தன்மை கொண்டவனாக இருந்தபடியால், மேல்கோட்டையிலிருந்த ராமாநுஜர் ஸ்ரீரங்கம் திரும்பினார். கூரத்தாழ்வாருக்கு இழந்த பார்வை திரும்பக் கிடைக்கவேண்டி, இருவரும் காஞ்சிபுரம் வரதராஜ பெருமாள் கோயிலுக்குச் சென்றனர். ராமாநுஜர் தம் சீடனுக்குக் கண் பார்வை திரும்பக் கிடைக்க அருள் செய்யும்படி பெருமாளிடம் பிரார்த்தித்தார். ராமாநுஜரின் பிரார்த்தனையின்படி கூரத்தாழ்வானுக்குக் கண் பார்வை அருளிய வரதராஜ பெருமாள், மேலும் ஒரு வரம் கேட்கும்படி கூரத்தாழ்வானிடம் கூறினார்.

இரக்க சுபாவமும், பகைவர்க்கும் அருளும் மனமும் கொண்ட கூரத்தாழ்வான், தம்மை சோழ மன்னனுக்குக் காட்டிக் கொடுத்த நாலூரான் என்பவனை மன்னித்து அருளும்படிக் கேட்டுக் கொண்டார். ராமாநுஜரின் வற்புறுத்தலின்படி பெருமாளின் அருளால் கண் பார்வை பெற்ற கூரத்தாழ்வார், தாம் பெற்ற பார்வையின் மூலம் பெருமாளின் திருவுருவத்தை மட்டுமே தரிசிக்கவேண்டும் என்று பெருமாளிடம் பிரார்த்தித்துக்கொண்டார். வரதராஜரின் அருளால் அவருடைய விருப்பம் உடனே நிறைவேறவும் செய்தது.

கூரத்தாழ்வானின் மனைவி ஆண்டாள், அந்தக் கால பாரம்பர்யப்படி பல நூல்களையும், சாஸ்திரங்களையும் கற்றுத் தேர்ந்து அறிவார்ந்த பெண்மணியாக விளங்கினார். அவர்களுக்கு இரண்டு மகன்கள். ஒருவர் பராசர பட்டர் மற்றவர் வேத வியாசா என்னும் ஸ்ரீராம பிள்ளை. முன்னவரான பராசர பட்டர், விஷ்ணுசஹஸ்ரநாமத்துக்கு விளக்கவுரை எழுதியதுடன், ஸ்ரீரங்கநாத ஸ்தோத்திரமும் இயற்றினார். இவரே ஸ்ரீராமானுஜருக்குப் பிறகு வைஷ்ணவ ஆசார்யராக நியமனம் செய்யப் பட்டார் என்று நம்பப்படுகிறது.

காஞ்சி வரதராஜ பெருமாளிடம் ஆழ்ந்த பக்தி கொண்டிருந்த கூரத்தாழ்வான், வரதராஜ ஸ்தவம் என்ற ஸ்தோத்திரத்தை இயற்றினார். அவர் இயற்றிய பஞ்ச ஸ்தவங்களில் வரதராஜ ஸ்தவமும் பிரசித்தி பெற்று விளங்குகிறது. வரதராஜ பெருமாளின் கருணைத் திறத்தைப் போற்றும் அழகிய சொல்நயமும் கவிநயமும் கொண்ட நூறு பாடல்கள் கொண்டது வரதராஜ ஸ்தவம். வரதராஜ பெருமாளிடம் கூரத்தாழ்வான் கொண்டிருந்த ஆழ்ந்த பக்தியின் காரணமாக, கோயிலில் அவருக்கு உரிய கௌரவம் வழங்கப்பட்டது.

வரதராஜ பெருமாள் கோயிலில் காணப்படும் கி.பி.1555-ஆம் வருடத்திய விஜயநகர காலத்தைச் சேர்ந்த கல்வெட்டு ஒன்றில், கூரத்தாழ்வானின் ஜன்ம நட்சத்திரமான தை மாத அஸ்த நட்சத்திரத்தன்று வழிபாடுகள் செய்யப்பட்ட விவரம் பொறிக்கப்பட்டுள்ளது.

வரதராஜபெருமாள்கோயிலிலிருந்துசுமார்1கி.மீ.தொலைவில், திருக்கச்சிநம்பித் தெருவில் கூரத்தாழ்வானுக்கு சிறிய கோயில் உள்ளது. கல்லினால் வடிக்கப்பட்டிருக்கும் கூரத்தாழ்வானின் வலக் கரம் வியாக்கியான முத்திரையைக் காட்ட, இடக் கரத்தில் சுவடிகள் காணப்படுகின்றன. கூரத்தாழ்வானின் உற்சவ விக்கிரகம் வரதராஜ பெருமாள் கோயிலில் ஸ்ரீராமானுஜரின் சந்நிதியில் வைக்கப்பட்டிருக்கிறது.

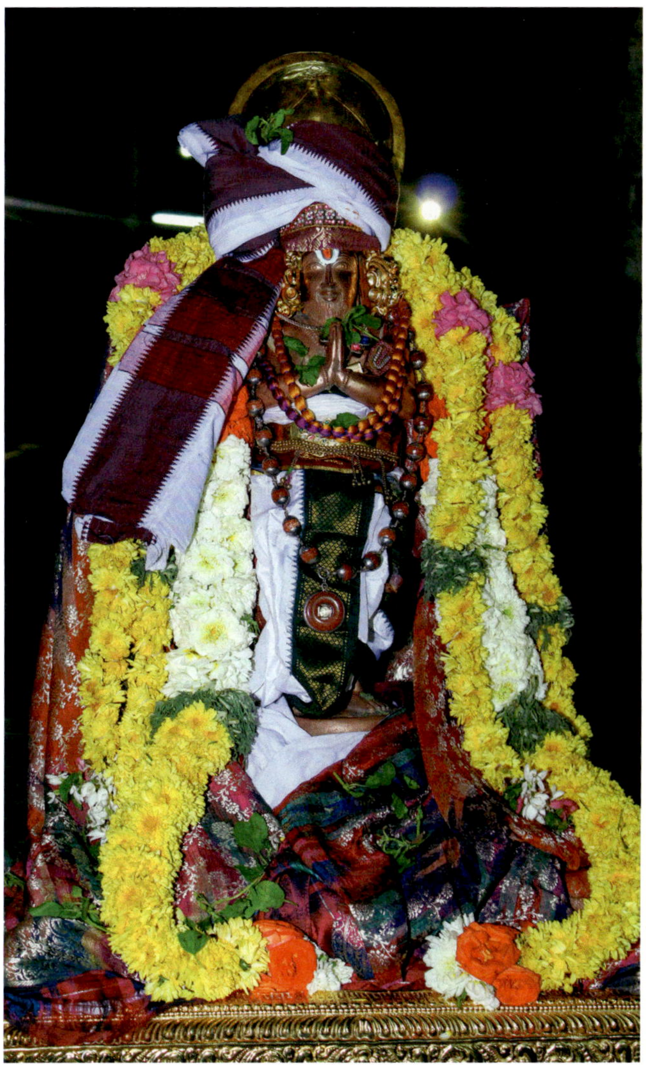

கூரத்தாழ்வான் கோயிலில் உள்ள மண்டபத் தூண்களில் விஜயநகர மன்னர்களின் கலைப் பாணியில் செதுக்கப்பட்ட விஷ்ணு, லக்ஷ்மி, நரசிம்மர், வில் அம்புடன் கூடிய ராமர், பகாசுரனை சம்ஹாரம் செய்யும் கிருஷ்ணர் ஆகியோரின் சிற்பங்கள் காணப்படுகின்றன. வைஷ்ணவ ஆசார்யர்களான நம்மாழ்வார், திருமங்கை ஆழ்வார், ராமானுஜர், கூரத்தாழ்வான் ஆகியோரின் சிற்பங்களும் காணப்படுகின்றன. வருடந்தோறும் கூரத்தாழ்வானின் அவதார நட்சத்திரமான தை மாத அஸ்த நட்சத்திரத்தன்று வரதராஜ பெருமாள் கூரத்தாழ்வான் உற்சவ மூர்த்தியுடன் இந்தக் கோயிலுக்கு விஜயம் செய்து வழிபாடுகளும் உபசாரங்களும் செய்யப்படுகின்றன.

கூரத்தாழ்வான் கோயிலுக்கு அருகிலேயே அவருடைய மகனாகிய பராசர பட்டருக்கும் சிறிய கோயில் உள்ளது. இந்தக் கோயிலில் பராசர பட்டர் கிழக்கு நோக்கி அமர்ந்த கோலத்தில், வலக் கரம் வியாக்கியான முத்திரை காட்ட, இடக் கரத்தில் சுவடிகளை ஏந்தி காட்சி தருகிறார். கூரத்தாழ்வானின் அவதாரத் தலமான கூரத்தில் உள்ள ஆதிகேசவ பெருமாள் கோயிலிலும் கூரத்தாழ்வான் வழிபடப்படுகிறார்.

కూరత్తాళ్వార్

కాంచీపురం సమీపంలోని కురం నుండి వచ్చిన కురేషా లేదా కూరత్తాళ్వార్, అసలు పేరు శ్రీ వత్సంక మిశ్రా, శ్రీ రామానుజాచార్యుల యొక్క అత్యంత నమ్మకమైన మరియు ముఖ్యమైన శిష్యులలో ఒకరు. వైష్ణవ పురాణం ప్రకారం శ్రీ రామానుజాచార్య బ్రహ్మ సూత్రం పై భాష్యమైన బోధాయన వ్రిత్తి అనే పత్రాలతోవున్న గ్రంధాన్నీ అధ్యయనం చెయ్యడానికి కాశ్మీర్‌ను సందర్శించాలని భావించారు - ఆ గ్రంధం కేవలం కాశ్మీర్‌లో మాత్రమే లభ్య మయ్యేది. కురేషా తో పాటు చాల మంది శిష్యులు ఆయనతో ప్రయాణమయ్యారు. కాశ్మీర్ పండితులు శ్రీ రామానుజాచార్య ప్రయత్నాన్ని అడ్డుకోవడానికి ప్రయత్నించారు, కానీ కాశ్మీర్ రాజు, శ్రీ రామానుజాచార్య సునిశిత మేధాసంపత్తికి ఆకర్షితుడై బోధాయన వ్రిత్తిని చూడడానికి, ఇంకా శ్రీరంగం తీసుకు వెళ్లడానికి అనుమతినిచ్చాడు. అయితే, తిరిగి వచ్చే ప్రయాణంలో, శ్రీ రామానుజచార్యను అనుసరించిన కొంతమంది పండితులు దానిని తిరిగి తీసుకున్నారు. అదృష్టవశాత్తూ, కాశ్మీర్‌లో ఆ వచనాన్ని అధ్యయనం చేసిన కురేషా అపారమైన జ్ఞాపక శక్తితో గ్రంథ పూర్తి సారాన్ని గ్రహించాడు. తర్వాత శ్రీరంగం చేరాక, బ్రహ్మ సూత్రం పై వ్యాఖ్యానంగా శ్రీ రామానుజాచార్య శ్రీభాష్యం చెప్పగా, దానిని కురేషుడే వ్రాశాడు.

రామానుజాచార్యులు, కూరత్తాళ్వార్‌లు క్రిమీకంత చోళుడనే రాజు యొక్క మతోన్మాదం వల్ల బాధింపబడ్డారు. ఈ రాజు తన ఆస్థానానికి శ్రీవైష్ణవ ఆచార్యుడైన శ్రీ రామానుజాచార్యుని పిలిపించి, శివుడే పరమదేవుడని అంగీకరించాలని కోరాడు. ఏదేమైనా, ఈ సందర్భనలో సంభవించే ప్రమాదాన్ని గ్రహించిన కురేషా, శ్రీ రామానుజచార్యులవలె నటించాలని నిర్ణయించు కొని, గురువుగారి శిష్యులలో ఒకరైన పెరియ నంబిని తోడుగా తీసుకొని రాజాస్థానానికి బయల్దేరారు. వారి గురువు చోళ దేశం నుండి మైసూర్ ప్రాంతానికి తప్పించుకున్నారు. శివుడి కంటే గొప్ప దేవుడు లేడని ఒక పత్రంలో సంతకం చేయడానికి కురేషా నిరాకరించడంతో, రెచ్చిపోయిన రాజు ఇద్దరి కళ్ళు పెకలించాలని శిక్ష విధించాడు పెరియ నంబి కళ్ళు రాజభటులు పెకలించగా, కురుషుడు తన కళ్ళను తానే పెకలించుకున్నాడు. ఈ చిత్రవధ కారణంగా వృద్ధుడైన పెరియ నంబి మరణించగా, కురేశుడు తిరిగి శ్రీరంగం చేరుకున్నాడు.

ఈ మతోన్మాద రాజు మరణానంతరం ఒక సహనశీలుడైన రాజు చోళ సింహాసనం అధిష్టించిన పిమ్మట, శ్రీ రామానుజాచార్యులు శ్రీరంగంకు తిరిగి వచ్చి కురేషాను కలిశారు. ఎలాగైనా తన శిష్యుడికి కంటి చూపు తిరిగి రావాలని, రామానుజాచార్య కురేషాతో కాంచీపురం వరదరాజ స్వామిని దర్శించి, ప్రార్థించారు. వరదరాజ పెరుమాళ్ దర్శనమిచ్చి, వరమివ్వగా, దయాశీలుడైన కురేషా - తనని చోళరాజుకి అప్పగించి నమ్మకద్రోహం చేసిన నలురన్‌ను క్షమించి విడిచిపెట్టాలని వరం పొందాడు. ఐతే, గురువైన రామానుజాచార్య మళ్ళీ కురేషా కంటిచూపుకై వరదరాజ స్వామిని ప్రార్థించమని కోరగా, ఈసారి దేవుని ముందు సాష్టాంగపడి, కేవలం వరదరాజ పెరుమాళ్ రూపాన్ని ఒక్కసారి చూడడానికే తనకు కంటి చూపు ప్రసాదించాలని కోరాడు కురేషా. ఈ కోరిక సైతం వెంటనే నెరవేరింది.

సాంప్రదాయం ప్రకారం, కురేషా భార్య అయిన ఆండాళ్ పాండిత్యం కల్గిన మహిళ. ఈ దంపతుల కుమారులు పరాశర భట్ట మరియు వేద వ్యాస (అలియాస్ శ్రీరామ పిళ్ళై). పరాశర భట్ట గొప్ప పండితుడు - విష్ణు సహస్రనామానికి వ్యాఖ్యానం రాశాడు మరియు సంస్కృతంలో శ్రీ రంగనాథ స్తోత్రం కూడా స్వరపరిచాడు. రామానుజాచార్యుని తదనంతరం అయన శ్రీరంగపీఠాధిపతిగా వున్నారని లోకోక్తి.

కూరత్తాళ్వార్ కాంచీపురానికి చెందిన వరదరాజ పెరుమాళ్ భక్తుడు. ఆయన సంస్కృతంలో వ్రాసిన పంచాస్తవంలో ఒక విభాగం పేరు వరదరాజస్తవం (వరదరాజ పెరుమాళ్‌ని స్తుతిస్తూ వంద పద్యాలు). వరదరాజ పెరుమాళ్‌తో సన్నిహిత సంబంధం ఉన్నందున కూరత్తాళ్వార్ ఈ ఆలయంలో గౌరవనీయమైన స్థానాన్ని పొందారు. ఈ ఆలయంలో కనుగొనబడిన విజయనగర కాలంనాటి (C. 1555 C.E.) శాసనం వరదరాజ పెరుమాళ్ ఆలయంలోని తమిళ మాసం "తై" (జనవరి-ఫిబ్రవరి)లో కూరత్తాళ్వార్ జన్మ నక్షత్రం (తిరునక్షత్రం) హస్తం మీద సమర్పణలు చేసినట్లు పేర్కొంది.

వరదరాజ పెరుమాళ్ ఆలయానికి కిలోమీటరు దూరంలో చిన్న కంచిలోని టి.కె. నంబి రోడ్డులో కూరత్తాళ్వార్ కోసం ఒక చిన్న మందిరం ఉంది. ఇక్కడ గర్భగుడిలో గడ్డంతోవున్న కురేషుని రాతి విగ్రహం కూర్చుని వున్న వ్యాఖ్యాన ముద్ర(కుడి చేయి)లో వుంది, ఎడమ చేతిలో పలు తాళపత్రాలు ఉన్నట్టుగా చెక్క బడింది. కూరత్తాళ్వార్ ఊరేగింపు విగ్రహం వరదరాజ పెరుమాళ్ ఆలయంలో రామానుజాచార్య విగ్రహం దగ్గర వుంది.

లక్ష్మీదేవి-విష్ణువు, నరసింహ, కోదండపాణియైన రాముడు, భకాసురుని సంహరిస్తున్న కృష్ణుడుతోపాటు వైష్ణవ ఆచార్యులైనట్టి నమ్మాళ్వార్, తిరుమంగై ఆళ్వార్, కూరత్తాళ్వార్ - ఇలా ఎన్నో చక్కగా చెక్కబడ్డ శిల్పాలు ఈ కూరత్తాళ్వార్ గుడి ముందరవున్న మండపం (విజయనగర కాలానికి చెందినది)లో స్థంబాలమీద వున్నాయి. కూరత్తాళ్వార్ జన్మ నక్షత్రంనాడు కూరత్తాళ్వార్ ఉత్సవమూర్తి సహితంగా వరదరాజ పెరుమాళ్, ఉరేగింపుగా ఇక్కడికి విచ్చేసి, ప్రత్యేక పూజాలందుకుంటాడు.

కూరత్తాళ్వార్ మందిరం ప్రక్కనే అతని కుమారుడు పరాశర భట్టకు ఒక చిన్న గర్భగుడి ఉంది. కాంచీపురంలోని ఈ పుణ్యక్షేత్రంలో, పరాశర భట్టయొక్క విగ్రహం తూర్పువైపు ఎదురుగా కూర్చున్న భంగిమలో కుడి చేతితో వ్యాఖ్యానముద్రలో మరియు ఎడమ చేతిలో తాళపత్ర గ్రంధాలను కలిగి ఉంది. కూరత్తాళ్వార్ / కురేషా తన జన్మస్థలం 'కురం'వద్ద ఉన్న ఆదికేశవ పెరుమాళ్ ఆలయంలోకూడా పూజిస్తారు.

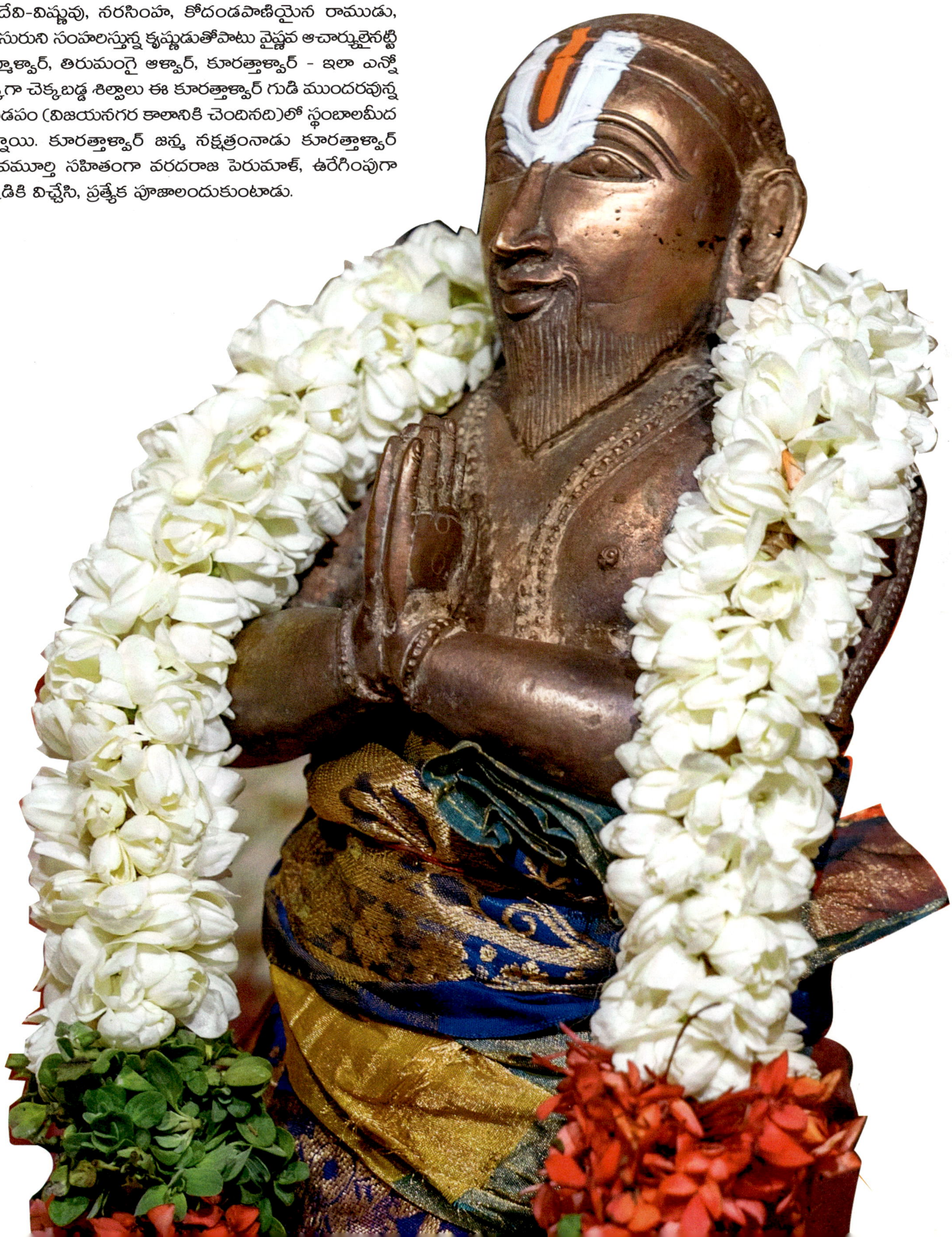

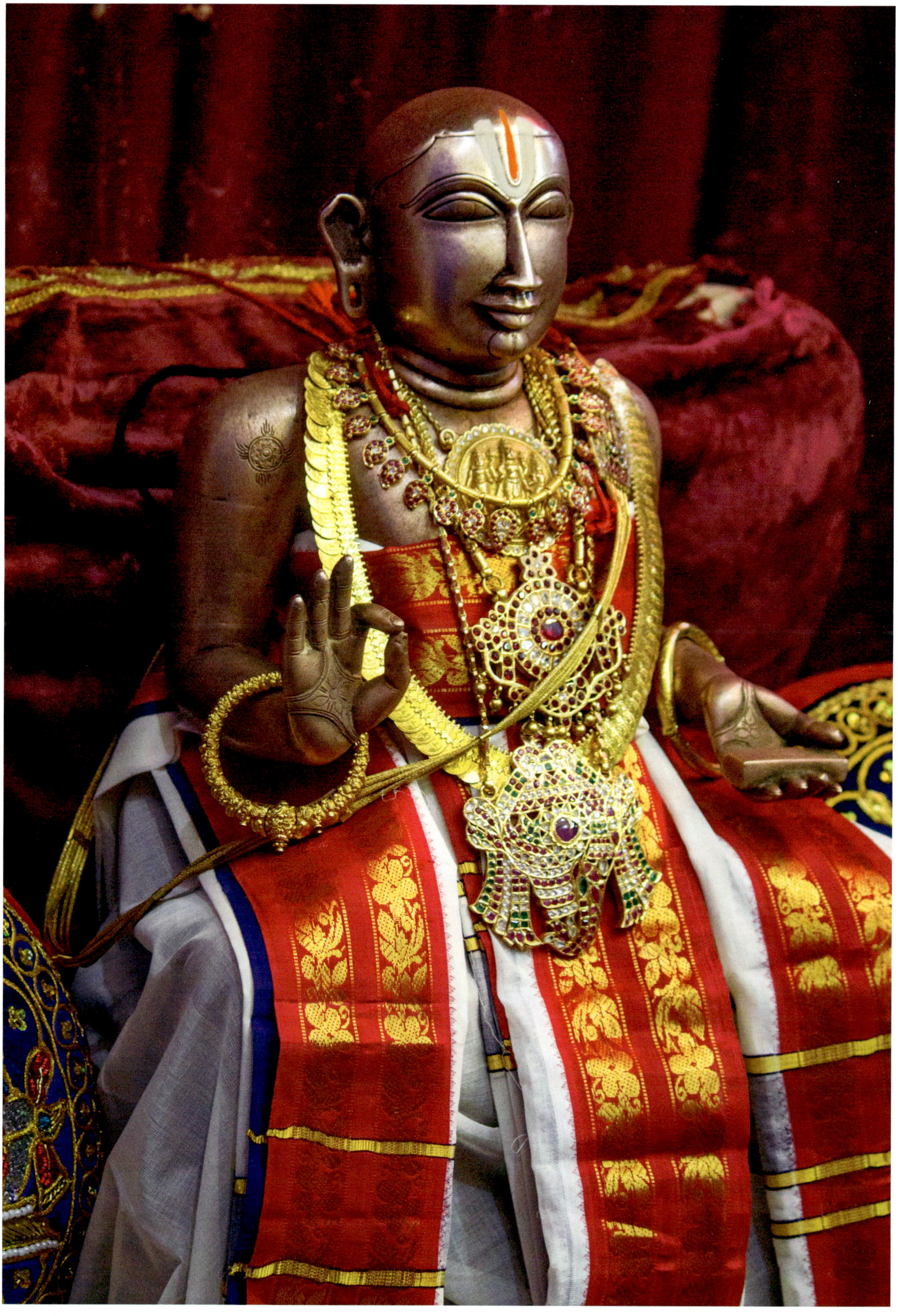

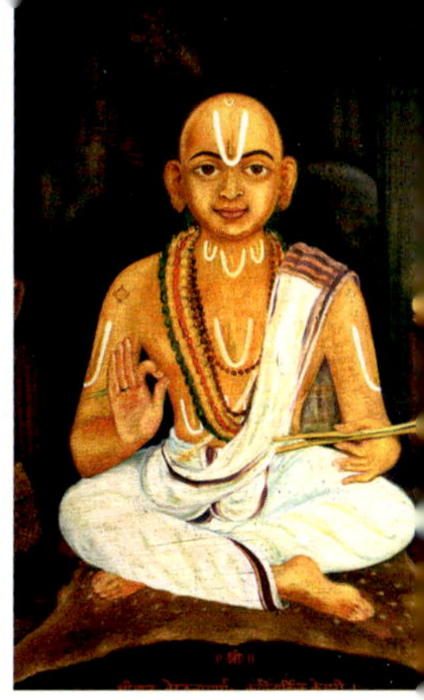

Vedanta Desika

One of the foremost devotees of Varadaraja Svami is Sri Vedanta Desika (1268-c. 1369 A.D.), the illustrious Srivaishnava scholar, philosopher and preceptor. Thoopul or Tirutanka, situated in Chinna Kanchi (Kanchipuram), near Rangaswami Kulam, is well known to Srivaishnavas as it is home to the Deepa Prakasar temple (called Vilakkoli Perumal in Tamil), one of the hundred and eight Divya Desams. This place is also revered as it is the birthplace (avatara-sthala) of Vedanta Desika who was born to Anantasuri and Totaramba. A big shrine with a large mandapa, facing south, in honour of this great Acharya is located next to the Deepa Prakasar temple. According to tradition, the beautiful image of Vedanta Desika was installed in this shrine by his son Nayina Varadachariar (Nayinacharya) alias Kumara Vedantacharya.

This great scholar had authored more than a hundred literary and religious works and his great devotion for Varadaraja Perumal of Kanchi is clearly seen in many of them. His famous poem in Samskritam known as *Varadaraja-Panchashat,* consists of fifty verses in praise of this deity. In stanza 49 of this poem, the author, addressing the `Lord of the Elephant-mountain' (Varana-shaila-natham), states that by just looking at the form of this Perumal, he had no desire even to reside in Vaikuntha. In this work, the author addresses Perumal by many epithets including Kari-shaila-natha, Karisha, Hastisha, Dvirada-shaila-pati, Naga-chala-isha, Kari-shaila-dhaman, Hasti-shaila-ishwaram, Varana-shaila-natha. All of them refer to the hill as elephant, the words kari, hasti, dvirada, naga and varana meaning 'elephant'.

In his work called *Vairagya Panchakam*, consisting of five verses in Samskritam, Svami Desika reveals his complete and total disinterest in worldly wealth and the merit of simple living. In the last stanza, full of devotion and humility, this poet declares that he has not made any money in his lifetime; nor had his father. However, he had inherited the treasure (God Varadaraja), on the Hastigiri Hill which had been bequeathed by Brahma (Pitamaha).

In one of his great Tamil works *Adaikkala Pathu,* Svami Desika reveals his great devotion to Varadaraja Perumal and his complete surrender to this deity. Once, when there was a debate in the Varadaraja Perumal temple about the appropriateness about the recitation of the Divya Prabadham during the procession of this deity, Svami Desika debated and won the argument that they could indeed by chanted. During the temple festivals (utsavam), a pair of musical instrument called `thiruchinnam' was used for auspicious music (mangala vadyam). Varadaraja Perumal, pleased with Svami Desika's argument in favour of the recitation of the Divya Prabandham, ordered, through the priests of the temple, that one of the two thiruchinnams be presented to the poet-scholar. Since then, only one of the two thiruchinnams was used in the temple processions. Vedanta Desika composed a Tamil work called *Thiruchinnamalai* in eleven verses.

In his *Meivrata-Manmiyam* in Tamil, Vedanta Desika retold the traditional episode of the Sthala Puranam of this temple in his own style. This work is also called *Satyavrata-Mahatmyam.*

Festivals at the Vedanta Desika shrine

Svami Desika's close association with the Varadaraja Perumal temple is also evident from the number of festivals connecting this great devotee with the deity. During the month of Purattasi (September-October), a ten-day Brahmotsavam is held in the shrine dedicated to Svami Desika in Thoopul, which concludes on Tiruvonam (Sravanam) asterism. On this day, the Sathumurai festival in honour of Vedanta Desika is celebrated. His image is brought from his shrine in Thoopul in a special palanquin (pallaku), sent from the Varadaraja Perumal temple in the morning and is taken to the Perumal temple for worship. The image of Svami Desika is taken right into the main sanctum after visiting the Perundevi Thayar shrine and other sannidhis in this large temple. He is the only Acharya who is given the honour of being taken into the principal sanctum of Varadaraja Perumal. In the night, the image of Vedanta Desika is carried back to his abode in Thoopul. Moreover, aradhana is also offered to the image of Desika installed in a separate sannidhi situated near the Vahana mandapa, in the Varadaraja Perumal temple-complex.

Varadaraja Perumal's periodic visits

Similarly, during the famous Brahmotsavam celebrations of Varadaraja Perumal in the month of Vaikasi (May-June), Varadaraja Perumal visits the shrine of Vedanta Desika in Thoopul on three days. On the third day of the Brahmotsavam is the well-known Garuda Seva procession, and on this occasion, Varadaraja Perumal comes to Toopul and presents his garland (mala) to His devotee, Desika. Again on the Mohini–avatara celebration which falls on the fifth day of the Brahmotsavam, Varadaraja Perumal goes into the Thoopul sannidhi and gives His garland to Desika. This is repeated on the Punyakoti-vimana procession, which is on the ninth day of the Brahmotsavam. Other than these occasions when Perumal goes to the shrine of Vedanta Desika, on the Kudirai Vahanam celebration on the eighth night of the Brahmotsavam. On this occasion, Perumal goes to the Thoopul shrine and arathi is performed, but He goes not go inside the main sanctum as on the other days.

Similarly, on Chitra Pournami day, Varadaraja Perumal comes to visit Desika at Thoopul. Again, on the twelfth day after Vaikunta Ekadasi, Perumal and Ubhaya Nachiyars on the occasion of Anushtanakulam festival, go to the tiny village of Sevilimedu, about three kilometers from Periya Kanchi, where there is a shrine for the great Srivaishnava preceptor, Ramanujacharya and wherein also is the ancient well from which this great Acharya brought water for the tirumanjanam (abhisekam) of Varadaraja Perumal. On the way back from Sevilimedu to their temple they halt for a while at the shrine for Desika. On this occasion, Varadaraja Perumal is seen with Ramanujacharya and Vedanta Desika on either side. Thus, the frequent mutual visits of Varadaraja Perumal and Sri Vedanta Desika reflect the close affinity between them.

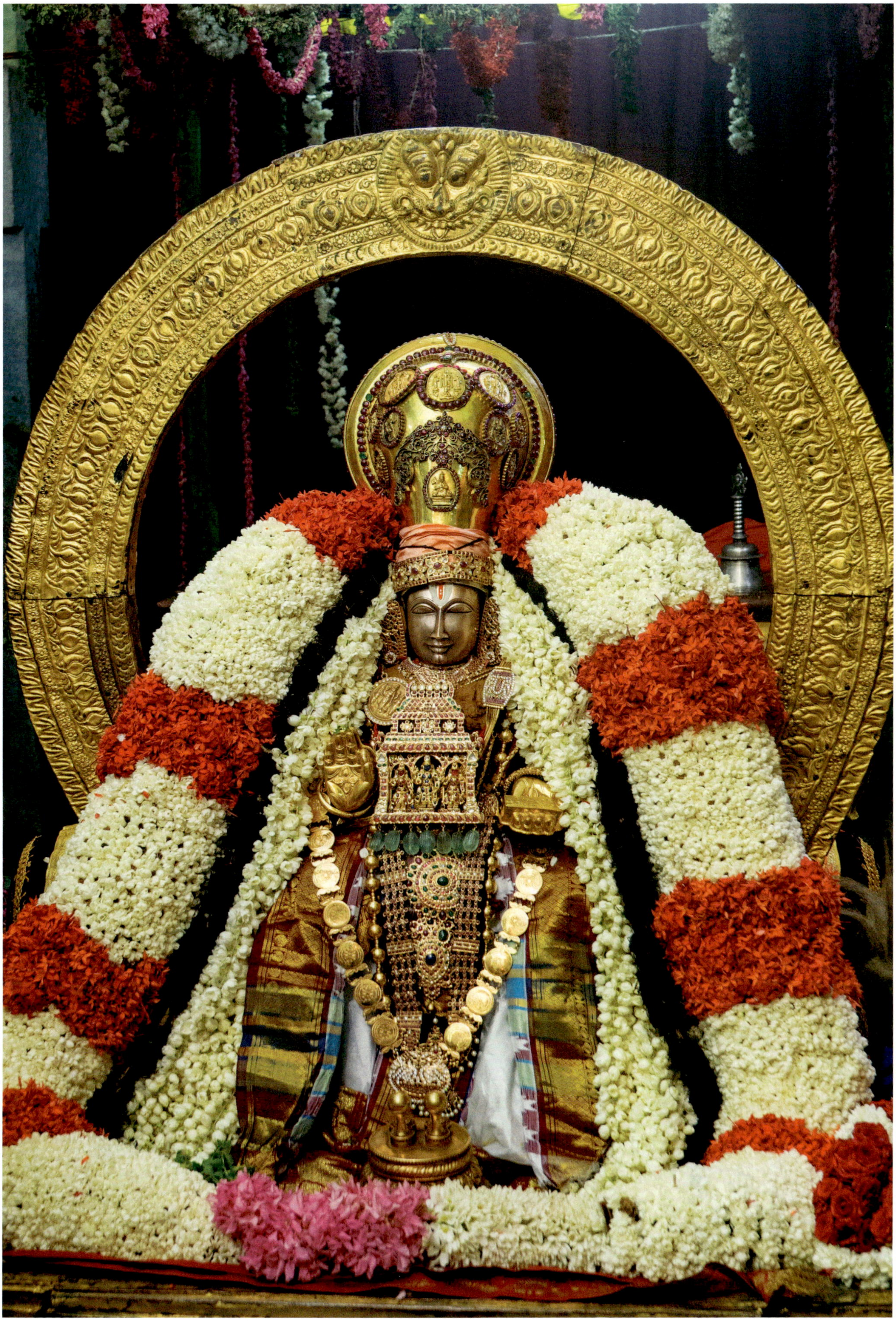

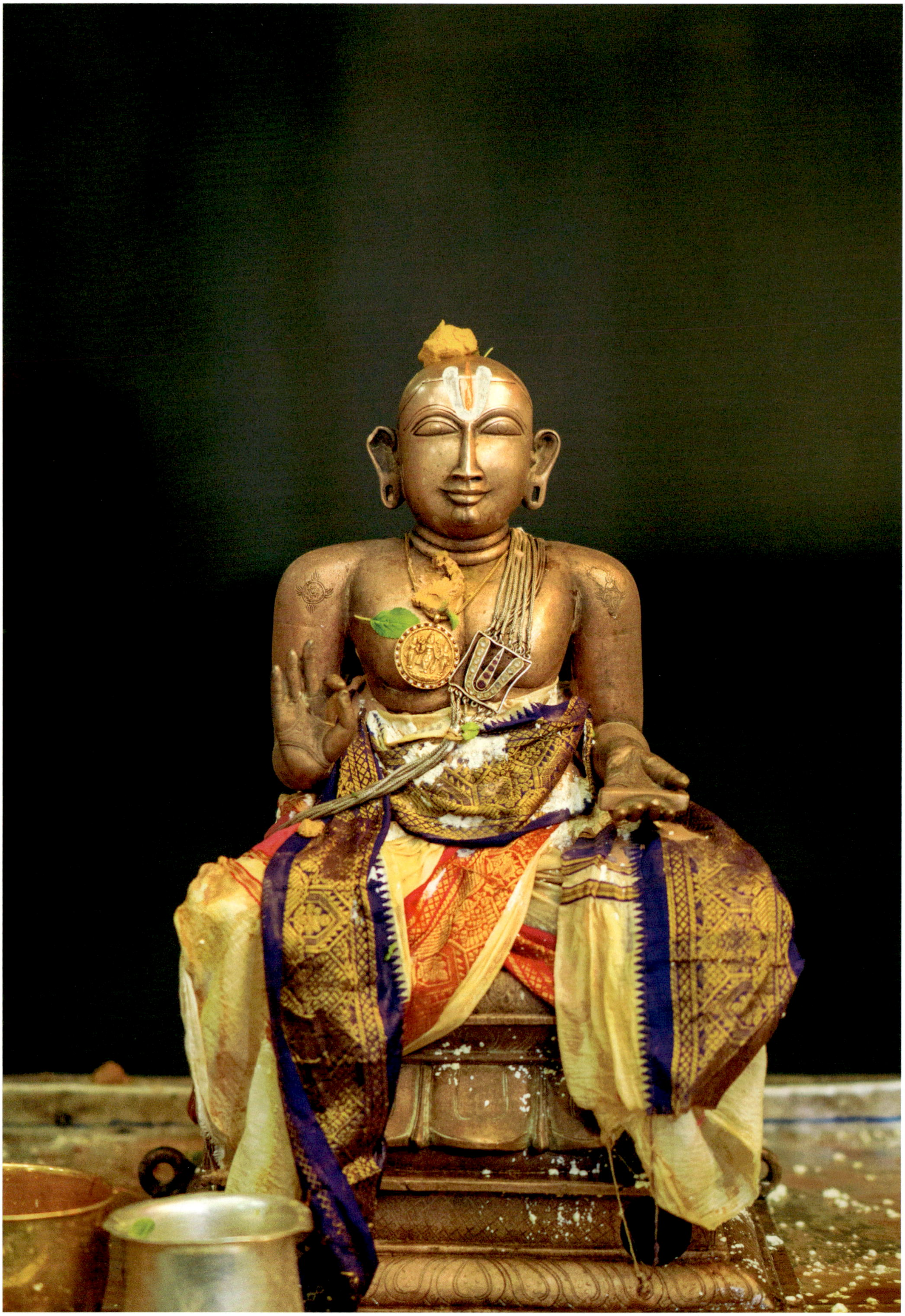

வேதாந்த தேசிகர்

ஸ்ரீவேதாந்த தேசிகர், காஞ்சி வரதராஜ பெருமாளின் மிகச் சிறந்த பக்தர்களில் ஒருவர். கி.பி. 1268 முதல் 1369 வரை வாழ்ந்திருந்த ஸ்ரீவேதாந்த தேசிகர், ஸ்ரீ வைஷ்ணவத்தில் ஒப்பற்ற பாண்டித்யம் பெற்றிருந்தவர். மிகச் சிறந்த தத்துவ ஞானியும், ஆசார்யனாகவும் விளங்கியவர் ஸ்வாமி தேசிகன்.

தூப்புல் என்றும் திருத்தண்கா என்றும் அழைக்கப்படும் ஒரு திவ்யதேசம், சின்ன காஞ்சிபுரம் ரங்கசாமி குளத்துக்கு அருகிலுள்ளது. ஸ்ரீ வைஷ்ணவர்களால் மிகுந்த பக்தியுடன் போற்றப்படும் இந்தத் தலத்தில்தான் தீபப் பிரகாசர் என்ற திருப்பெயருடன் பெருமாள் கோயில் கொண்டுள்ளார். பிரம்மதேவர் நடத்திய யாகத்தின்போது, பிரளயம் போல் வெள்ளப்பெருக்கெடுத்து வந்த சரஸ்வதி நதியின் காரணமாக இருள் சூழ்ந்தது. அப்போது பிரம்மதேவர் மகாவிஷ்ணுவை பிரார்த்திக்க, அப்போது மகாவிஷ்ணு கோடி தீபப்பிரகாச சொரூபமாக எழுந்தருளினார். அதன் காரணமாக பெருமாள் தீபப் பிரகாசர் என்ற திருப்பெயர் கொண்டார். பக்தர்கள் இவரை விளக்கொளி பெருமாள் என்றும் அழைக்கின்றனர்.

இந்தத் தலத்தில்தான் ஸ்வாமி வேதாந்த தேசிகர், அனந்தசூரி தோதாரம்பா தம்பதிக்கு மகனாகத் தோன்றினார். தீபப் பிரகாசர் கோயிலுக்கு அருகிலேயே வேதாந்த தேசிகரின் அவதாரத் தலம் தெற்குப் பார்த்து பெரிய மண்டபத்துடன் அமைந்துள்ளது. இங்கு வேதாந்த தேசிகரின் அழகிய திருமேனியை, அவருடைய மகன் நயினா வரதாசாரியார் (நைனாசார்யார்) என்னும் குமார வேதாந்தாசார்யா பிரதிஷ்டை செய்திருக்கிறார். இந்தக் கோயிலில் வைகாநஸ ஆகமப்படி பூஜை வழிபாடுகள் நடைபெற்று வருகின்றன.

ஸ்வாமி தேசிகன் நூற்றுக்கும் மேற்பட்ட பக்தி இலக்கிய நூல்களை இயற்றியிருக்கிறார். அவருடைய அத்தனை நூல்களிலும், வரதராஜ பெருமாளிடம் அவர் கொண்டிருந்த ஆழ்ந்த பக்தியை நம்மால் உணர்ந்துகொள்ள முடிகிறது. சமஸ்கிருதத்தில் அவர் இயற்றிய வரதராஜ பஞ்சாசத் என்ற பிரசித்தி பெற்ற நூலில் வரதராஜ பெருமாளை பலவாறாகப் போற்றிப் பாடியிருக்கிறார். ஐம்பது பாடல்கள் கொண்ட இந்த நூலின் 49வது பாடலில், 'வைகுண்டத்தை தரிசிப்பதை விடவும் எனக்கு மிகவும் விருப்பமானது நாளும் பொழுதும் இந்த அத்திகிரி மீது அருளும் எம்பெருமானை தரிசிப்பதே' என்று சிலிர்ப்புடன் பாடியிருக்கிறார்.

இந்தநூலில்பெருமாள்அத்திகிரிமீதுஎழுந்தருளியிருப்பதை, கரிசைல நாதா; கரீஸா; ஹஸ்தீஸா; த்ரவிட சைலபதி; வாரண சைல நாத என்று பல பெயர்களில் குறிப்பிட்டுப் போற்றியுள்ளார். அத்தனை பெயர்களுமே யானை என்றே பொருள் தருவனவாகும்.

சமஸ்கிருதத்தில் அவர் இயற்றிய மற்றொரு நூல் வைராக்கிய பஞ்சகம். இந்த நூலில், ஸ்வாமி தேசிகன், எந்த அளவுக்கு உலகாயதமான விஷயங்களிலிருந்து முற்றிலும் விலகியிருந்தார் என்பதையும், அவருடைய வைராக்கிய உள்ளத்தையும் நம்மால் தெரிந்துகொள்ள முடிகிறது. பிரம்மதேவரால் தமக்கு மரபுவழியாக அருளப்பட்ட வரதராஜ பெருமாளை வழிபடும் உரிமையே தமக்கான பெரும் பொக்கிஷம் என்று வாழ்ந்தவர் ஸ்வாமி தேசிகன்.

ஸ்வாமி தேசிகனின் மற்றொரு நூலான அடைக்கலப்பத்து என்ற நூலில் வரதராஜ பெருமாளிடம் அவர் கொண்டிருந்த சரணாகத பக்தியை நம்மால் புரிந்துகொள்ள முடியும். வரதராஜ பெருமாள் கோயிலில் இராப் பத்து, பகல் பத்து வைபவத்தின்போது திவ்யபிரபந்த பாசுரங்களைப் பாராயணம் செய்யக்கூடாது என்று சிலர் எதிர்ப்புத் தெரிவித்தனர். ஸ்வாமி தேசிகன் திவ்ய பிரபந்தமும் வைதிக பரமே என்று வாதிட்டு, திவ்யபிரபந்தம் ஓத வழி செய்தார். வரதராஜ பெருமாள் உலா வரும்போது திருச்சின்னங்கள் என்ற இரண்டு குழல் வாத்தியங்கள் மங்களகரமாக இசைக்கப் படும். தன் திருக்கோயிலில் திவ்யபிரபந்தம் ஓதச் செய்த தேசிகனை கௌரவிக்கும் வகையில் ஒரு திருச்சின்ன வாத்தியத்தை தேசிகனுக்குக் கொடுத்துவிட்டார் பெருமாள். மனம் சிலிர்த்த தேசிகன், 'திருச்சின்னமாலை' என்ற பதினோரு பாடல்கள் அடங்கிய நூல் ஒன்றை இயற்றினார். திருச்சின்னம் என்றால் பெருமாளின் அடையாளம் என்றும் ஒரு பொருளுண்டு. அந்தப் பாடல்களைப் பாடும்போது பெருமாளே நமக்கு நேரில் தோன்றுவது போன்ற உணர்வு ஏற்படும்.

அவர் தமிழில் இயற்றிய மெய்வ்ரத மான்மியம் என்ற நூலில், வரதராஜ பெருமாள் கோயிலின் பாரம்பர்யமான தல வரலாற்றை அவருக்கே உரிய அழகான நடையில் விவரித்திருக்கிறார். இந்த நூலுக்கு 'சத்யவ்ரத மஹாத்ம்யம்' என்ற பெயருமுண்டு.

ஸ்வாமி தேசிகன் கோயில் விழாக்கள்:

ஸ்வாமி தேசிகன் வரதராஜ பெருமாளிடம் கொண்டிருந்த பந்தத்தின் காரணமாக, தூப்புல் ஸ்வாமி தேசிகன் கோயிலில் நடைபெறும் பல விழாக்கள் வரதராஜ பெருமாளுடன் தொடர்புடையதாகவே அமைந்திருக்கிறது. புரட்டாசி மாதம் (செப்டம்பர் அக்டோபர்) தூப்புல் தேசிகன் கோயிலில் பிரம்மோற்சவம் நடைபெறுவது வழக்கம். தேசிகனின் அவதார நட்சத்திரமான திருவோண நட்சத்திரத்தில் பிரம்மோற்சவம் நிறைவுபெறும். அன்றைய தினம் வரதராஜ பெருமாள் கோயிலிலிருந்து அனுப்பி வைக்கப்பட்ட பல்லக்கில் தேசிகன் எழுந்தருளி, வரதராஜ பெருமாள் கோயிலுக்குச் செல்வார். பெருந்தேவி தாயார் மற்றுமுள்ள பிற சந்நிதிகளை வலம் வந்த பிறகு பெருமாளின் கருவறைக்கு எழுந்தருளும் தேசிகனுக்கு உரிய முறைப்படி உபசாரங்கள் செய்யப்படுகின்றன. ஸ்வாமி தேசிகனுக்கு மட்டுமே இத்தகைய மரியாதை செய்யப்படுகிறது என்பது குறிப்பிடத்தக்கது. அன்றிரவு ஸ்வாமி தேசிகன் தன் யதாஸ்தானமான தூப்புலுக்கு திரும்புகிறார். மேலும், காஞ்சி வரதராஜ பெருமாள் கோயிலில் வாகன மண்டபத்துக்கு அருகிலுள்ள தேசிகனின் சந்நிதியிலும் அன்று விசேஷ ஆராதனைகள் நடைபெறுகின்றன.

தேசிகன் கோயிலுக்கு எழுந்தருளும் வரதராஜர்:

வைகாசி மாதம் நடைபெறும் பிரம்மோற்சவத்தின்போது மூன்று நாள்கள் வரதராஜ பெருமாள் தூப்புல் தேசிகன் சந்நிதிக்கு எழுந்தருளி, தேசிகனுக்கு மாலை மரியாதைகளை அருளும்படிச் செய்கிறார். பிரம்மோற்சவத்தின் மூன்றாம் நாள் கருடசேவை, ஐந்தாம் நாள் மோகினி அவதாரம், ஒன்பதாம் நாள் புண்ணியகோடி விமானம் என்று மூன்று நாள்கள் பெருமாள் எழுந்தருளி தேசிகனுக்கு மாலை மரியாதைகள் அருளும்படிச் செய்கிறார். இவை தவிர, எட்டாம் நாள் இரவு குதிரை வாகனத்தில் எழுந்தருளும் பெருமாள், அன்றைய தினமும் தூப்புல் தேசிகன் கோயிலுக்கு எழுந்தருளுவார். ஆனால், அன்றைக்குக் கோயிலுக்குள் செல்லாமல், வெளியிலிருந்தபடியே ஆராதனைகளை ஏற்றுக்கொள்வார்.

சித்ரா பௌர்ணமியன்றும் தூப்புல் தேசிகன் கோயிலுக்கு எழுந்தருளும் வரதராஜ பெருமாள், வைகுண்ட ஏகாதசியைத் தொடர்ந்து வரும் பன்னிரண்டாவது நாள், உபய நாச்சிமார்களுடன் அனுஷ்டானகுளம் வைபவத்துக்காக செவிலிமேடு பகுதிக்கு எழுந்தருள்வது உண்டு. இங்கே ஸ்ரீ ராமாநுஜருக்கு ஒரு கோயிலும் அமைந்திருக்கிறது. மேலும் இங்கிருந்த ஒரு கிணற்றிலிருந்துதான் பெருமாளின் திருமஞ்சனத்துக்கான தீர்த்தமும் எடுத்துச் செல்லப்பட்டது என்பது குறிப்பிடத் தக்கது. அனுஷ்டானகுளம் வைபவம் முடிந்து திரும்பும்போது, தூப்புல் தேசிகன் கோயிலில் சற்று நேரம் எழுந்தருள்வார். அப்போது பெருமாளின் இருபுறங்களிலும் ராமாநுஜரும் தேசிகனும் காட்சி தருவர். இப்படி தேசிகன் பெருமாள் கோயிலுக்கும், பெருமாள் தேசிகன் கோயிலுக்கும் பரஸ்பரம் எழுந்தருள்வதன் மூலம் ஸ்வாமி தேசிகனுக்கும் வரதராஜ பெருமாளுக்குமான இணக்கமான உறவைப் புரிந்துகொள்ளலாம்.

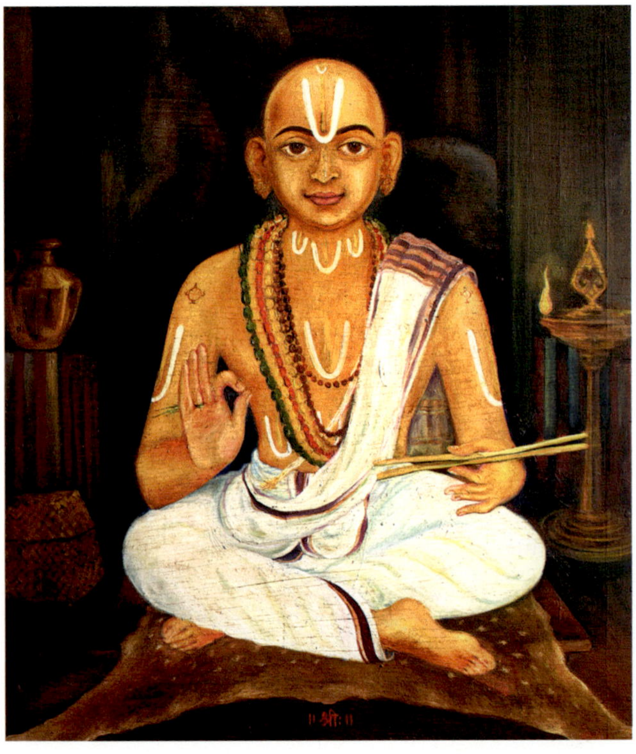

వేదాంత దేశికుల వారు

వరదరాజస్వామియొక్క ప్రధానమైన భక్తులలో ఒకరు శ్రీ వేదాంత దేశికుల (1268-1369 A.D.) వారు. వీరు ప్రముఖ శ్రీ వైష్ణవ పండితులు, తత్త్వవేత్త మరియు ఆచార్యులు. రంగస్వామి కుళం సమీపంలోగల చిన్న కంచి (కాంచీపురం)లోని తూపుల్ లేదా తిరుతంకా అన్నది శ్రీవైష్ణవులకు సుపరిచితం, ఇది దీపా ప్రకాశర్ ఆలయముగా ప్రసిద్ధి. (తమిళంలో దీనినే విలక్కోలి పెరుమాళ్ అని పిలుస్తారు). ఇది 108 (నూట ఎనిమిది) దివ్య దేశాలలో ఒకటి. వేదాంత దేశికుల వారు అనంతసూరి మరియు తోతరంబా దంపతులకు జన్మించారు. వేదాంత దేశికుల వారి జన్మస్థలం (అవతార స్థలం) కాబట్టి ఇది కూడా పవిత్రమే. ఇంతటి పేరొందిన ఆచార్యుల గౌరవార్థం దక్షిణం వైపున పెద్ద మండపంతో ఒక పెద్ద మందిరం నిర్మించ బడింది. ఇది దీపా ప్రకాశర్ ఆలయం పక్కన ఉంది. సాంప్రదాయం ప్రకారం, వేదాంత దేశికులవారియొక్క అందమైన విగ్రహాన్ని ఈ పుణ్యక్షేత్రంలో అతని కుమారుడు నయీనా వరదాచారియర్ (నైనాచార్య) స్థాపించారు. వీరు కుమార వేదాంతాచార్యులుగా కూడా పరిచితులు. ఈ ఆలయంలో ఆరాధన వైఖానస ఆగమ సిద్ధాంతాల ప్రకారం జరుగుతుంది.

ఈ మహా పండితుడు వందకు పైగా సాహిత్యపరమైన మరియు ఆధ్యాత్మిక మైన రచనలను చేశారు. వీరి రచనలలో కంచికి చెందిన వరదరాజ స్వామిపట్ల ఆయనకున్న గొప్ప భక్తి చాలా స్పష్టంగా కనిపిస్తుంది. వరదరాజ పంచశత్ అనేది సంస్కృతంలో ఆయన వ్రాసిన ప్రసిద్ధ కవిత. దీనిలో వారు ఈ దేవుని స్తుతిస్తూ యాభై శ్లోకాలను వ్రాశారు. ఈ కవిత యొక్క 49వ చరణంలో, రచయిత, 'ఏనుగు-పర్వత ప్రభువు' (వారణ-శైల-నాథం)ను ఉద్దేశించి "ఈ పెరుమాళ్ రూపాన్ని చూసిన పిదప తనకు వైకుంఠంలో నివసించాలనే కోరిక కూడా లేదని అంటారు. ఈ రచనలో, రచయిత ఏనుగును స్ఫురింపజేసే పదాలైన కరి, హస్తి, ద్విరాడ, నాగ మరియు వారణ ఈ విధంగా ఉపయోగించారు. కరు-శైల-నాథ, కరీశా, హస్థీ శా, ద్విరాడ-శైల-పాటి, నాగ-చలా-ఈశా, కరి-శైలా-ధమన్, హస్తి-శైలా-ఈశ్వరం, వారణా-శైల- నాథా.

ఐదు శ్లోకాలతో కూడిన వైరాగ్య పంచకం అనబడే తమ సంస్కృత రచనలో, స్వామి వేదాంత దేశికులవారు ప్రాపంచిక మైన సుఖ సంపదపై తన సంపూర్ణమైన అనాసక్తిని మరియు సరళమైన జీవన విధానముయొక్క గొప్పదనాన్ని వెల్లడించారు. పూర్తి భక్తి మరియు శరణాగతి తత్వము, వినయంతో నిండిన చివరి చరణంలో, వీరు తను జీవితకాలంలో డబ్బు సంపాదించ లేదని ప్రకటించారు. తండ్రిలేనివాడు అయినప్పటికీ, హస్తిగిరి కొండపై బ్రహ్మ (పితామహా)చేత అనుగ్రహించబడిన నిధిని (వరదరాజుస్వామి వారిని) వారసత్వంగా పొందారు.

వీరు తమ ప్రముఖమైన తమిళ రచన అడైక్కల పత్‌లో, వరదరాజ స్వామి పట్ల తనకున్న గొప్ప భక్తిని, శరణాగతిని పూర్తిగా వెల్లడించారు. ఒకసారి, వరదరాజ స్వామి ఆలయంలో దేవుని ఊరేగింపు సందర్భంగా దివ్య ప్రబంధ పఠనం సముచితమైన దేనా అన్న విషయం గురించి చర్చ జరిగినప్పుడు, వేదాంత దేశికుల వారు చర్చలో పాల్గొని దివ్య ప్రబంధం పఠించడం సముచితమే అని నిరూపించారు. ఆలయ ఉత్సవాల సందర్భంగా (ఉత్సవం), శుభ సంగీతానికి (మంగళ వాయిద్యానికి) 'తిరుచిన్నం' అనే సంగీత వాయిద్యములు రెండు ఉపయోగించ బడేవి. దివ్య ప్రబంధ పారాయణకు అనుకూలంగా స్వామి వేదాంత దేశికులవారి వాదనతో సంతోషించిన వరదరాజ స్వామివారు, ఆలయ పూజారుల ద్వారా, రెండు తిరుచిన్నాలలో ఒకదాన్ని కవి, మహాపండితుడైన వేదాంత దేశికుల వారికి సమర్పించాలని ఆదేశించారు. అప్పటి నుండి, ఆలయ ఉత్సవ విగ్రహాల ఊరేగింపులలో రెండు తిరుచిన్నాలలో ఒకటి మాత్రమే ఉపయోగించబడుతున్నది. వేదాంత దేశికులవారు పదకొండు శ్లోకాలలో తిరుచిన్నమలై అనే తమిళ రచనను సమకూర్చారు.

తమిళంలో వ్రాసిన మీవ్రత-మాన్మియంలో, వేదాంత దేశికుల వారు ఈ ఆలయం యొక్క స్థల పురాణం యొక్క సాంప్రదాయ విధానాన్ని తనదైన శైలిలో తిరిగి చెప్పారు. ఈ వ్రత-మాన్మియంకి మరో పేరే సత్యవ్రత-మహాత్మ్యం.

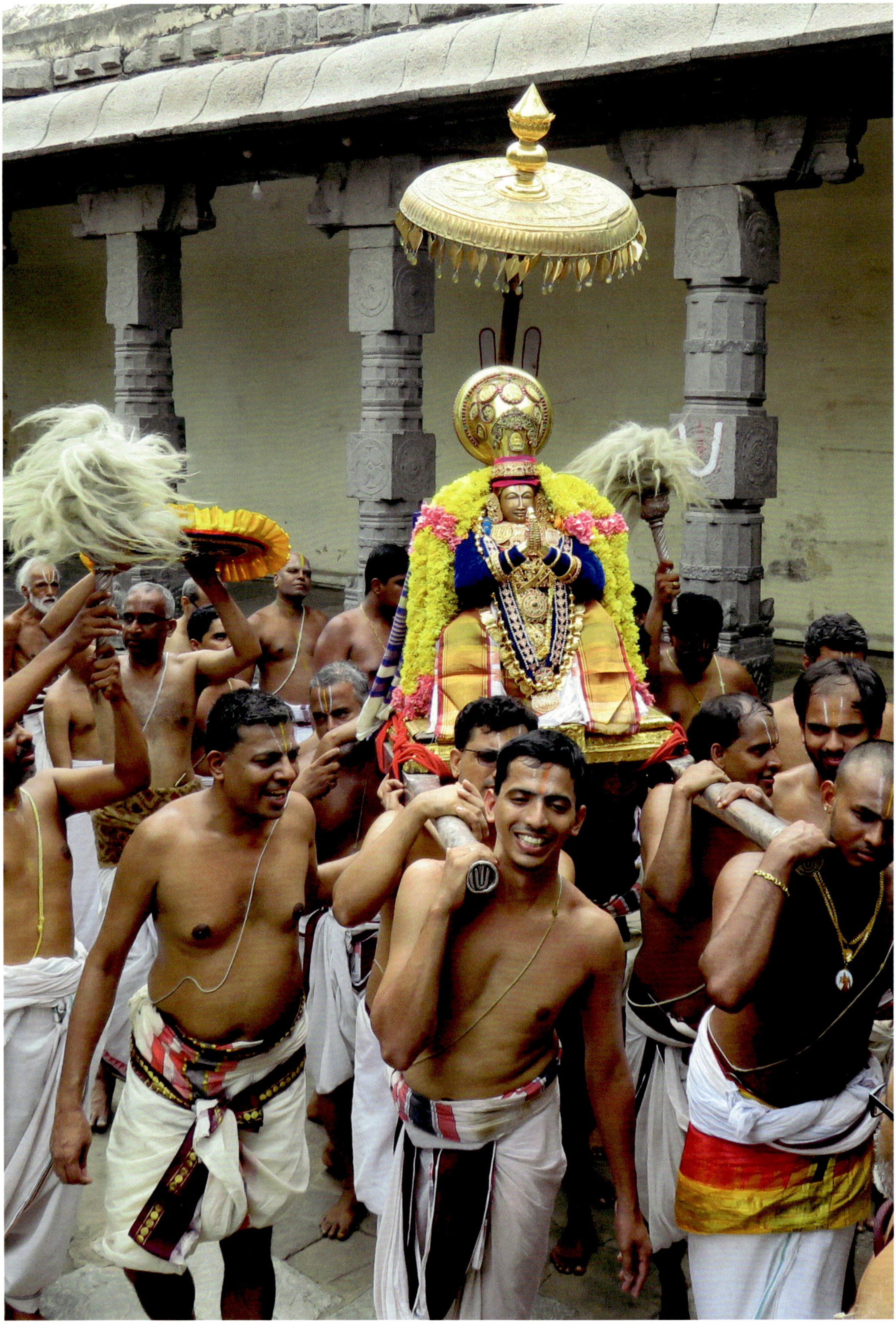

వేదాంత దేశికుల వారి మందిరంలో జరిగే పండుగలు

వరదరాజ స్వామివారి ఆలయంతో వేదాంత దేశికుల వారికి గల సన్నిహిత సంబంధం ఈ గొప్ప భక్తుడిని వరదరాజ పెరుమాళ్‌తోబాటుగా కలిసే పండుగల సంఖ్యబట్టి స్పష్టంగా తెలుస్తుంది. పురట్టాశి - భాద్రపద మాసం (సెప్టెంబర్-అక్టోబర్) నెలలో, తూపుల్‌లోని వేదాంత దేశికుల వారికి అంకితం చేయబడ్డ పుణ్యక్షేత్రంలో పది రోజులపాటు బ్రహ్మోత్సవం జరుగుతుంది. ఇది తిరువోనం (శ్రావణం)లో ముగుస్తుంది. ముగింపు రోజున వేదాంత దేశికులవారి గౌరవార్థం సాత్తుమురై పండుగ జరుపుకుంటారు. వారి విగ్రహాన్ని తూపుల్‌లోని వారి మందిరం నుండి ప్రత్యేక పల్లకీలో తీసుకువచ్చి, ఉదయం వరదరాజ స్వామి ఆలయంలో ఉంచి పిదప పూజ కోసం పెరుమాళ్ ఆలయానికి తీసుకువెళతారు. ఈ పెద్ద ఆలయంలోని పేరుందేవి తాయారు మందిరం మరియు ఇతర సన్నిధానములను సందర్శించిన తరువాత వేదాంత దేశికులవారి విగ్రహాన్ని ప్రధాన గర్భగుడిలోకి తీసుకుని వస్తారు. వరదరాజ పెరుమాళ్ ప్రధాన గర్భగుడిలోకి ప్రవేశించే గౌరవం పొందిన ఏకైక ఆచార్యులు ఆయన. ఆ రాత్రి, వేదాంత దేశికులవారి విగ్రహాన్ని తూపుల్ లోని వారి నివాసానికి తిరిగి తీసుకు వెళతారు. అంతేకాకుండా, వరదరాజ స్వామి ఆలయ సముదాయంలో, వాహన మండపానికి సమీపంలో ఉన్న ప్రత్యేక సన్నిధిలో ఏర్పాటు చేసిన వేదాంత దేశికులవారి మూర్తిని కూడా ఆరాధిస్తారు.

వరదరాజ స్వామి వారి సందర్శనలు

వైశాఖ మాసం (మే-జూన్)లో వరదరాజస్వామియొక్క ప్రసిద్ధ బ్రహ్మోత్సవ వేడుకల సందర్భంగా, వరదరాజ పెరుమాళ్ మూడు రోజులపాటు తూపుల్‌లోని వేదాంత దేశికులవారి మందిరాన్ని సందర్శిస్తారు. బ్రహ్మోత్సవం మూడవ రోజున ప్రసిద్ధ గరుడ సేవ ఊరేగింపు సందర్భంగా వరదరాజ స్వామి తూపుల్ వద్దకు వచ్చి తన దండ (మాల)ను తన భక్తుడైన దేశికకు సమర్పిస్తారు. అలాగే బ్రహ్మోత్సవం యొక్క ఐదవ రోజున వచ్చే మోహిని అవతార వేడుకలో, వరదరాజ పెరుమాళ్ తూపుల్ సన్నిధిలోకి వెళ్లి తన దండను దేశికకు ఇస్తారు. ఇదే రకంగా బ్రహ్మోత్సవం తొమ్మిదవ రోజున పుణ్యకోటి విమాన ఊరేగింపులో మళ్లీ జరుగుతుంది. ఈ సందర్భాలు కాకుండా, బ్రహ్మోత్సవం ఎనిమిదవ రాత్రి అశ్వ వాహనం వేడుకలో పెరుమాళ్ వేదాంత దేశిక మందిరానికి వెళ్లి పెరుమాళ్ తూపుల్ మందిరములో హారతి ఇస్తారు. కానీ మిగిలిన రోజులలోలాగా ప్రధాన గర్భగుడి లోపలికి స్వామి వారిని తీసుకు వెళ్లరు.

ఇలాగే చైత్ర పూర్ణమి రోజున, వరదరాజ పెరుమాళ్ తూపుల్ వద్దకు వేదాంత దేశికుల వారిని చూడటానికి వస్తారు. మళ్లీ, పన్నెండు రోజుల తరువాత అనుష్ఠానకుళం పండుగ సందర్భంగా వైకుంఠ ఏకాదశి నాడు, పెరుమాళ్ మరియు ఉభయ నాచియార్లు పెద్ద కంచి నుండి మూడు కిలోమీటర్ల దూరంలో వున్న సెవిలిమేడు అనే చిన్న గ్రామానికి వెళ్లడం జరుగుతుంది. అక్కడ ప్రఖ్యాత శ్రీ వైష్ణవ గురువు రామానుజులవారికి ఒక మందిరం ఉంది. ఇక్కడే వీరు వరదరాజు పెరుమాళ్‌యొక్క తిరుమంజనం (అభిషేకం)కోసం నీటిని తెచ్చిన పురాతన బావికూడా వున్నది . సెవిలిమేడు నుండి వారి ఆలయానికి తిరిగి వెళ్లేటప్పుడు శ్రీవారు వేదాంత దేశికులవారి కోసం ఈ పుణ్యక్షేత్రం వద్ద కొద్దిసేపు ఆగుతారు. ఈ సందర్భంగా వరదరాజు పెరుమాళ్ వారిని శ్రీ రామానుజచార్యులవారు, వేదాంత దేశికులవారు ఇరువైపులా ఉండగా చూడవచ్చు. ఈ విధంగా, వరదరాజ పెరుమాళ్ మరియు శ్రీ వేదాంత దేశికులవారి యొక్క పరస్పర సందర్శనలవల్ల వారి మధ్యగల సన్నిహిత సంబంధము ప్రతిబింబిస్తుంది.

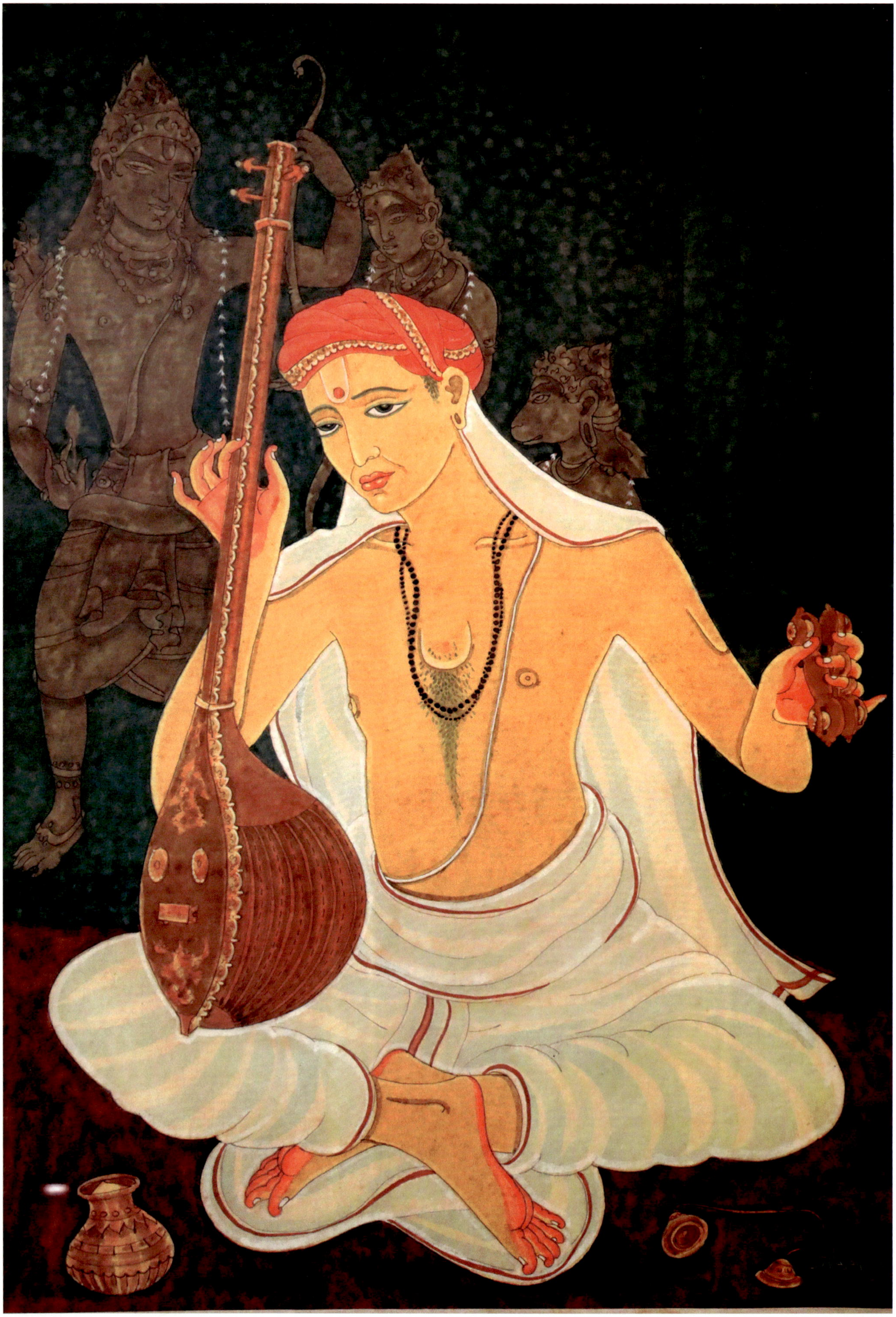

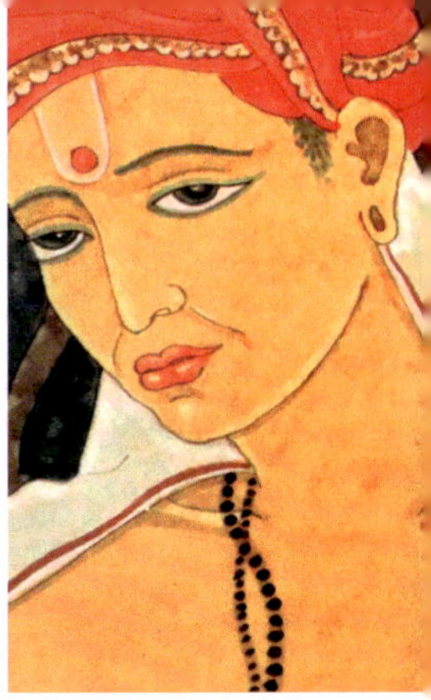

Music

Sriram.V

This holiest of holies, one of the most exalted temples of India, praised in the verses of several including the Hamsa Sandesam of Swami Vedanta Desika, is not surprisingly also greatly celebrated in music. It is also no wonder that the best-known celebration of the shrine, the Garuda Seva is mentioned in several of the compositions.

Purandara Dasa (1484-1564), the Pitamaha of Carnatic Music has come to this temple. "I have seen Achyuta who is Kariraja Varada in the Punyakoti vimana of Kanchi," he declares in a song that is variously sung in dhanyasi and varali among others. In his time, which was the heyday of the Vijayanagar Empire, this temple was greatly expanded and it must have been a thriving centre of worship as it still is.

King Shahaji (r 1683-1712) of Thanjavur was an early composer in the Carnatic style. Among his compositions is one of Varadaraja of Kanchi, set in the rare raga Ghantaravam. This is in the shrngara theme and describes a nayika pining for union with the Lord. A contemporary of the ruler was 'Margadarsi' Sesha Iyengar, the prefix being conferred because his model of composing is what was followed by the Carnatic Trinity and others. His composition Vandeham Karishaila Nivasam (Jujavanti) is in Sanskrit and mentions apart from the Garuda Seva the Ananda Saras tank, the devotion of Thirukacchinambi.

It is interesting that all of the Carnatic Trinity visited and sang of Lord Varada. If Syama Sastri (1762 -1827) composed a varnam in his favourite Ananda Bhairavi, Tyagaraja (1767-1847) sang of being blessed to see the Lord in Garuda Seva in his Varadaraja Ninnekori (Swarabhushani). He says the Devas were circumambulating the Lord and He appeared like the full moon surrounded by the stars. Tyagaraja wonders if it is possible to describe the scene. Using an equally rare raga as Swarabhushani is Muttuswami Dikshitar (1765-1835) in his Gangatarangini song Varadaraja Avava. Dikshitar also mentions the Lord at Kanchi granting special darshan during Garuda Seva to Doddacharya of Sholinghur in his song on the latter shrine Narasimha Agachcha (Mohanam). It is interesting that two compositions on Lord Varadaraja are attributed to Tyagaraja and Dikshitar but are not theirs at all. The first, Vinatasutavahana in Harikamboji describes the Garuda Seva procession and has the Tyagaraja mudra but it is well known that it is one of a set of five songs by Tiger Varadachariar and his brothers! The song Varadaram Upasmahe in Saranga is attributed to Diskhitar but has a flaw in its prosody and is most likely not his work. A third song Varadaraja Mam Pahi in Shankarabharanam with the Dikshitar mudra is in Nottuswara format.

By far the most comprehensive description of the Garuda Seva is in Walajahpet Venkataramana Bhagavatar's (1781-1874) composition Kanulara Konti (Dhanyasi). The composition has eight charanams of which only the last is usually sung but the rest are worthy of a study for their lyrical beauty. In the anupallavi the composer says he saw the Lord in his dream radiant like the full moon (it is significant that the same idea repeats in his Guru Tyagaraja's song also). He then goes on to describe the Lord as He moves on Garuda to the Gangaikondan Mandapam in Kanchi where the great Bhagavatas tie anklets to their feet, strum the tambura and led by Venkatadri dance in ecstasy, all the while chanting the name of Hari. It is an unparalleled word portrait.

There may be many more gems on Lord Varadaraja still awaiting discovery. Truly He inspired our music to great heights.

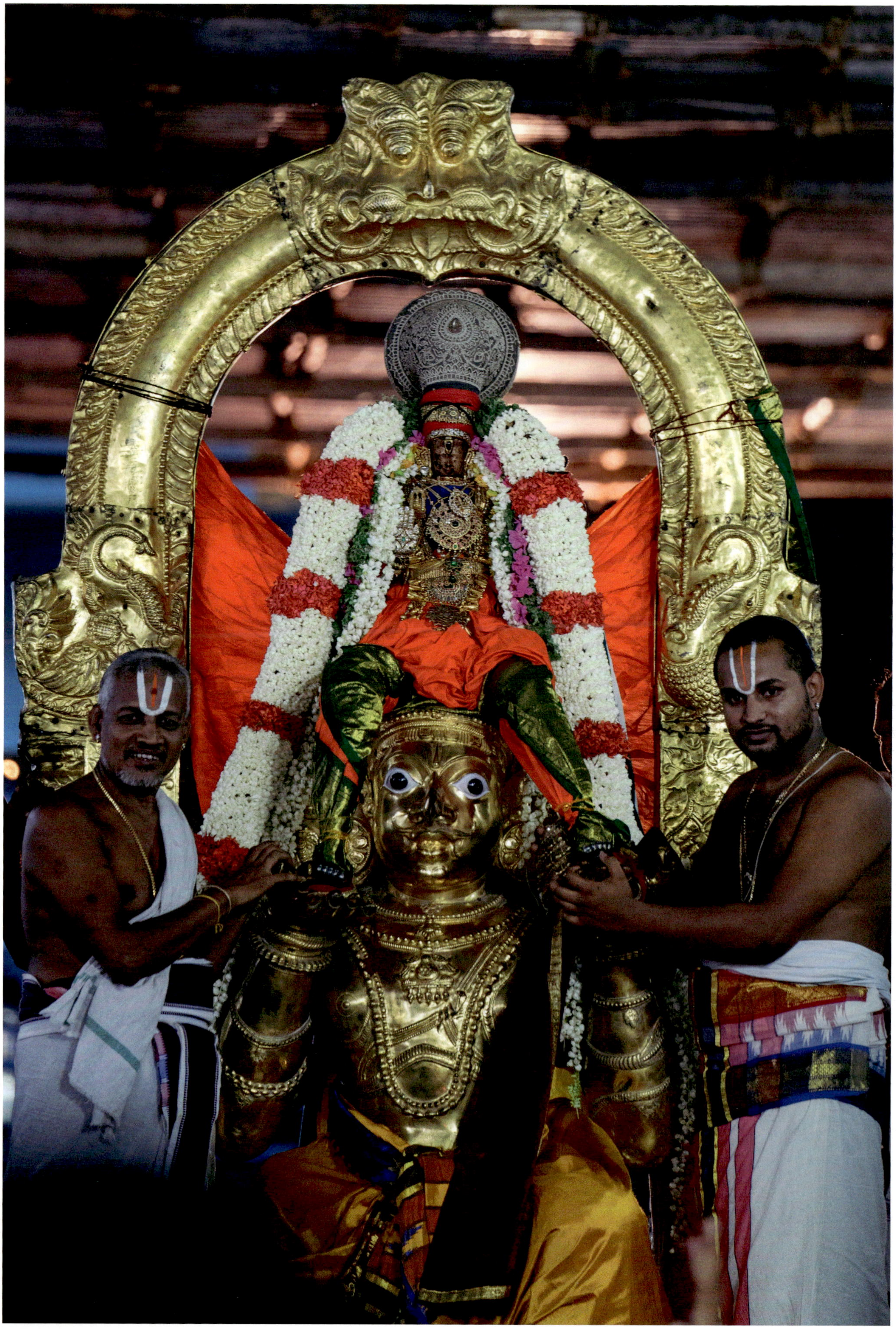

சங்கீதம்

புனிதத்திலும் புனிதமானதும், இந்தியாவின் மிக உயர்ந்த ஆலயங்களில் ஒன்றாகவும் விளங்கும் காஞ்சி வரதராஜ பெருமாள் கோயிலின் பெருமையும், புகழும், வரதராஜ பெருமாளின் ஒப்பற்ற சாந்நித்யமும் வேதாந்த தேசிகரின் ஹம்ஸ சந்தேசம் உள்ளிட்ட பல காவியங்களிலும், ஸ்தோத்திரங்களிலும், கீர்த்தனைகளிலும் விவரிக்கப்பட்டுள்ளன. பிரசித்தி பெற்ற வைபவமான கருடசேவை பற்றியும் பல பாடல்களில் குறிப்பிடப்பட்டுள்ளன.

கர்நாடக சங்கீதத்தின் பிதாமகர் என்று அழைக்கப்படும் புரந்தரதாசர் (1484 - 1564) இந்தக் கோயிலுக்கு விஜயம் செய்திருக்கிறார். புண்ணியகோடி விமானத்தின் கீழ் எழுந்தருளியிருக்கும் கரிராஜ வரதனிடம், அச்சுதனாகிய மகாவிஷ்ணுவையே தாம் தரிசிப்பதாக கீர்த்தனை பாடியிருக்கிறார். அவருடைய அந்தக் கீர்த்தனை தன்யாசி மற்றும் வராளி ஆகிய ராகங்களில் பாடப்படுகின்றன. அவருடைய காலத்தில்தான் விஜயநகர பேரரசர்கள் இந்தக் கோயிலைப் பெரிய அளவில் விரிவுபடுத்தி, சிறப்பான முறையில் வழிபாடுகள் நடைபெற ஏற்பாடுகள் செய்தனர்.

தஞ்சையை ஆட்சி செய்த அரசர் ஷாஹாஜி (1683 - 1712) இயற்றிய கீர்த்தனைகளில் கண்டாரவம் என்ற அபூர்வமான ராகத்தில் வரதராஜ பெருமாளைப் பற்றிப் பாடிய கீர்த்தனையும் ஒன்று. நாயக நாயகி பாவத்தில் சிருங்கார ரசத்தில் அமைந்த கீர்த்தனை இது. இவருடைய சம காலத்தவரான சேஷ ஐயங்கார் என்பவரின் கர்நாடக இசை பாணியையே பின்னாளில் சங்கீத மும்மூர்த்திகளும் மற்றும் பலரும் பின்பற்றியதால், 'மார்கதர்சி' சேஷ ஐயங்கார் என்று அழைக்கப்பட்டார். 'வந்தேஹம் கரிசைல நிவாஸம்' (துஜாவந்தி ராகம்) என்ற சமஸ்கிருத கீர்த்தனை, கருடசேவை வைபவம், அத்திவரதர் சயனித்திருக்கும் அனந்தசரஸ் ஆகியவற்றுடன், திருக்கச்சிநம்பிகளின் பக்தியையும் பெரிதும் போற்றுகிறது.

சங்கீத மும்மூர்த்திகளும் காஞ்சிக்கு வந்து வரதராஜ பெருமாளைப் போற்றும் கீர்த்தனைகளைப் பாடியுள்ளனர். சியாமா சாஸ்திரிகள் (1762 - 1827) அவருடைய பிரத்யேக ராகமான ஆனந்த பைரவி ராகத்தில் பாடியிருக்கிறார் என்றால், தியாகராஜர் (1767 - 1847) 'வரதராஜ நின்னெகோரி' என்ற ஸ்வரபூஷணி ராகத்தில் ஒரு கீர்த்தனை இயற்றியுள்ளார். அந்தக் கீர்த்தனையில், தேவர்கள் அனைவரும் சூழ்ந்திருக்க காட்சி தரும் பெருமாள், நட்சத்திரங்களுக்கிடையே பிரகாசிக்கும் முழுநிலவைப் போல் காட்சி தந்ததாகப் பரவசத்துடன் குறிப்பிட்டிருக்கிறார். ஸ்வரபூஷணியைப் போலவே அபூர்வ ராகமான கங்காதரங்கிணி ராகத்தில் 'வரதராஜா அவாவ' என்ற கீர்த்தனையை முத்துஸ்வாமி தீட்சிதர் (1765 - 1835) பாடியிருக்கிறார். மேலும் தொட்டாசார்யா என்ற பக்தருக்கு சோளிங்கரில் கருடசேவைக் காட்சி அருளிய அற்புதத்தையும் போற்றிப் பாடியிருக்கிறார்.

வரதராஜ பெருமாள் மீதான வேறு இரண்டு பாடல்களை தியாகராஜரும், தீட்சிதரும் பாடியதாகக் கூறினாலும், உண்மையில் அவை அவர்கள் பாடியதல்ல என்பது சுவாரஸ்யமான செய்தி. 'விநதாசுத வாஹன' என்ற ஹரிகாம்போதி ராகத்தில் தியாகராஜர் முத்திரையில் அமைந்த, கருட சேவை வைபவத்தைப் பற்றி விவரிக்கும் பாடல் டைகர் வரதாசார்யார் சகோதரர்களின் ஐந்து பாடல்களில் ஒன்றாகும்.

'வரதராஜம் உபாஸ்மஹே' என்ற சாரங்கா ராகத்தில் அமைந்த கீர்த்தனை தீட்சிதர் இயற்றியதாகக் கூறப்பட்டாலும், அதன் சாகித்யத்தின், அமைப்பு அந்தக் கீர்த்தனை தீட்சிதருடையதாக இருக்க முடியாது என்று சொல்லப்படுகிறது. 'வரதராஜ மாம் பாஹி' என்ற சங்கராபரண ராகத்தில் அமைந்த கீர்த்தனை நோட்டுஸ்வர வடிவத்தில் அமைந்துள்ளது.

வாலாஜாபேட்டை வெங்கடரமண பாகவதரின் (1781 - 1874) தன்யாசி ராகத்தில் அமைந்த 'கனுலார கொன்டி' என்ற கீர்த்தனையில் கருடசேவை பற்றி மிக விரிவாக விளக்கப்பட்டுள்ளது. இந்தப் பாடலில் எட்டு சரணங்கள் இருந்தாலும், கடைசி சரணம் மட்டுமே பாடப்படுகிறது. மற்ற சரணங்கள் அவற்றின் கவிதை நயத்துக்காக ஆய்வுக்கு உரியவையாக உள்ளன. அனுபல்லவியில் தன் குரு தியாகராஜரைப் போலவே, வரதராஜ பெருமாளை பிரகாசிக்கும் முழுநிலவாக தரிசித்ததாகப் பாடுகிறார். தொடர்ந்து வரதராஜ பெருமாள் கருட வாகனத்தில் கங்கைகொண்டான் மண்டபத்துக்குச் செல்வதாகவும், அங்கே பல பாகவதர்கள் கால்களில் சலங்கை கட்டிக்கொண்டு, தம்பூராவை மீட்டியபடி பகவானின் நாமங்களைப் பரவசத்துடன் பாடுவதைக் கேட்பதாகவும் விவரித்திருக்கிறார். இந்தப் பாடல் இணையற்ற சொல்லோவியமாகப் போற்றப்படுகிறது.

காஞ்சி வரதராஜ பெருமாள் மீது பாடப்பட்ட எண்ணற்ற கீர்த்தனைகளும் பாடல்களும் இன்னும் கண்டறியப்படுவதற்குக் காத்திருக்கின்றன. நம் இசையின் உன்னதத்தை பல உயரங்களுக்கு இட்டுச் சென்றார் வரதராஜ பெருமாள் என்று சொன்னால் அது மிகையல்ல.

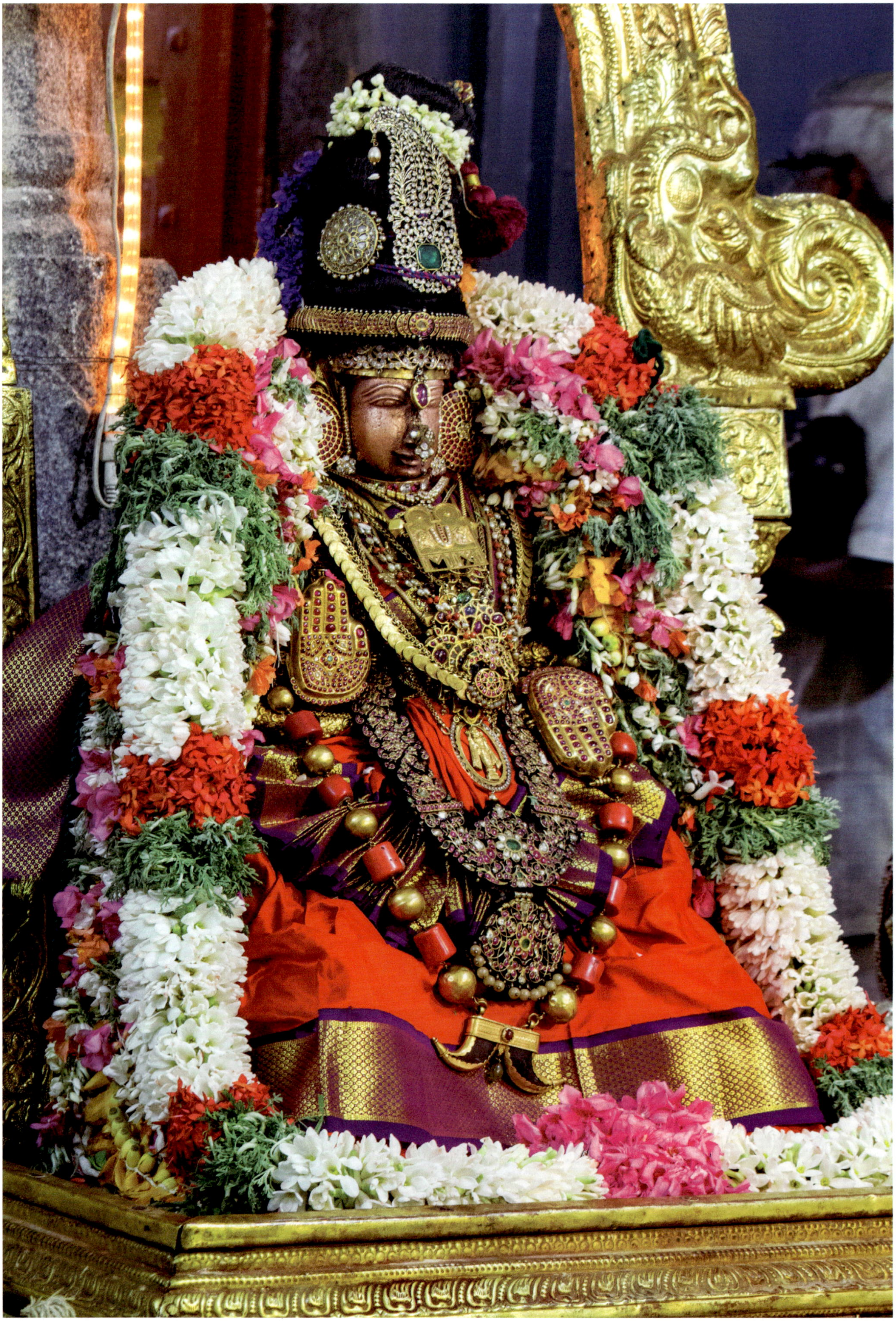

సంగీతం

స్వామి వేదాంత దేశిక విరచిత "హంస సందేశం" లాంటి ఎన్నో పద్యాలు, శ్లోకాలలో శ్లాఘింపబడినట్టి, భారతదేశంలో ఒక అత్యున్నతమైన, పవిత్రమైన ఈ ఆలయానికి సాంప్రదాయ సంగీతంలో ప్రత్యేక స్థానం వుంది. ఆలయంలో ప్రముఖంగా జరుపుకునే గరుడసేవ ఉత్సవం సాంప్రదాయ సంగీతానికి చెందిన అనేక పాటలలో, పద్యాలలో ప్రస్తావించబడడంలో ఆశ్చర్యం ఏమీ లేదు.

కర్ణాటక సంగీత పితామహుడైన పురందర దాస (1484-1564 CE) ఈ ఆలయానికి విచ్చేసినట్టు తెలుస్తోంది. 'కంచి పుణ్యకోటి విమానం లో విరాజిల్లుతున్న కరిరాజ వరద అయిన అచ్యుతున్ని నేను చూశాను' అని ధన్యాసి, వరాళి వంటి ఎన్నో రాగాలలో ఆయన కీర్తన చేశారు. ఆయన కాలంలో (విజయనగర సామ్రాజ్య ఉచ్ఛస్థితి లో వున్నప్పటి సమకాలీనుడు పురందర దాస) ఇప్పటిలాగే ఈ ఆలయం మిక్కిలి జనాదరణ పొందిన క్షేత్రంగా ప్రసిద్ధి.

కర్ణాటక సంగీత తొలి తరం స్వరకర్తలలో ఒకరైన తంజావూరు రాజు షాహాజి (పాలించిన కాలం. 1683-1712 CE) అరుదైన ఘంటారావం రాగంలో కంచి వరదరాజస్వామిని కీర్తిస్తూ శృంగార రసం ప్రధానంగా కల్గిన ఒక చక్కని సంగీత కూర్పు చేశారు. భగవంతునితో ఐక్యతకోసం పరితపించే ఒక నాయకి వృత్తాంతమది. రాజుగారి సమకాలీనుడైన మార్గదర్శి శేష అయ్యంగార్ తర్వాత తరానికి చెందిన స్వరకర్తలు, కర్ణాటక త్రయంగా పిలవబడే సంగీత దిగ్గజాలు సైతం వీరి శైలిని అనుకరించిన కారణంగా 'మార్గదర్శి' అనే పేరు వీరికి స్థిర పడింది. సంస్కృతంలో కూర్చిన 'వందేహం కరిశైలా నివాసం (జుజావంతి రాగం)' అనే కీర్తనలో గరుడ సేవ, ఆనందసారస్ తటాకం, తిరుక్కచ్చి నంబియొక్క భక్తి గురించి ప్రస్తావించారు.

కర్ణాటక సంగీత త్రయంగా పిలవబడే ముగ్గురు దిగ్గజ స్వరకర్త లందరూ ఈ ఆలయాన్ని దర్శించుకుని, వరదరాజస్వామిని కీర్తిస్తూ గాత్రం చేశారు. శ్యామ శాస్త్రి (1762-1827 CE) - తనకు ఎంతో ఇష్టమైన ఆనందభైరవి రాగంలో ఒక వర్ణం కూర్చగా, గరుడ సేవలో స్వామిని దర్శించి తరించిన త్యాగరాజు (1767-1847 CE) 'వరదరాజ నిన్నేకోరి (స్వరభూషణి రాగం)' అంటూ పాడారు. చుట్టూ ప్రదక్షిణ చేస్తున్న దేవతల మధ్య విరాజిల్లుతున్న వరదరాజస్వామి, నక్షత్రాల మధ్య పున్నమినాటి చంద్రునిలాగా వున్నారని, ఇంత చక్కని దృశ్యాన్ని వర్ణించడానికి మాటలు చాలవని త్యాగరాజు భావించారు. ముత్తుస్వామి దీక్షితార్ (1765-1835 CE)కూడా బాగా అరుదైన అదే స్వరభూషణి రాగంలో 'వరదరాజ అవవ' అనే గంగాతరంగిణి పాటకు ప్రాణం పోశారు. షోళింగర్ ఆలయం గూర్చి ఆయన వ్రాసిన 'నరసింహ ఆగచ్ఛ (మోహనం రాగం)' కీర్తనలో గరుడసేవ పర్వదినాన వరదరాజ స్వామి షోళింగర్ దొడ్డాచార్యునికి ప్రత్యేక దర్శనం కల్పించినట్టు చెప్పారు. ఆసక్తికరంగా, వరదరాజస్వామిపై రెండు కృతులు త్యాగరాజు, ముత్తుస్వామి దీక్షితార్‌లకు తప్పుగా ఆపాదించ బడ్డాయి. నిజానికి వాటిని కూర్చిన వారు వేరే. అందులో మొదటిది- టైగర్ వరదాచారియర్, వారి సోదరులు కూర్చిన ఐదు కీర్తనలలో ఒకటైన 'వినతసుతవాహన (హరికాంభోజి రాగం)' గరుడసేవ ఊరేగింపుని వర్ణిస్తుంది. రెండోవాడైన 'వరదరం ఉపాస్మహే (సారంగ రాగం)' ముత్తుస్వామి దీక్షితార్ కూర్చినట్టు చెపుతారు, కానీ ఆ కీర్తన ఛందస్సు/కూర్పులో దోషం వుంది. దీక్షితార్ ముద్ర ప్రస్ఫుటంగా కనిపించే మూడవ కీర్తన 'వరదరాజ మామ పాహి (శంకరాభరణం రాగం)' నొట్టుశ్వర ఆకృతి / విధానంలో వుంది.

గరుడసేవ గురించి చాలా సమగ్రమైన వివరణ వాలాజాపేట వెంకటరమణ భగవతార్ (1781-1874) కూర్పు 'కనులారా కనుగొంటి (ధన్యాసి రాగం)'లో ఉంది. ఈ కూర్పులో ఎనిమిది చరణాలు ఉన్నాయి, వీటిలో చివరిది మాత్రమే సాధారణంగా పాడతారు కాని మిగిలినవి సాహిత్య సౌందర్యం కోసం అధ్యయనం చేయడానికి అర్హమైనవి. అనుపల్లవిలో స్వరకర్త తాను తన కలలో పున్నమినాటి చంద్రునిలా మెరుస్తున్న వరదరాజస్వామిని చూశానని చెప్పాడు. (అదే ఆలోచన ఆయన గురువైన త్యాగరాజ కీర్తనలో కూడా పునరావృతం కావడం విశేషం). కంచిలో వరదరాజ స్వామి గరుత్మంతునిపై గంగైకొండ మండపానికి చేరగా, తంబూరాలు చేతబూని, కాళ్ళకు కడియాలు ధరించి, వేంకటాద్రి అధ్యక్షతన గొప్ప భాగవతులు హరినామస్మరణతో తరిస్తూ, నాట్యం చేస్తున్న సుందర వర్ణన చేశారు భాగవతార్. ఇది అసమానమైన పద చిత్రం!

శ్రీ వరదరాజ స్వామిపై ఇంకా వెలుగులోకిరాని ఇలాంటి ఎన్నో రత్నాల వంటి పాటలు, కీర్తనలు ఉండవచ్చు. నిజమే, శ్రీ వరదరాజ స్వామి మన సంగీతాన్ని ఉన్నత ఎత్తులకు ప్రేరేపించారు.

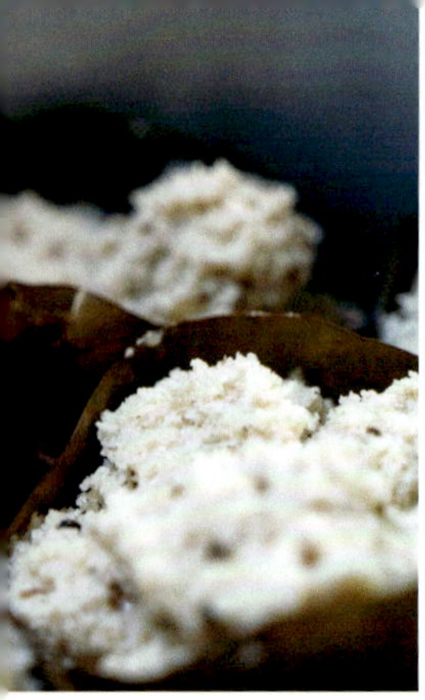

Temple Prasadams

Rakesh Raghunathan

The ancient texts known as the Agamas meaning 'that which has come down' consist of detailed instructions on temple rituals, timings, construction, consecration, monthly/ yearly festivals and temple prasadams. Specific instructions on the qualification that a temple cook must possess, a description of the utensils that can be used, what metal it must be made of, what wood must be used for the temple kitchen, where must one source the ingredients for the prasadams–all of these and more are recorded in the Agamas.

In addition to the sacred texts, temple inscriptions also provide an understanding on how life in those regions inspired, and were in turn inspired by temple practices. A closer look at these temple inscriptions reveal information on the donations made by royal kingdoms to the temples. From these, it appears that the kings donated not just gold and jewelry but self-sustaining villages. The residents of these villages were gainfully occupied, river channels were running to the brim, lands were fertile, produce was at its best and there was substantial revenue being generated from the villages. This revenue was in turn pumped back into the temple and used for its administration. This deeply symbiotic relationship between the temple and the village community ensured that both sustained, and in fact, thrived.

The first produce of rice, lentils, dairy, and oils from these villages, were given to the temple kitchens as an offering and the temple in turn put them to use by making prasadams, which could feed the entire village. In contrast to the popular notion that temple prasadams were meant only for the Gods, thereby isolating the concept from the people, what is evident is that these offerings had a significant communal angle, with the purpose of feeding people. What is even more interesting is the fact that our attempts to eat seasonal, eat organic and source locally, are not recent, but can be traced back to several thousand years ago, implicit in the way prasadams were designed, and evolved.

One particular temple prasadam, that represents the best of South Indian culinary heritage, is the Kanchipuram Idly.

Tracing the story of the delectable Kanchipuram Idly:

The main deity at the Kanchipuram Varadharaja Perumal is offered five meals a day that begin with Suddha Annam, Pongal and Kanchipuram Idly. In addition to these, aravanai, athirasam, appams, kadambam, ksheera-annam and many more sweet and savoury treats are offered on special days. The iconic Kanchipuram Idly or Kudalai (meaning bamboo) Idly is the most famous prasadam, being extremely popularamong the devotees.

In the case of the Kanchipuram Idly, one noteworthy fact is its use of the concept of steaming, for this method of cooking came into India much later. Hieun Tsang – a Chinese traveller, Scholar and Buddhist Monk, in his detailed account of his travels to India during the 7th Century, states there is no utensil/apparatus in India for steaming. Some of the

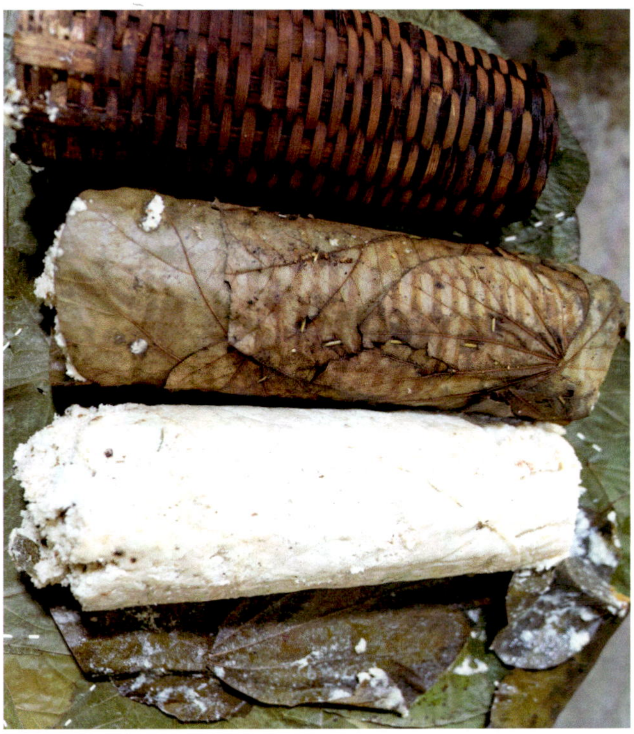

oldest literary works in Tamil, being texts which can be traced back to the Sangam era, throw light on recipes and cooking techniques where steaming, as a cooking method, is not mentioned. This indicates that historically, even at this point in time, the use of such technique had not been discovered.

Manasollasa a 12th Century Sanskrit text, and Vaddaradhane a Kannada text somewhere from the 6th-9th century, contain recipes which are similar to the Idly and but in a form which is very different from its modern day avatar for they do not include rice, fermentation and the steaming technique.

From these, it can be inferred that the technique of steaming in cooking, came in from South East Asia, along with the arrival of Hindu kings who came to India to look for brides. The Kanchipuram Idly appears to be the product of these cross-border influences.

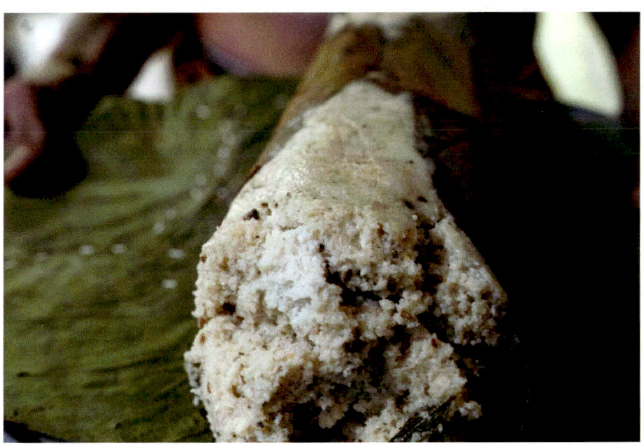

ஆகமங்களும் பிரசாதங்களும்...

ஒவ்வொரு கோயிலும் எப்படி அமையவேண்டும், கும்பாபிஷேகம் எப்படிச் செய்யவேண்டும், பூஜைகள், வழிபாடுகள் எந்த முறையில் நடக்கவேண்டும், மாதாந்திர, வருடாந்திர விழாக்கள் என்ன முறையில் நடக்கவேண்டும் என்பனவற்றைப் பற்றி விவரிப்பவையே புராதனமான ஆகமங்கள். குறிப்பாக கோயிலில் இறைவனுக்குத் தயாரிக்கப்படும் நைவேத்தியங்கள் பற்றியும் ஆகமங்கள் வரையறுத்துக் கூறுகின்றன. மடைப்பள்ளியில் சமைக்கக்கூடிய சமையலருக்கு இருக்கவேண்டிய தகுதிகள், என்னென்ன பாத்திரங்கள் பயன்படுத்தவேண்டும், அந்தப் பாத்திரங்கள் என்ன உலோகத்தில் செய்யப்பட்டிருக்கவேண்டும், அடுப்புக்கு என்ன விறகைப் பயன்படுத்தவேண்டும், இறைவனின் நைவேத்தியத்துக்குத் தேவையான உணவுப் பொருள்கள் எங்கிருந்து தருவிக்கப்படவேண்டும் என்பது உட்பட மற்றும் பல விவரங்கள் பற்றியும் ஆகமங்களில் பதிவு செய்யப்பட்டுள்ளன.

புனிதமான ஆகமங்கள் தவிர்த்து, கோயில்களில் காணப்படும் கல்வெட்டுகள்கூட பல தகவல்களை நமக்குத் தெரிவிக்கின்றன. அந்தப் பகுதி மக்களின் வாழ்க்கை எப்படி இருந்தது, கோயில் நடைமுறைகளுடன் அவர்கள் எவ்விதம் ஈர்க்கப்பட்டு பிணைக்கப்பட்டிருந்தார்கள் என்ற விவரங்களைக் கல்வெட்டுகள் விவரிக்கின்றன. கல்வெட்டுகளை மேலும் கூர்ந்து பார்த்தால், அந்தக் கால அரசர்களும், பக்தர்களும் கோயிலுக்கு வழங்கியிருக்கும் நன்கொடைகள் பற்றியும், நிலங்கள் பற்றியும் பல தகவல்கள் நமக்குத் தெரியவருகின்றன. தங்கம், வெள்ளி, பல வகையான ஆபரணங்கள் மட்டுமல்லாமல் பல கிராமங்களையும் மானியமாக எழுதி வைத்திருக்கின்றனர். இந்த கிராமங்கள் நீர்ப்பாசன வசதியுடன் செழிப்பானவையாகவும் இருந்தபடியால் விவசாயம் சிறப்பாக நடைபெற்றதுடன், அதன் மூலம் வருவாய் பெருக்கப்பட்டது. இப்படி கிடைத்த வருவாய் கோயிலுக்கு வழங்கப்பட்டு, கோயில் நிர்வாகத்துக்குப் பயன்படுத்தப்பட்டது. கோயிலுக்கும் கிராமங்களுக்கும் இடையிலான இந்த ஆழ்ந்த பிணைப்பு, கோயிலுக்கும் கிராமங்களுக்குமான உறவை நீடிக்கச் செய்ததுடன், கோயிலும், கிராம மக்களின் வாழ்க்கையும் இணைந்தே செழிப்புற்றது.

கிராமங்களில் முதல் விளைச்சலில் பெறப்படும் அரிசி, தானியங்கள், பால்பொருள்கள், எண்ணெய் வகைகள் ஆகியவை கோயில் மடைப்பள்ளிக்கே கொடுக்கப்பட்டன. அவற்றைக் கொண்டு உணவு வகைகள் தயாரித்து, இறைவனுக்கு நைவேத்தியம் செய்து, பிரசாதமாக அந்த கிராம மக்கள் அனைவருக்கும் உண்ணக் கொடுத்தனர். ஆம். பிரசாதமே உணவாகவும் ஆனது. கோயில் பிரசாதங்கள் இறைவனுக்காகவே என்று நிலவும் பிரபலமான கருத்துக்கு மாறாக, இறைவனுக்கு நைவேத்தியமாகப் படைக்கப்படும் பிரசாதங்கள், எந்த ஒரு பேதமும் பார்க்காமல் அனைத்து கிராம மக்களின் பசியைப் போக்கவே என்ற உண்மையை உணர்த்தவே இத்தகைய நடைமுறை அந்தக் கால ஆலயங்களில் பின்பற்றப்பட்டு வந்தன என்றே சொல்லலாம்.

அந்தந்த பருவத்தில், அந்தந்தப் பகுதிகளில் விளையும் தானியங்களையும், காய், கனிகளையுமே உண்ணவேண்டும் என்று சொல்லப்படுவது இன்றைக்குப் புதிதாகத் தோன்றினாலும், ஆயிரமாயிரம் ஆண்டுகளுக்கு முன்பிருந்தே இந்த நடைமுறைதான் இருந்தது என்பது சுவாரஸ்யமான செய்தி. இதே விதமாகத்தான் கோயில்களுக்கு உரிய பிரசாதங்களும் நிர்ணயிக்கப்பட்டு பரிணாமம் பெற்றன.

கோயில் பிரசாதங்களில் தென்னிந்திய உணவுகளின் பாரம்பர்யச் சிறப்பினை எடுத்துக்கூறும் வண்ணம் அமைந்திருக்கும் பிரசாதம் காஞ்சிபுரம் இட்லி எனப்படும் வரதராஜ பெருமாள் கோயில் பிரசாதமாகும்.

பிரசித்தி பெற்ற காஞ்சிபுரம் இட்லியின் வரலாறு...

காஞ்சிபுரம் வரதராஜ பெருமாளுக்கு தினமும் ஐந்து வேளைகள் நைவேத்தியம் செய்யப்படுகிறது. காலையில் சுத்த அன்னம், பொங்கல், காஞ்சிபுரம் இட்லி ஆகியவை நைவேத்தியம் செய்யப்படுகிறது. இவை தவிர விசேஷ நாள்களில் அரவணை, அதிரசம், அப்பம், கதம்ப சாதம், பால் சாதம் மற்றும் பல கார, இனிப்பு வகைகள் நைவேத்தியம் செய்யப்படுகின்றன.

காஞ்சிபுரம் இட்லி எனப்படும் குடலை (மூங்கில்) இட்லி பக்தர்களிடையே மிகவும் பிரபலமாக உள்ளது. இதில் குறிப்பிடத்தக்க விஷயம் என்னவென்றால், உணவு வகைகளை ஆவியில் வேக வைக்கும் முறையானது பிற்காலத்தில்தான் இந்தியாவில் அறிமுகமானது என்பதே.

கி.பி. 7-ம் நூற்றாண்டில்இந்தியாவுக்கு யாத்திரை வந்த சீன அறிஞரும், புத்தத் துறவியுமான யுவான் சுவாங் என்பவர், தன்னுடைய நூலில் இந்தியாவில் உணவு வகைகளை வேகவைக்கும் முறை இல்லை என்பதுடன், வேகவைப்பதற்கான பாத்திரங்களும் இந்தியாவில் இல்லை என்று குறிப்பிட்டிருக்கிறார். தமிழில் உள்ள மிகப் பழைய இலக்கியங்களில்கூட சமையல் மற்றும் சமையல் நுட்பங்களை விவரிக்கும் இடத்தில் நீராவியில் வேகவைக்கும் முறையைப் பற்றிக் குறிப்பிடப்படவில்லை.

12-ம் நூற்றாண்டைச் சேர்ந்த 'மானசோல்லாசா' என்ற சமஸ்கிருத நூலிலும், 6-9-ம் நூற்றாண்டுகளின் இடைப்பட்ட காலத்தைச் சேர்ந்த வடராதனே என்ற கன்னட நூலிலும் இட்லியைப் போன்ற ஒரு வகை உணவு குறிப்பிடப்பட்டிருந்தாலும், அரிசி, நொதிக்கச் செய்தல், வேகவைத்தல் போன்ற விவரங்கள் இல்லாததால், இட்லியைப் போல் அவர்கள் குறிப்பிட்ட அந்த உணவு இன்றைக்கு இட்லி தயாரிக்கும் முறையை விட முற்றிலும் மாறுபட்டதாக இருக்கிறது.

எனவே, தென்கிழக்கு ஆசிய நாடுகளிலிருந்து அரசகுல மணமகள்களைத் தேடி இந்தியாவுக்கு மன்னர்கள் வந்ததிலிருந்துதான், இந்தியாவில் உணவுகளை நீராவியில் வேகவைக்கும் முறை அறிமுகமானது என்று நம்மால் யூகிக்க முடிகிறது.

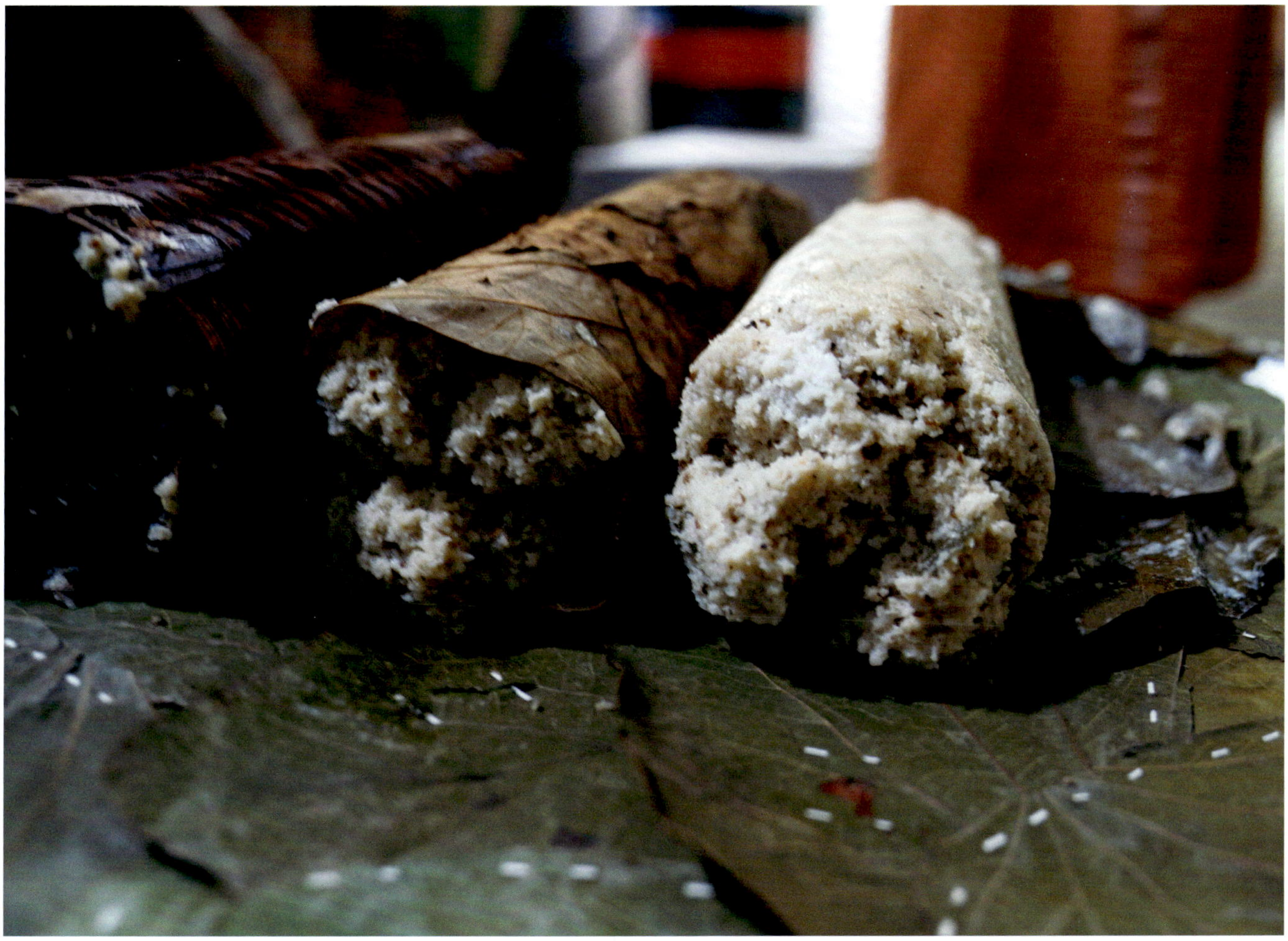

నైవేద్యాలు

పురాతన గ్రంథాలలోనూ, ఆగమశాస్త్రాలలోనూ దేవాలయములలో పాటించవలసిన ఆచారాలు, దర్శన, సేవా సమయాలు, ఆలయ నిర్మాణం, శాస్త్రరీత్యా తీసుకోవలసిన నిర్ణయాలు, నెలవారీ / సంవత్సరపర్యంతము జరగాల్సిన ఉత్సవాలు మరియు ఆలయములో నివేదించవలసిన ప్రసాదాల గురించి వివరించబడింది. ఆలయములో వంటలుచేసే వంటవారికి కావాల్సిన అర్హతపై నిర్దిష్ట సూచనలు, వంటకు ఉపయోగించగల పాత్రల వివరణ, పాత్రలను ఏ లోహంతో తయారుచేయాలి, ఆలయ వంటగదిలో ఏ రకమైన వంట చెరకును ఉపయోగించాలి.... ఇవన్నీ ఆగమశాస్త్రాలలో ఉన్నాయి.

పవిత్రమైన పురాతన గ్రంథాలతోపాటు, ఆలయానికి సంబంధించిన శాసనాలు ఆలయ పరిసర ప్రాంతాలలో జనజీవనం ఎలా స్ఫూర్తిని పొందిందనే దానిపై కూడా అవగాహన కల్పిస్తాయి. ఆలయాలలో పాటించే ఆచార వ్యవహారాలవల్ల జనజీవనం ప్రభావితం అవుతుంది. ఈ ఆలయ శాసనాలను నిశితంగా పరిశీలిస్తే రాజులు దేవాలయాలకుచేసిన విరాళాల వివరాలు తెలుస్తాయి. ఈ శాసనాలద్వారా ఆలయాలకు రాజులు బంగారం, నగలు మాత్రమేకాకుండా స్వయంసమృద్ధిగల గ్రామాలను కూడా విరాళంగా ఇచ్చినట్లు తెలుస్తోంది. ఈ గ్రామాలలో నివసించే గ్రామస్తులు లాభదాయకంగా వుండే వృత్తులలో ఉండేవారు. నదులు, కాలువలు నిండుగా ప్రవహించేవి. భూములు సారవంతమైనవి. పంటలు చక్కగా పండేవి. ఈ గ్రామాల నుండి గణనీయమైన ఆదాయం లభిస్తుండేది. ఈ ఆదాయం ఆలయంయొక్క నిర్వహణ, బాగోగులు చూడడానికి వాడబడేది. ఆలయానికి మరియు గ్రామ సమాజానికి మధ్య ఉన్న ఈ లోతైన సహజీవన సంబంధం ఆ రెండిటి మనుగడకు మాత్రమేకాక చక్కటి అభివృద్ధికి తోడ్పడుతుందని నిరూపితమైనది.

ఈ గ్రామాల నుండి గ్రామాలలో పండే మొదటి దిగుబడిగావచ్చే బియ్యం, కాయధాన్యాలు, పాడి, నూనెలు వంటివి ఆలయ వంటశాలలకు మొక్కుబడిగా ఇవ్వబడతాయి. ఆలయంలోని భగవంతునికోసం ప్రసాదాలను తయారుచేయడానికి వీటిని ఉపయోగిస్తారు. ఇదే పూర్తిగా గ్రామానికి ఆహారంగా ఇవ్వగలదు. దేవాలయ ప్రసాదాలు దేవుళ్లకు మాత్రమే అని, తద్వారా ప్రజల నుండి దైవాన్ని వేరుచేస్తారనే అపోహకు భిన్నంగా, ఈ నైవేద్యాలు ప్రజలకు ఆహారం అందించాలనే ఉద్దేశ్యంతో గణనీయమైన ధార్మిక కోణాన్ని కలిగివున్నాయని స్పష్టం అవుతోంది. ఇంకా ఆసక్తికరమైన విషయం ఏమిటంటే, కాలానుసారంగా లభ్యమయ్యే పదార్థాలూ, సహజంగా స్థానికంగా లభ్యమయ్యే పదార్థాలనూ ఉపయోగించి ప్రసాదాలను తయారుచెయ్యడానికి జరిగిన ప్రయత్నాలు ఇటీవలివి కావు, కానీ అనేక వేల సంవత్సరాల క్రితం నుంచీ వీటిని గుర్తించవచ్చు. అనాదిగా ఈ ప్రసాదాలు తయారు చేయబడినవి, తరతరాలుగా వీటి అభివృద్ధి జరిగింది.

ఇటువంటి ప్రసాదాలలో దక్షిణ భారతదేశపు పాకశాస్త్ర పరంపరకు చక్కటి ప్రాతినిధ్యం వహిస్తున్న ఒక ప్రత్యేకమైన ఆలయప్రసాదం, కాంచీపురం ఇడ్లీ.

మనోజ్ఞమయిన చవులూరించే (నోరూరించే) కాంచీపురం ఇడ్లీ కథను తెలుసుకుందాం :

కాంచీపురం వరదరాజ పెరుమాళ్ స్వామి ఆలయంలోని మూల విరాట్టుకు రోజుకు ఐదుసార్లు ప్రసాదాన్ని నివేదిస్తారు. శుద్ధమైన అన్నం, పొంగల్ మరియు కాంచీపురం ఇడ్లీతో నైవేద్యాలు ప్రారంభమవుతాయి. వీటితోపాటు, పాయసం (అరవనై), అరిసెలు (అతిరసం), చెక్కలు (అప్పాలు), కదంబం, పాల అన్నం (క్షీరాన్నం)తోపాటుగా మరెన్నో తీపి మరియు రుచికరమైన

పదార్థాలు పర్వదినాలలో, ఉత్సవాలలో నివేదించబడతాయి. వీటిలో బాగా ప్రసిద్ధి పొందినది కాంచీపురం ఇడ్లీ లేదా కుడలై ('వెదురు' అని అర్థం) ఇడ్లీ. ఇది భక్తులకు బాగా ప్రీతికరమైనది.

కాంచీపురం ఇడ్లీకి సంబంధించిన ఒక ముఖ్యమైన విషయం దాని తయారీలో ఆవిరిని ఉపయోగించడం, ఒక రకమైన ఆవిరిమీద ఉడకబెట్టే విధానం చాలాకాలం తరువాత భారతదేశానికి వచ్చింది. హ్యూన్త్సాంగ్ అనే ఒక చైనా పండితుడు మరియు బౌద్ధసన్యాసి 7వ శతాబ్దంలో భారత దేశములో సంచరించాడు. తన ప్రయాణ అనుభవాలను వివరంగా ఆయన గ్రంథస్థము చేసారు. ఆవిరితో వండడంకోసం భారతదేశంలో ఆ రోజులలో ఎటువంటి పాత్రలు / ఉపకరణాలులేవని తెలిపారు. అంతేకాదు, తమిళంలో కొన్ని పురాతన సాహిత్యరచనలు, సంగంయుగంవరకు వంటకాలు మరియు వంటపద్ధతులపై వ్రాయబడ్డ గుర్తించదగిన గ్రంథాలు కూడా ఆనాటికి ఇక్కడ వంట పద్ధతిలో ఆవిరి గురించి ఎక్కడా ప్రస్తావించలేదు. చారిత్రాత్మకంగా, ఈ సమయంలోకూడా, అటువంటి సాంకేతికత ఉపయోగం కనుగొనబడలేదని దీనివలన తెలుస్తోంది.

"మానసోల్లాస" అనే 12వశతాబ్దపు సంస్కృత గ్రంథంలోనూ, మరియు 6-9వ శతాబ్దాల మధ్యకాలంనాటి "వద్దారదానే" అనబడే కన్నడ గ్రంథంలోనూ ఇడ్లీకి సరిపోలిన వంటకాల ప్రస్తావన వున్నది. కానీ ఈ వంటకానికి ఆధునికమైన ఇడ్లీకీ చాలా తేడా వుంది. ఈ వంటకంలో బియ్యపు పిండి, పులియ బెట్టడం, ఆవిరిని ఉపయోగించడం అనేవి లేవు.

దీనినిబట్టి, ఆవిరిని ఉపయోగించి వంటచేసే విధానము మనకు పశ్చిమోత్తర ఆసియా నుండి వివాహ సంబంధాల నిమిత్తం భారతదేశానికి వచ్చిన హిందూరాజులరాకతోపాటుగా వచ్చిందని ఊహించవచ్చు. కాంచీపురం ఇడ్లీని ఇరుగు పొరుగు దేశాల సంబంధ బాంధవ్యాల ఫలితంగా అనుకోవచ్చును.

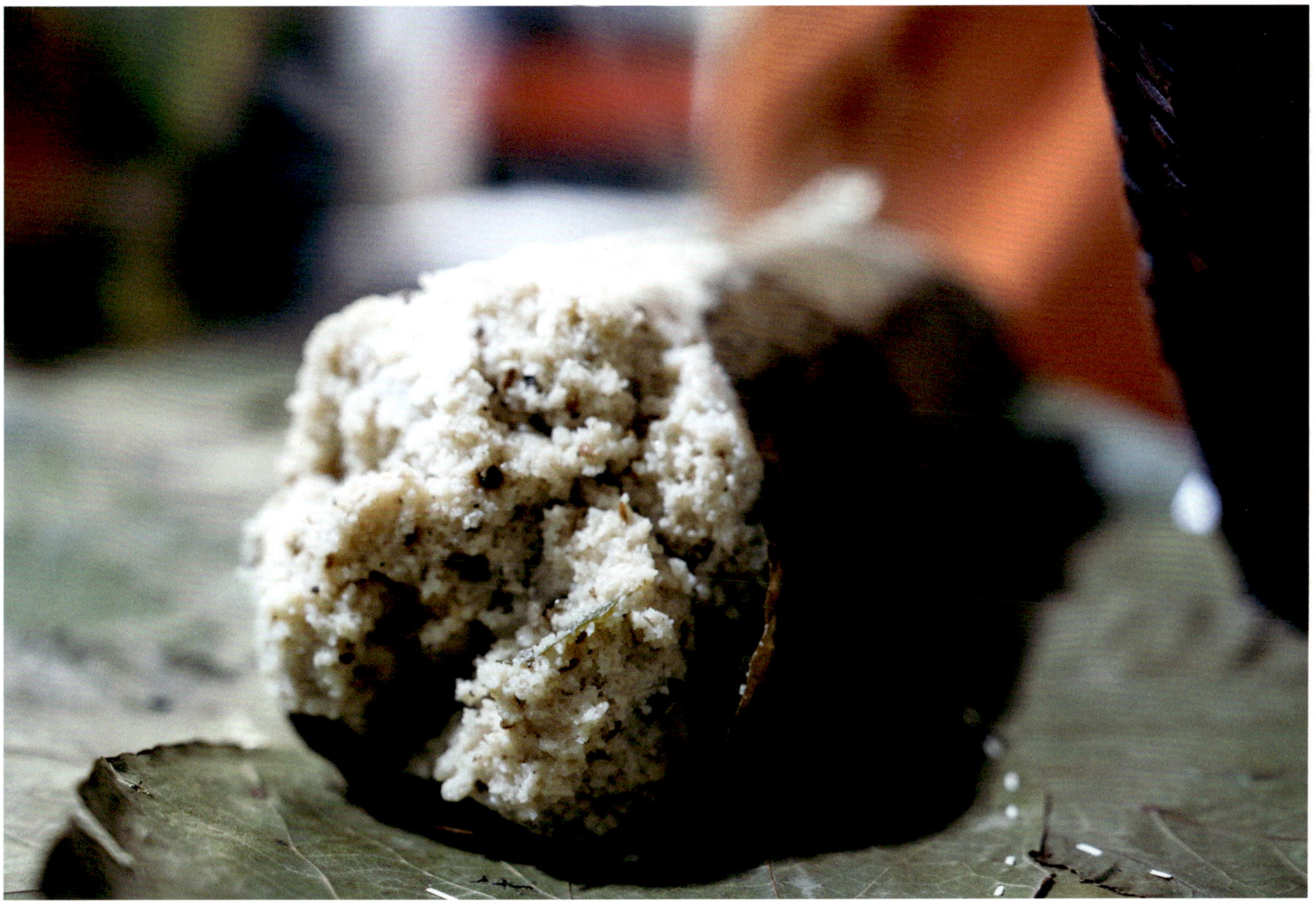

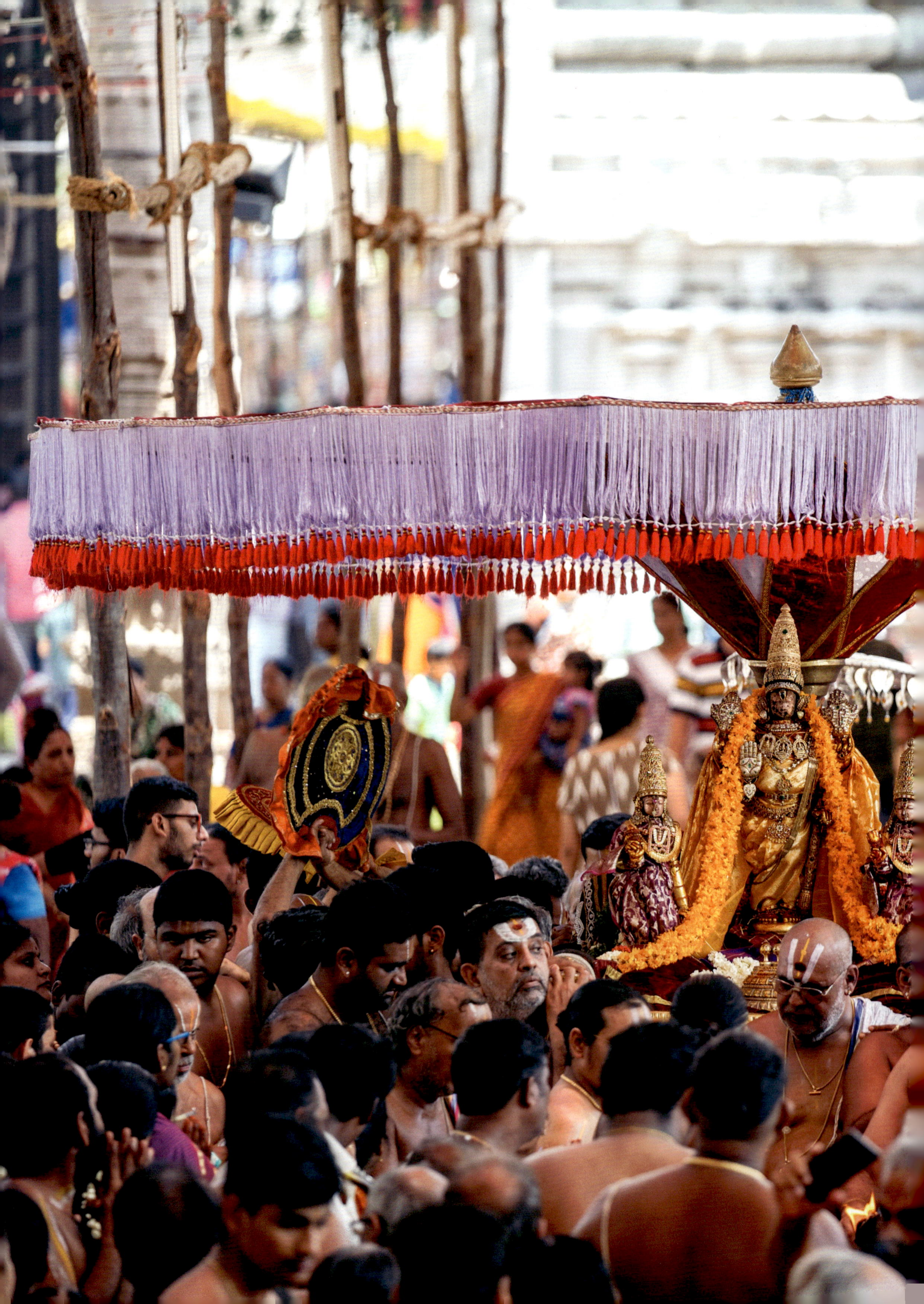

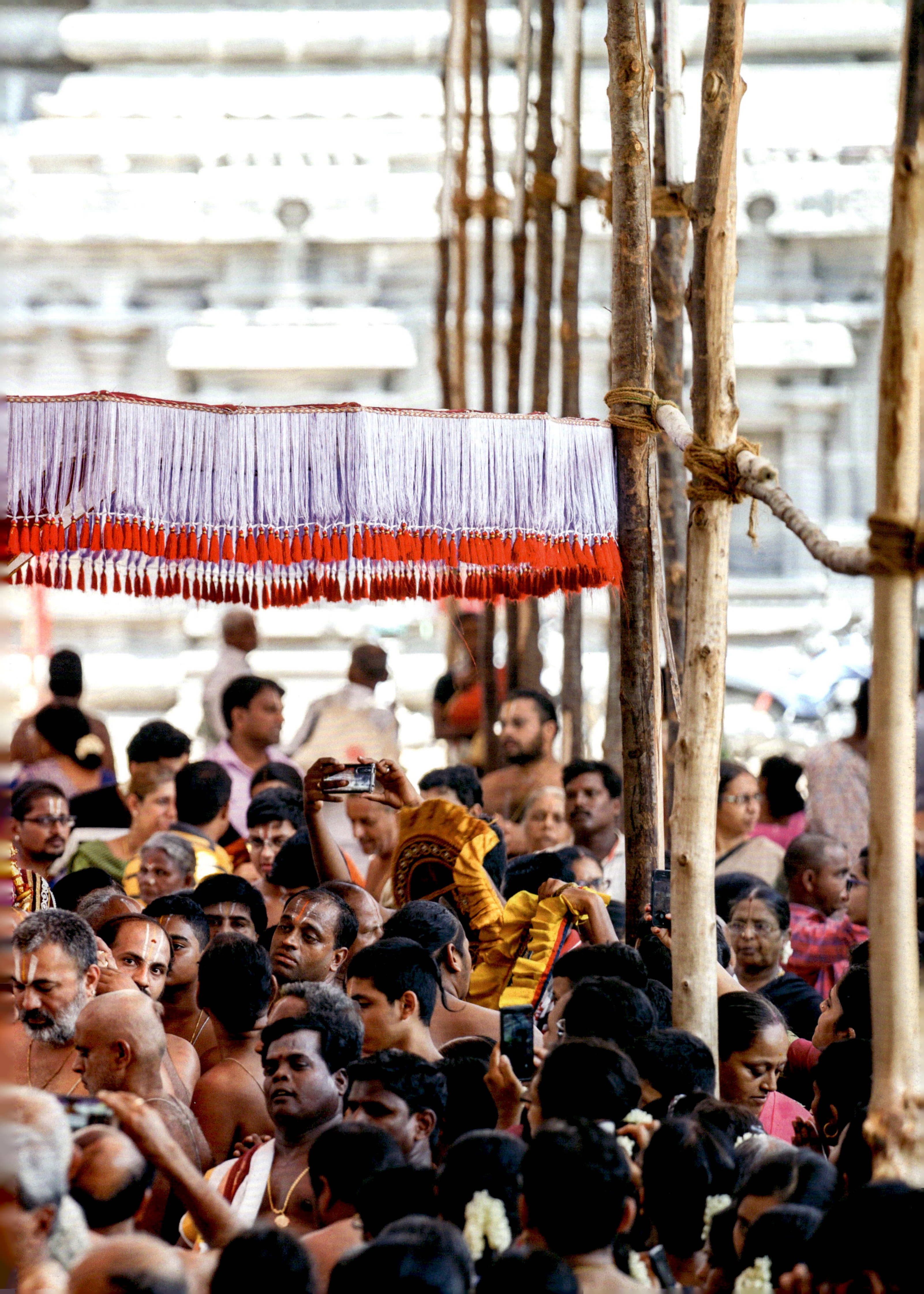

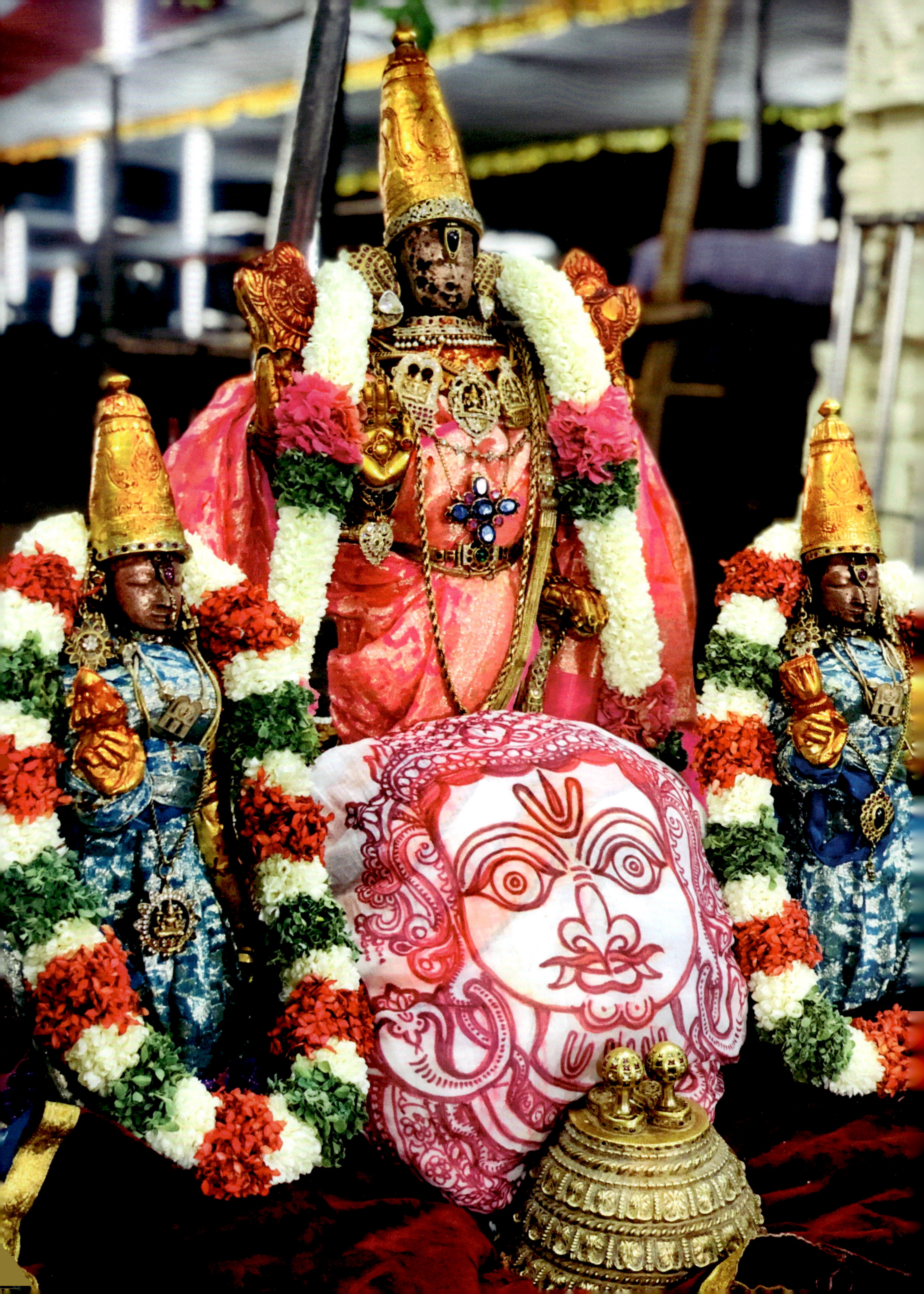

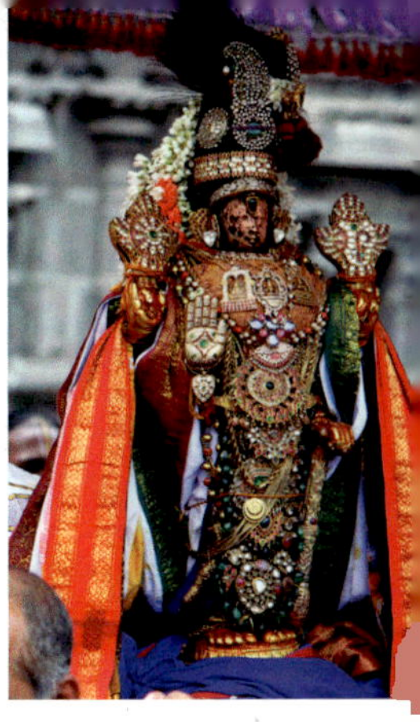

Festivals

A very large number of utsavams (processions) and other celebrations take place in the Varadaraja Perumal temple throughout the year. As it is not possible to describe or even enumerate all the utsavams of this temple here, only a few are mentioned in the following paragraphs. Some of the other utsavams connected with the Acharyas have been mentioned in the previous chapters. The most important and grandest of all the festivals is the ten-day annual Brahmotsavam which is in the Tamil month of Vaikasi (May-June). This celebration is many centuries old as seen from the data available from literary sources and from inscriptions. Vedanta Desika, in his beautiful poem *Varadaraja Panchashat* mentions the various vahanas such as the horse, Garuda, chariot, palanquin etc. An informative inscription of the 14th century A.D. mentions the routes of the procession and the different localities to which the image of the deity would be taken after it was carried on the elephant, horse and Garuda vahanas respectively and also the chariot festival.

Varadaraja Perumal comes in procession on various vahanams during the ten days of the Brahmotsavam, both in the mornings and in the evenings. However, ahead of the Brahmotsavam are some important rituals. The day before the start of the Brahmotsavam is the Purvangam. It begins with a festival known as the Senai Mudaliar Utavam also known as Azhvar Utsavam. In the evening, this deity is taken out in procession in order to collect the sacred mud (earth) for making the altar for the homa or sacrifice everyday for the ten days. It is interesting to note that this festival is mentioned in an inscription dated 1558 C.E. of the reign of the Vijayanagara Emperor Sadasiva Raya. The next day (which is the first day of the Brahmotsavam), early in the morning, Varadaraja Perumal with Sri Devi and Bhu Devi (Ubhaya Nachiyar) goes from His sanctum to the Vahana-mandapa. Then the dvajarohanam or flag-hoisting takes place which indicates the beginning of the Brahmotsavam.

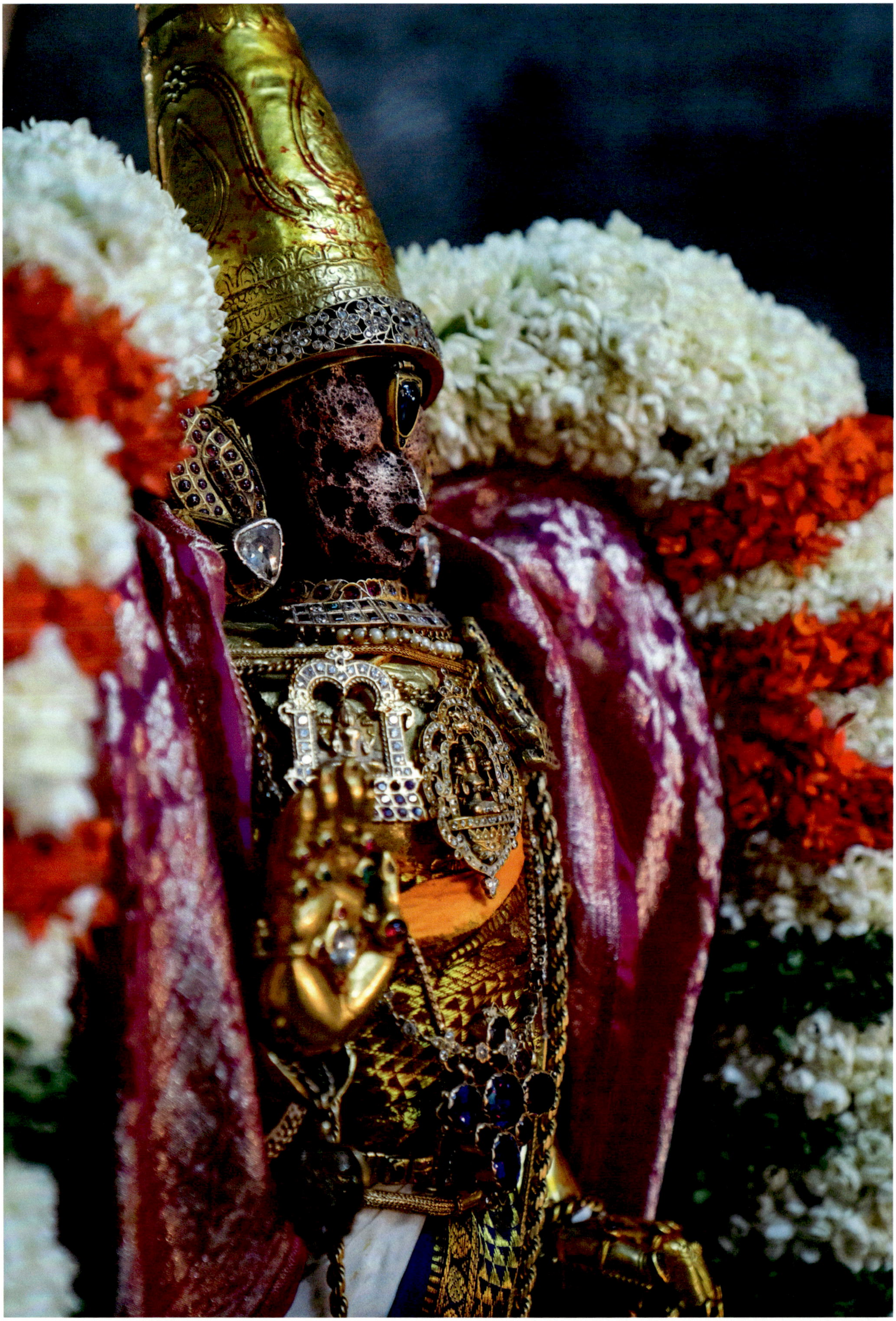

Subsequently, on the first day morning is the golden chapram vahanam when the deity goes in procession to the Gangaikondan-mandapam, a few kilometeres away. In the evening of the first day is the Simha-vahanam. On the second day morning the deity rides on the Hamsa-vahanam and in the evening is the Surya-prabhai. The very famous Garuda-vahanam and Hanumantha-vahanam are in the morning and evening respectively on the third day. Varadaraja Perumal rides on the Sesha-vahanam on the morning of the fourth day and on the Chandra-prabhai in the evening of the same day. On the fifth day morning is the Mohini Avataram and fifth day evening is the Yali-vahanam. Chapram (canopy) is on the sixth day morning while the Yanai-vahanam is the same evening. The seventh day is the famous Rathotsavam or Thiruther. There is no procession that evening. The eighth day morning has no procession but the deity is given a holy bath (thirumanjanam) in the sacred tub (thotti); in the evening is the Kudirai-vahanam. On the ninth day morning is the Adum-pallakku (swinging palanquin) while in the evening is the Punyakoti-vimanam (canopy) vahanam. There is no procession on the morning of the tenth day, but the Dvadasa-aradhanam is done in the temple; and the Vettiver-chapram procession is held that evening.

Doddayacharya (Doddacharya), a great devotee of Varadaraja Perumal, who lived in the 16th century in the Vijayanagara times, hailed from Cholasimhapuram (Sholingur). He was a descendent of Mudaliandan, also called Dasharati, a nephew of Ramanujacharya. He has described the Garuda-

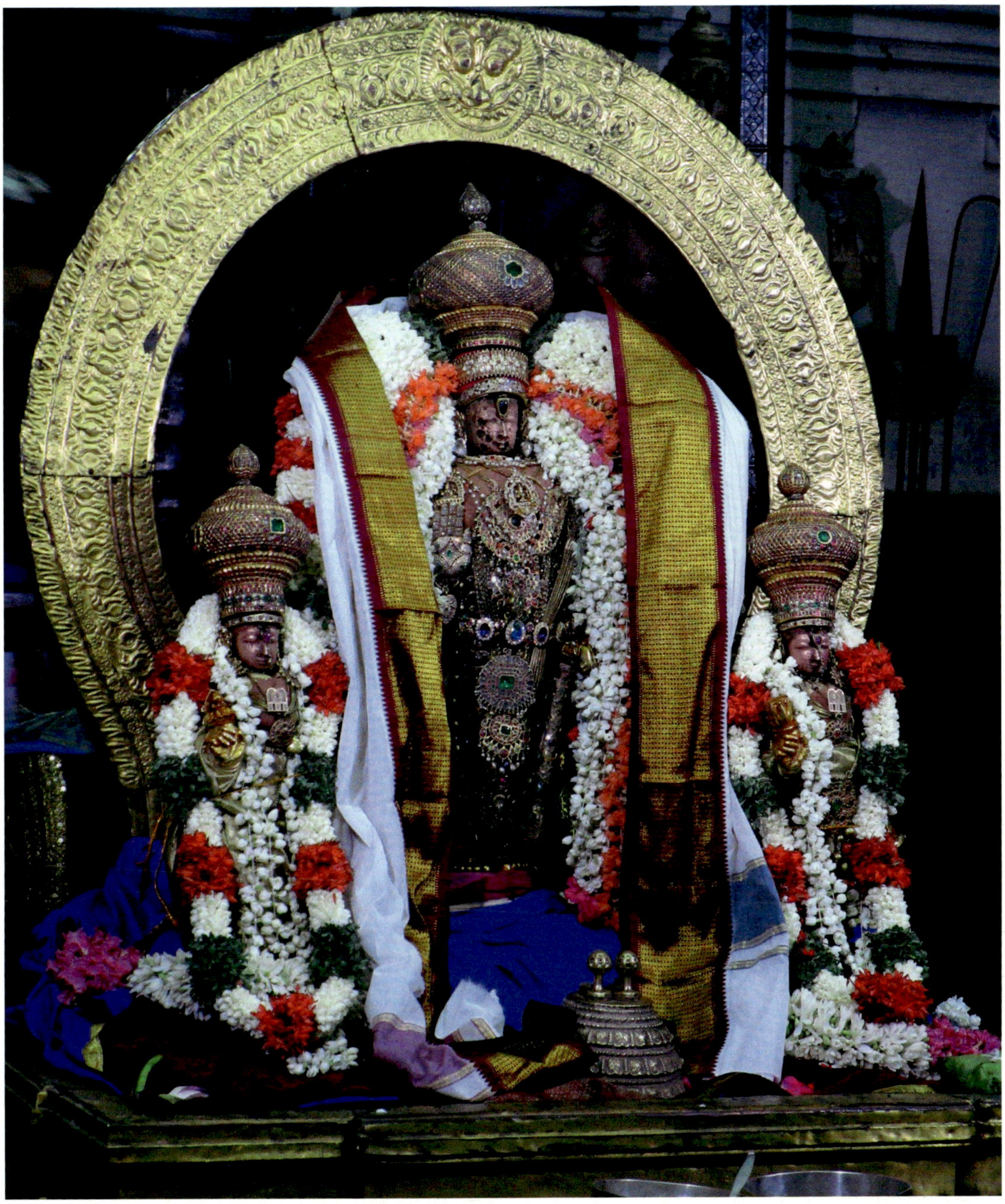

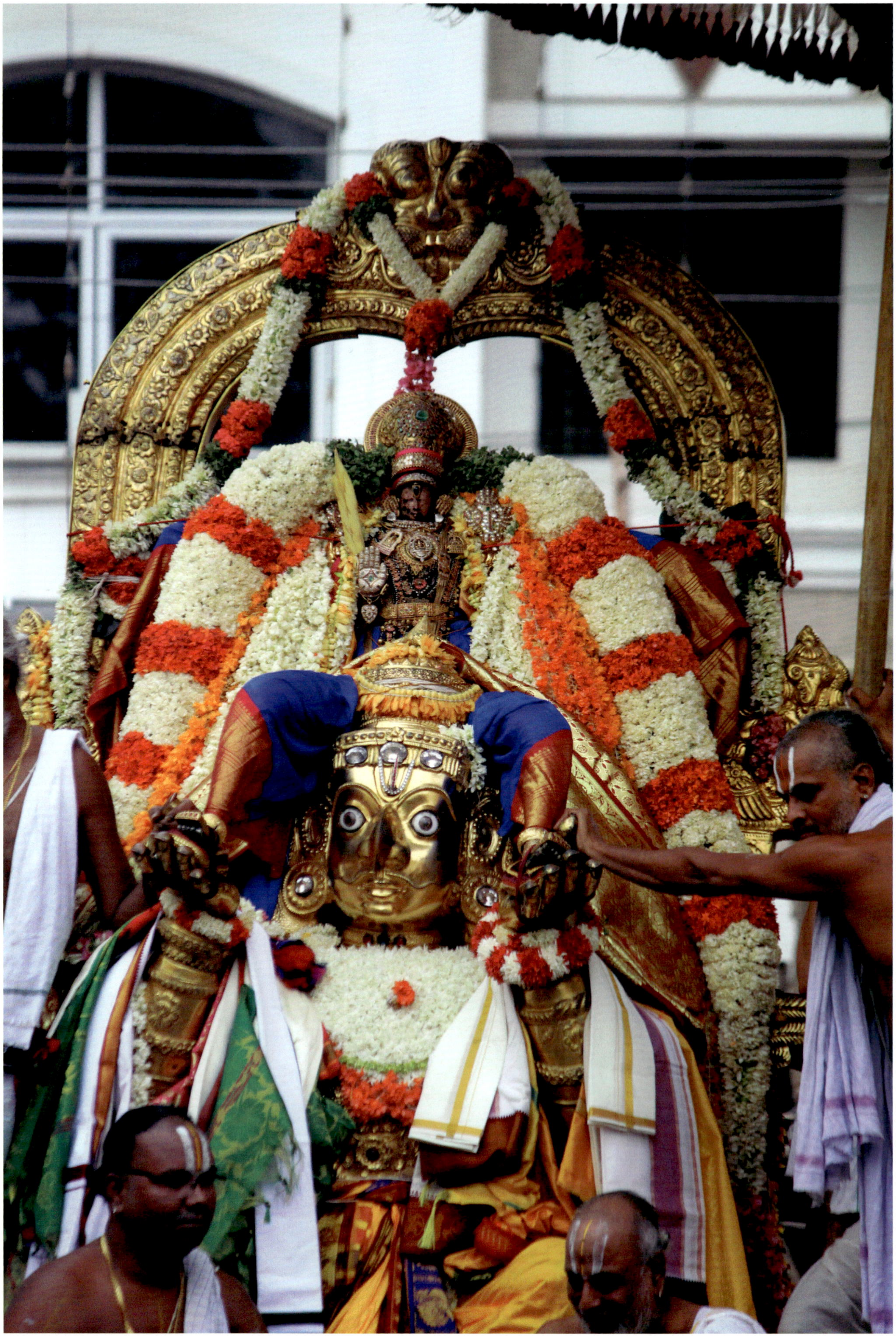

utsavam of this temple which is the highlight of the ten-day Brahmotsavam. There is a close connection between Doddayacharya and the Garuda Sevai utsavam. This ardent devotee of Varadaraja Perumal used to attend the Garuda Sevai in this temple every year. He subsequently moved to his hometown in Sholingur due to old age, but longed to see the Garuda Sevai in Kanchipuram though he was far away. On that particular day when the Garuda Sevai was being held in Kanchipuram, Doddacharya was on the banks of Takkan Kulam or Brahma Tirtham in Sholingur, pining to see the Lord on Garuda. When Varadaraja Perumal came out of His temple atop Garuda, he noticed that Doddacharya was not there. Out of intense compassion, Varadaraja Perumal gave him His Darshan on Garuda while the devotee was in Sholingur. Even today the practice of Varadaraja Perumal giving Doddacharya His Darshan is continued and it is called Doddacharya Swami Sevai. The huge umbrellas held over the deity during the procession, cover the Lord for a few minutes at a particular place near the west gopuram, indicating that Perumal is gracing Doddacharya with His vision. Arati is performed at that time. A temple for Varadaraja Perumal riding on Garuda was constructed on the banks of Takkan Kulam to commemorate this great occasion. Carnatic music composers including Thyagaraja and Muttuswami Dikshitar have mentioned the Garuda Seva.

Some inscriptions in this temple record donations made for offerings to the deity during the Brahmotsavam. A stone record dated 1537 C.E. of the Vijayanagara times mentions this festival beginning with Azhvar Thirunal. Another Vijayanagara inscription dated 1572 C.E. registers a donation of five villages to this temple for this festival called `Thiruvaiyyasi Thirunal' and gives many details about the food offerings made during this celebration and the different mandapas at which the deity's procession stopped when offerings were made to the God.

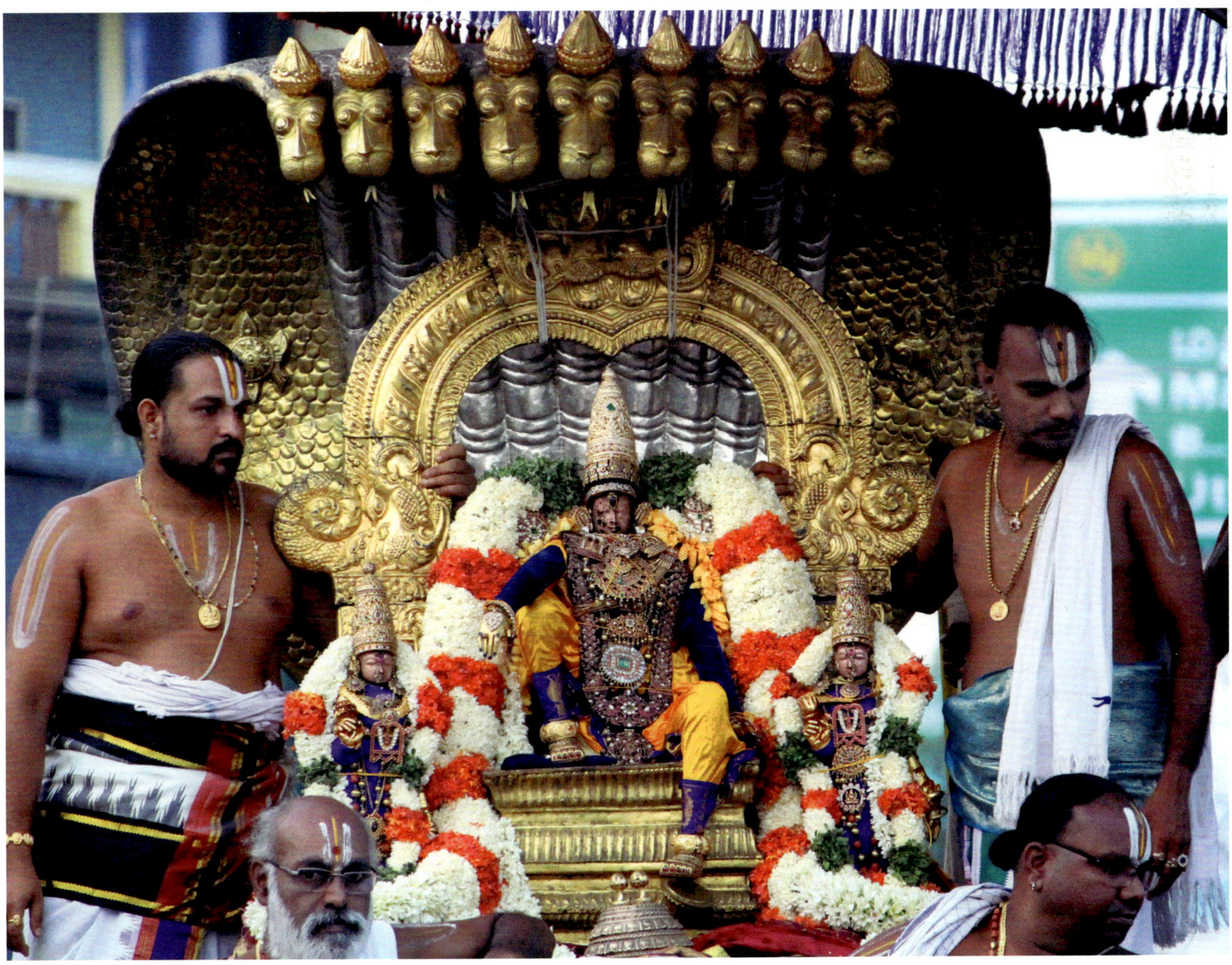

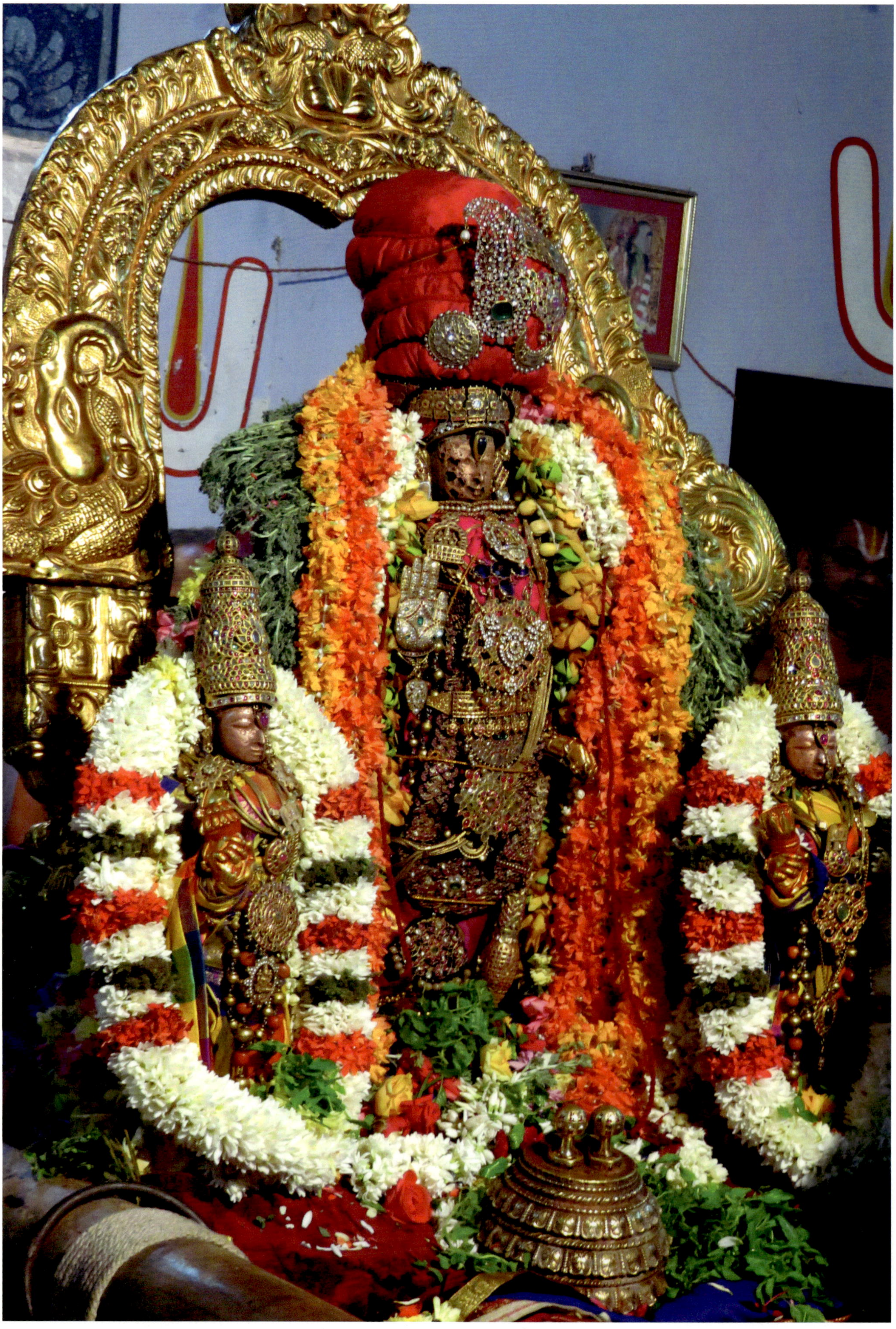

A unique utsavam takes place in the month of Thai (January-February). This is the famous Parivettai utsavam. On Mattu Pongal day, following Pongal or Makara Sankranti, Varadaraja Perumal, starting from His temple in Kanchipuram in the morning, travels approximately fifteen kilometers and visits the Lakshmi Narasimha temple in Pazhaiya Seevaram on the banks of River Palar. He is then taken to the Varadaraja mandapam built on top of this hill, reached by a flight of steep steps and stays there in the afternoon when tirumanjanam and aradhana are performed for Him. Later in the evening, the images of Varadaraja Perumal and Lakshmi Narasimha are taken from the hill, across the Palar river to the shrine of Venkatesa Perumal in Tirumukkudal on the opposite shore. There, they are joined by two other deities from nearby places, and devotees throng to worship them on this special day. Later, Varadaraja Svami comes back to Pazhaiya Seevaram along with Lakshmi Narasimha and then leaves for His abode in Kanchi. A Vijayanagara era inscription dated 1548 C.E., belonging to the reign of Sadasiva Raya, mentions Parivettai, which could be a reference to this festival.

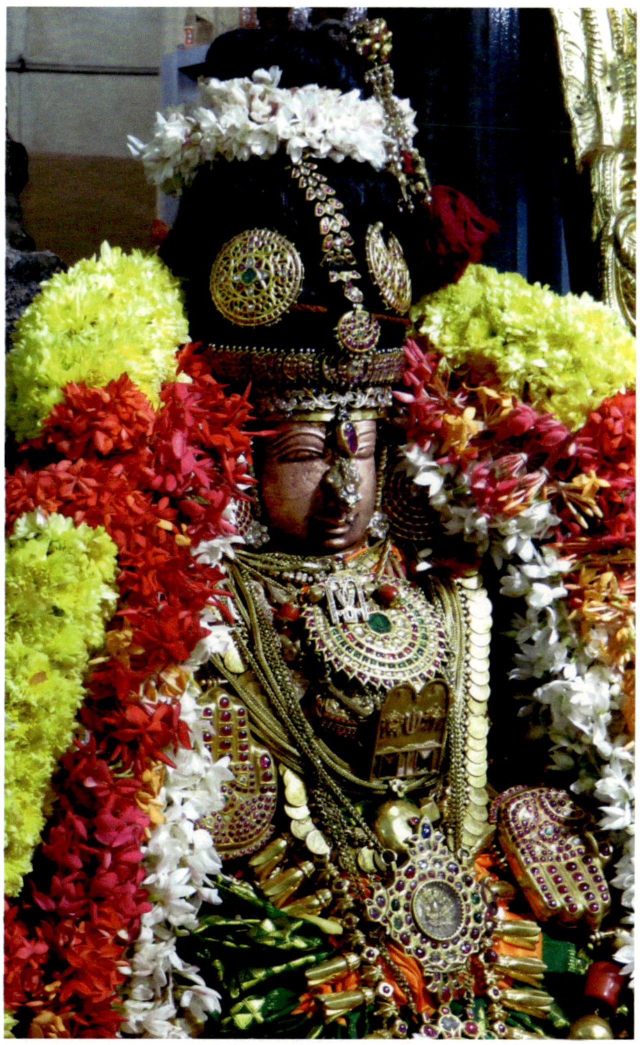

Another unique festival associated with the Varadaraja Perumal temple is the famous Ayyangar Kulam Nadavavi utsavam celebrated on the full-moon day in the month of Chittirai (Chitra-Pournami) when Varadaraja Perumal visits the Nadavavi (Nadavapi) well situated on the north side of the Sanjeevi Rayar temple in Ayyangarkulam, a village about ten kilometers from Kanchipuram, near River Palar on the Kanchi-Wandawasi route. This temple was constructed by a great scholar and administrator named Kotikanyadanam Lakshmikumara Tatacharya also known as Ettur Lakshmikumara Tatacharya. He was the royal preceptor (raja-guru) of the Vijayanagara emperor Venkata Raya II (1586-1614 A.D.) who had his capital at Chandragiri (Andhra Pradesh). Here, in the Nadavavi, the first tirumanjanam for Varadaraja after His Thiru-avatara-utsavam (Varadaraja Perumal appearing before Brahma during the yaga on Hasta nakshatram) is celebrated . The Nadavavi is a beautiful structure with a grand entrance gateway made of granite, with steps leading to a large underground mandapa with carved pillars and a madapalli. On most days of the year, these are filled with water, but preceding this festival, the water is pumped out and devotees carry Varadaraja Perumal inside the cool precincts of the mandapa in the hot month of Chittirai and worship is offered. Enroute from the Varadaraja Perumal temple to the Sanjeevi Rayar temple in Ayyangarkulam, the Brahma-aradhana or Brahma worshipping Varadaraja has traditionally been enacted. An inscription dated 1595 C.E. refers to this festival called `Thiruvural'.

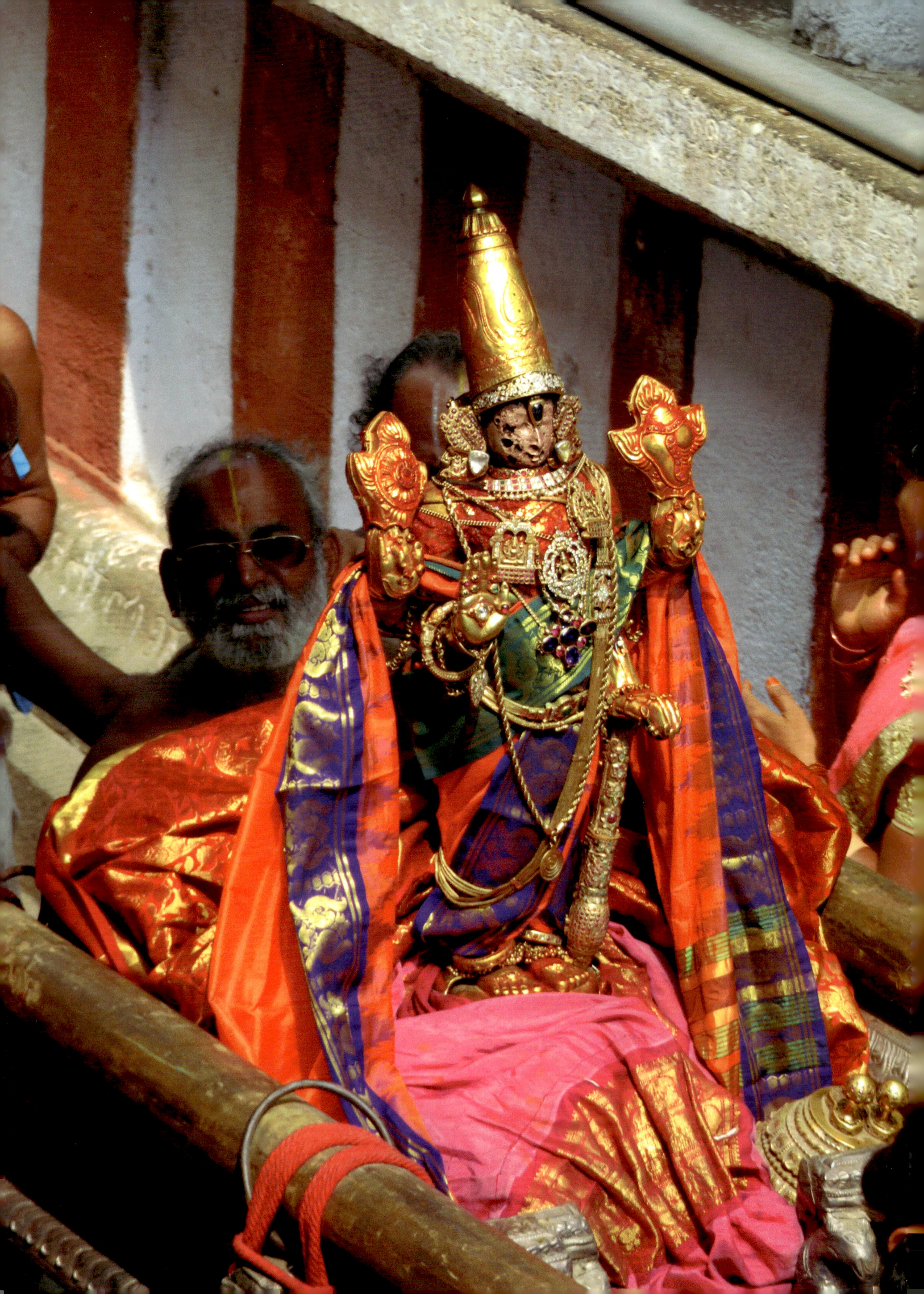

திருவிழாக்கள்

வரதராஜ பெருமாள் கோயிலில் ஆண்டு முழுவதும் எண்ணற்ற பல உற்சவங்களும் விழாக்களும் நடைபெற்று வருகின்றன. அவை அனைத்தையும் விவரிக்க முடியாது என்பதால், முக்கியமான சில விழாக்களைப் பற்றிப் பார்ப்போம். ஆசார்யர்கள் மற்றும் ஆழ்வார்கள் தொடர்பான விழாக்கள் பற்றி முந்தைய அத்தியாயங்களில் குறிப்பிடப்பட்டிருக்கின்றன.

வைகாசி (மே – ஜூன்) மாதத்தில் பத்து நாள்கள் நடைபெறும் பிரம்மோற்சவமே கோயிலின் முக்கியமானதும் பிரம்மாண்டமானதுமான திருவிழாவாகும் இலக்கியங்கள் மற்றும் கல்வெட்டு களில் கிடைக்கப்பெற்ற தகவல்களிலிருந்து இந்த பிரம்மோற்சவம் பல நூற்றாண்டுகளாக நடைபெற்று வந்ததாகத் தெரிய வருகிறது.

வேதாந்த தேசிகர் தம்முடைய வரதராஜ பஞ்சாசத் என்ற நூலில் குதிரை, கருடன், தேர், பல்லக்கு போன்ற வாகனங்கள் பெருமாளுக்கு இருந்தது பற்றிக் குறிப்பிட்டிருக்கிறார். 14-ம் நூற்றாண்டைச் சேர்ந்த கல்வெட்டு ஒன்றில், பெருமாள் பல்வேறு வாகனங்களில் வீதியுலா வரும் வழித்தடங்கள், செல்லும் இடங்கள் போன்ற அனைத்து விவரங்களும் குறிப்பிடப்பட்டிருக்கின்றன.

பத்துநாள்கள் நடைபெறும் திருவிழாவில் காலையும் மாலையும் பல்வேறு வாகனங்களில் பெருமாள் வீதியுலா வருவார். பிரம்மோற்சவத்துக்கு முன்பு சில பூர்வாங்க சடங்குகள் நடைபெறும். பிரம்மோற்சவத்துக்கு முன்தினம் அங்குரார்ப்பணம் என்னும் சடங்கு நடைபெறும். அன்று மாலை சேனைமுதலியார் வீதியுலா வந்து திருவிழா ஏற்பாடுகளைப் பார்வையிடுவதுடன், யாகசாலைக்கான புற்றுமண்ணையும் எடுத்துக்கொண்டு திரும்புவது சம்பிரதாயம். அதன் பிறகே மறுநாள் காலை பிரம்மோற்சவத்துக்கான கொடியேற்று (துவஜாரோஹணம்) வைபவம் நடைபெறும். சேனை முதலியார் உற்சவம் பற்றி விஜயநகர மன்னர் சதாசிவ ராயர் காலத்திய (கி.பி. 1558) கல்வெட்டு ஒன்றில் குறிப்பிடப்பட்டிருக்கிறது.

மறுநாள் அதிகாலையில் வரதராஜ பெருமாள் ஸ்ரீதேவி, பூதேவி பிராட்டியார்களுடன் (உற்சவ மூர்த்தம்) சந்நிதியிலிருந்து புறப்பட்டு, வாகன மண்டபத்தில் எழுந்தருள்வார். அதன் பிறகு பிரம்மோற்சவம் தொடங்கிவிட்டதைக் குறிப்பிடும் வகையில் துவஜாரோஹணம் என்னும் கொடியேற்று வைபவம் நடைபெறும். தொடர்ந்து முதல்நாள் காலை,தங்கச் சப்பரத்தில் எழுந்தருளும் பெருமாள், கோயிலிலிருந்து சில கி.மீ. தொலைவிலுள்ள கங்கைகொண்டான் மண்டபத்தை அடைந்து பக்தர்களுக்கு தரிசனம் தந்துவிட்டு கோயிலுக்குத் திரும்புவார். அன்று இரவு சிங்க வாகனத்தில் வீதியுலா வருவார். இரண்டாவது நாள் காலையில் அன்ன வாகனத்திலும், இரவு சூரிய பிரபை வாகனத்திலும் எழுந்தருளி வீதியுலா வருவார். மூன்றாவது நாள் காலையில் பிரசித்தி பெற்ற கருடசேவை வைபவம் நடைபெறும். அன்று மாலை அனுமந்த சேவை நடை பெறும். நான்காவது நாள் காலை சேஷ வாகனத்திலும் மாலை சந்திர பிரபை வாகனத்திலும்; ஐந்தாவது நாள் காலை மோகினி அவதாரத்தில் வீதியுலா வரும் பெருமாள், அன்று மாலை யாளி வாகனத்தில் வீதியுலா வருவார். ஆறாவது நாள் காலையில் சப்பரத்திலும் மாலையில் யானை வாகனத்திலும் வீதியுலா வருவார். ஏழாவது நாளில் மிக முக்கியமான தேர்த்திருவிழா நடைபெறும். அன்று மாலை வீதியுலா இல்லை. எட்டாவது நாள் காலையிலும் வீதியுலா இல்லை. அதற்கு பதில் பெருமாளை ஒரு தொட்டியில் எழுந்தருளச் செய்து திருமஞ் சனம் செய்விக்கப்படுகிறது. அன்று மாலையில் குதிரை

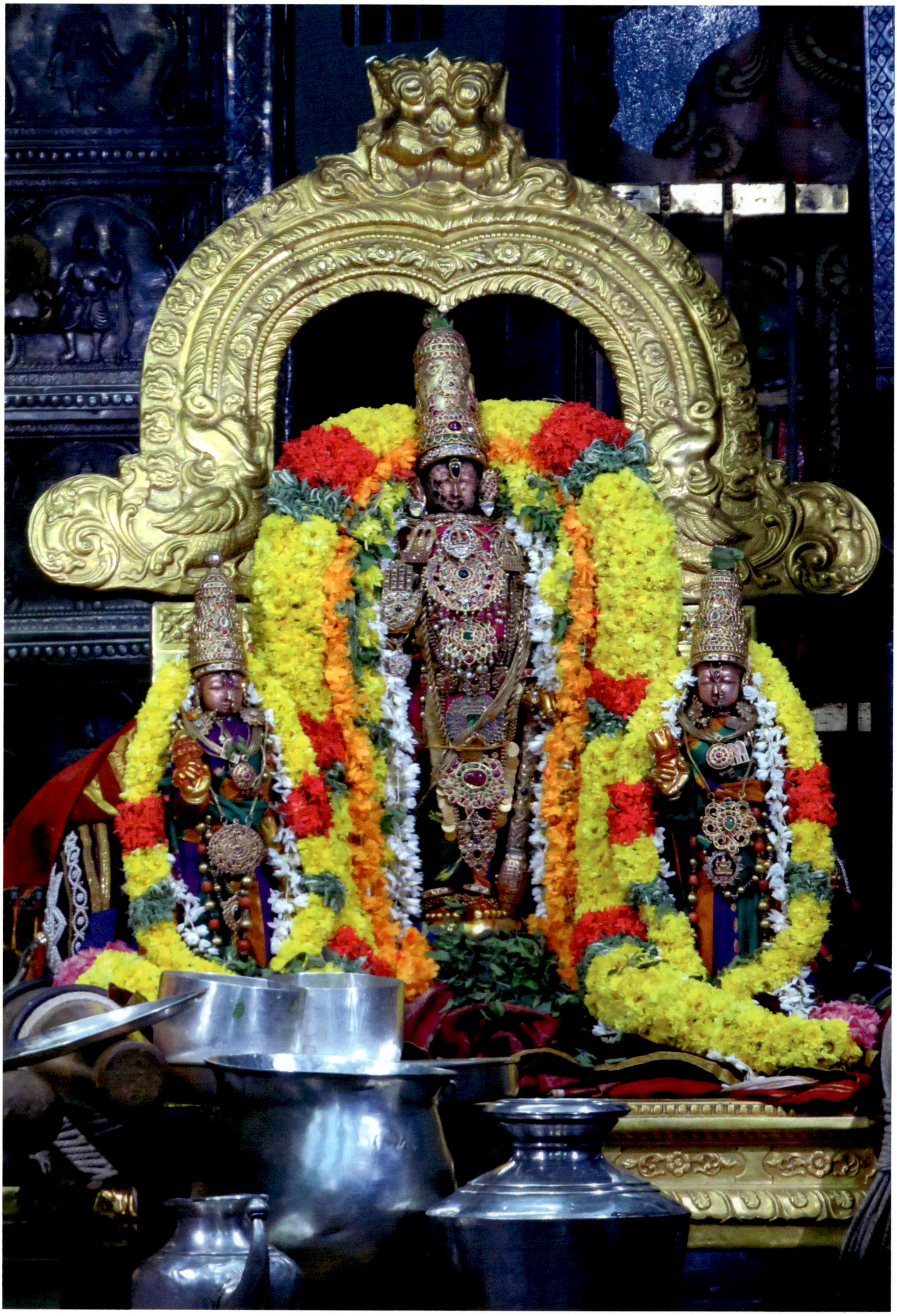

வாகனத்தில் வீதியுலா வருவார். ஒன்பதாம் நாள் காலை ஆளும் பல்லக்கிலும் இரவு புண்ணியகோடி விமானத்திலும் எழுந்தருளி வீதியுலா வருவார். பத்தாவது நாள் காலையில் வீதியுலா நடைபெறுவதில்லை. கோயிலில் பெருமாளுக்கு துவாதச ஆராதனம் நடைபெறுகிறது. மாலையில் வெட்டிவேர் சப்பரத்தில் எழுந்தருளி வீதியுலா வருவார். பத்தாவது நாளுடன் பிரம்மோற்சவம் நிறைவு பெறுகிறது.

தொட்டையாசார்யர் என்னும் தொட்டாசார்யா விஜயநகர அரசர்கள் காலத்தில் கி.பி.16-ம் நூற்றாண்டில் சோளிங்கர் என்று அழைக்கப்படும் சோழசிம்மபுரத்தில் வசித்து வந்தவர். இவர் ராமானுஜரின் மருமகனும், தாசரதி என்று அழைக்கப்பட்டவருமான முதலியாண்டான் வம்சத்தைச் சேர்ந்தவர். கருடசேவை வைபவம் பற்றி மிகச் சிறப்பாக விவரித்திருக்கிறார். இவருக்கும் கருடசேவை வைபவத்துக்கும் நெருங்கிய தொடர்பு உண்டு. ஒவ்வொரு வருடமும் தவறாமல் காஞ்சிக்குச் சென்று கருடசேவை வைபவத்தை தரிசிப்பதை வழக்கமாகக் கொண்டிருந்தார். வயதான காலத்தில் அவரால் காஞ்சிக்குச் சென்று கருடசேவை வைபவத்தை தரிசிக்க முடியவில்லை. ஒரு வருடம் கருடசேவை நடைபெறும் தினத்தன்று, சோளிங்கர் கோயில் தீர்த்தமான தக்கான் குளம் என்று அழைக்கப்படும் பிரம்ம தீர்த்தக்குளத்தின் கரையில் இருந்த தொட்டாசார்யா, பெருமாளை கருட வாகனத்தில் சேவிக்கமுடியவில்லையே என்று ஏங்கினார். அதே வேளையில் கருடவாகனத்தில் எழுந்தருளி கோயில் வாசலுக்கு வந்த பெருமாள், தன் பக்தனான தொட்டாசார்யா அங்கே இல்லை என்பதைத் தெரிந்துகொண்டார். தம் பக்தனிடம் மிகுந்த இரக்கம் கொண்ட பெருமாள், சோளிங்கரில் கருடவாகனத்தில் சேவை சாதித்தார். இன்றைக்கும் வரதராஜ பெருமாள் தொட்டாசார்யாவுக்கு தரிசனம் கொடுக்கிறார். இந்த வைபவம் 'தொட்டாசார்ய ஸ்வாமி சேவை' என்று அழைக்கப்படுகிறது.

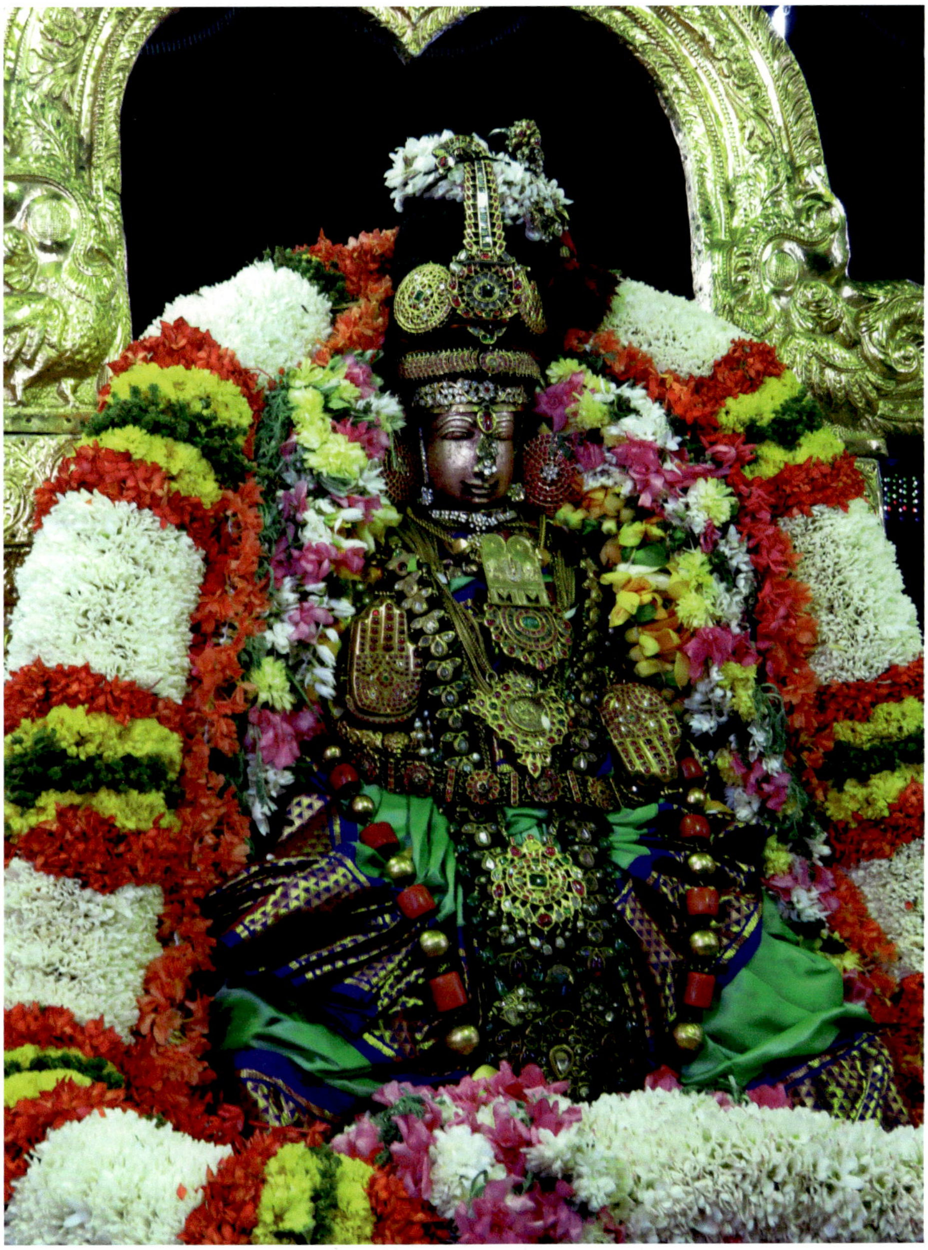

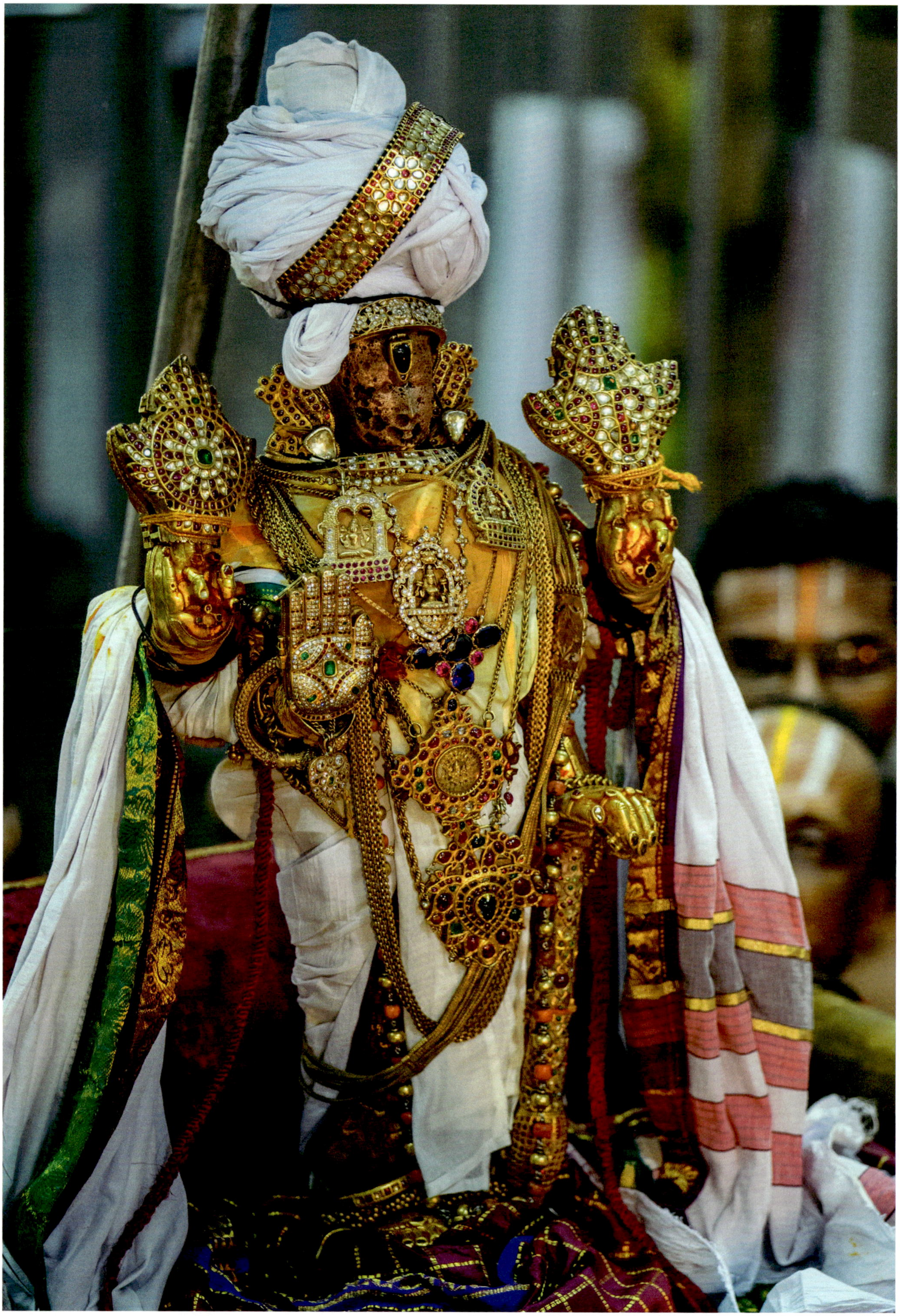

கருடசேவையன்று பெருமாள் மேற்கு கோபுர வாயிலுக்கு வந்த பிறகு சில நிமிடங்கள் பெரிய குடைகளால் மறைக்கப்படுகிறார். அப்போது பெருமாள் சோளிங்கரில் தொட்டாசார்யாவுக்கு தரிசனம் கொடுப்பதாக ஐதீகம். அவ்வேளையில் ஆரத்தியும் நடைபெறுகிறது. இதை நினைவுகூரும் வண்ணம் சோளிங்கர் தக்கான் குளக்கரையில் கருடவாகனத்தில் பெருமாள் எழுந்தருளியிருக்கும் கோலத்தில் ஒரு கோயில் கட்டப்பட்டுள்ளது. கருடசேவையைப் பற்றி தியாகராஜரும், முத்துசுவாமி தீட்சிதரும் தங்கள் கீர்த்தனைகளில் குறிப்பிட்டிருக்கின்றனர்.

பிரம்மோற்சவத்துக்காகக் கொடுக்கப்பட்ட கொடைகள் பற்றி கல்வெட்டுக் குறிப்புகளில் இடம் பெற்றிருக்கின்றன. கி.பி.1537 - வருடத்திய விஜயநகர மன்னர்கள் காலக் கல்வெட்டு ஒன்றில், பிரம்மோற்சவம் ஆழ்வார் திருநாளுடன் தொடங்குவதாகக் குறிப்பிடப்பட்டுள்ளது. 1572 - ஆம் வருடத்திய கல்வெட்டு ஒன்றில் திருவையாசி திருநாள் என்ற பிரம்மோற்சவ வைபவத்துக்காக ஐந்து கிராமங்களை நன்கொடையாகக் கொடுத்திருந்தது குறிப்பிடப்பட்டுள்ளது. மேலும், எத்தனை இடங்களில் பெருமாளுக்கு மண்டகப்படிகள் நடத்தப்படவேண்டும், என்னென்ன நைவேத்தியங்கள் செய்யப்படவேண்டும் என்பது போன்ற பல குறிப்புகளும் அந்தக் கல்வெட்டில் காணப்படுகின்றன.

தை மாதம் (ஜனவரி) பொங்கலுக்கு மறுநாள் மாட்டுப் பொங்கலன்று நடைபெறும் 'பரிவேட்டை' உற்சவமும் தனிச் சிறப்பு வாய்ந்த உற்சவமாகும். மாட்டுப் பொங்கலன்று காலையில் கோயிலிலிருந்து புறப்பட்டு, சுமார் பதினைந்து கி.மீ. தொலைவில் பாலாற்றின் கரையிலுள்ள பழைய சீவரம் லக்ஷ்மிநரசிம்மர் கோயிலில் எழுந்தருள்வார். பின்னர் லக்ஷ்மிநரசிம்மருடன் செங்குத்தான படிகளின் வழியாக மலைமீதுள்ள வரதராஜ மண்டபத்தை அடைவார். அங்கு திருமஞ்சனமும் ஆராதனையும் நடைபெறும். அன்று மாலை வரதராஜ பெருமாளும், லக்ஷ்மிநரசிம்மரும் மலையிலிருந்து புறப்பட்டு, பாலாற்றின் மறுகரையில், திருமுக்கூடல் என்ற இடத்தில் அமைந்திருக்கும் வெங்கடேச பெருமாள் கோயிலுக்கு எழுந்தருள்வர். அங்கு வெங்கடேச பெருமாளுடன் சுற்றிலுமுள்ள கிராமங்களிலிருந்து எழுந்தருளும் தெய்வங்களுடன் பக்தர்களுக்குக் காட்சி அருள்வார்கள். இந்த அரிய வைபவத்தை தரிசிக்க திரளான பக்தர்கள் வருவார்கள். பின்னர் லக்ஷ்மிநரசிம்மருடன் பழைய சீவரத்துக்கு வரும் பெருமாள், அங்கு லக்ஷ்மி நரசிம்மரிடமிருந்து விடை பெற்றுக்கொண்டு காஞ்சிக்குத் திரும்புவார். விஜயநகர மன்னர் சதாசிவ ராயர் காலத்திய கல்வெட்டு (கி.பி. 1548) இந்த பரிவேட்டை உற்சவத்துக்குச் சான்றாக உள்ளது.

வரதராஜர் பெருமாள் கோயிலில் நடைபெறும் மற்றொரு தனிச் சிறப்பு வாய்ந்த உற்சவம் சித்திரை மாதம் பௌர்ணமியன்று ஐயங்கார்குளம் என்னுமிடத்தில் நடைபெறும் நடவாவி உற்சவமாகும். காஞ்சியிலிருந்து சுமார் பத்து கி.மீ. தொலைவில், காஞ்சி - வந்தவாசி சாலையில், பாலாற்றின் கரையில் அமைந்திருக்கும் ஐயங்கார்குளத்துக்கு வரதராஜ பெருமாள் எழுந்தருள்வார். இந்த நடவாவிக் கிணறு ஐயங்கார்குளத்தில் அமைந்திருக்கும் சஞ்சீவிராயன் கோயிலுக்கு வடக்கில் அமைந்திருக்கிறது.

சஞ்சீவிராயன் கோயில் மிகப் பெரிய அறிஞரும் சிறந்த நிர்வாகியுமான எட்டூர் லக்ஷ்மிகுமார தாதாசார்ய என்னும் கோடிகன்யாதானம் லக்ஷ்மிகுமார தாதாசார்யா என்பவரால் கட்டப்பட்டது. இவர், சந்திரகிரியை (ஆந்திரா) தலைநகராகக் கொண்ட விஜயநகர மன்னர் வெங்கட ராயா 11 (1586- 1614) என்பவரின் ராஜ குருவாக இருந்தவர்.

இங்குள்ள நடவாவிக் கிணற்றில்தான், பிரம்மாவின் பிரார்த்தனைக்கு இரங்கி அஸ்தம் நட்சத்திரத்தன்று தரிசனம் கொடுத்த பெருமாளுக்கு முதல் திருமஞ்சனம் நடைபெறுகிறது. தரைத்தளத்திலிருந்து படிக்கட்டுகளாலான சுரங்கம் போன்ற பாதை கீழே செல்கிறது. படிக்கட்டு முடியும் இடம் ஒரு மண்டபம். அதற்குள் ஒரு கிணறு எனத் திகழ்கிறது நடவாவிக்கிணறு. வருடத்தின் பெரும்பாலான நாள்களில் நீர் நிறைந்திருக்கும் இந்தக் கிணற்றின் நீர் சித்ராபௌர்ணமிக்கு முன்பாக வெளியேற்றப்படும். அதற்குப் பிறகு படிகளின் வழியாக பெருமாள் பல படிகளுக்குக் கீழாக உள்ள நடவாவிக் கிணற்றுக்கு எழுந்தருள்வார். அங்கு அவருக்கு சிறப்பான ஆராதனைகள் நடைபெறும். கடுமையான கோடையில் பெருமாளுக்குக் குளிர்ச்சியாக இருக்கவேண்டும் என்ற நோக்கத்தில் நடவாவி உற்சவம் நடைபெறுவதாகச் சொல்கிறார்கள். வரதராஜ பெருமாள் கோயிலிலிருந்து ஐயங்கார்குளம் சஞ்சீவிராயர் கோயில்வரை பிரம்ம ஆராதனை அல்லது பிரம்மா வரதராஜ பெருமாளை ஆராதிப்பதாக ஐதீகம். 1595- வருடத்திய கல்வெட்டு ஒன்று இந்த வைபவத்தை, 'திருவூறல்' என்று குறிப்பிடுகிறது.

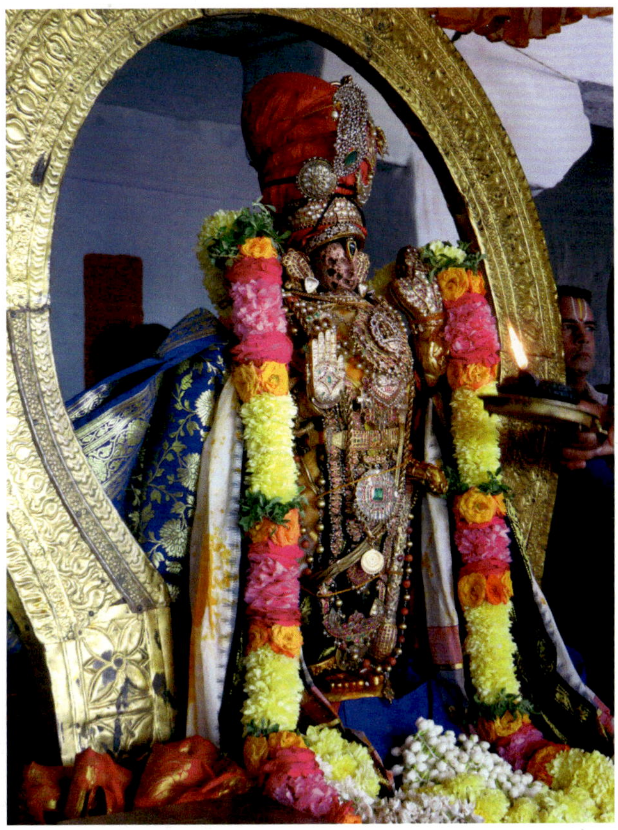

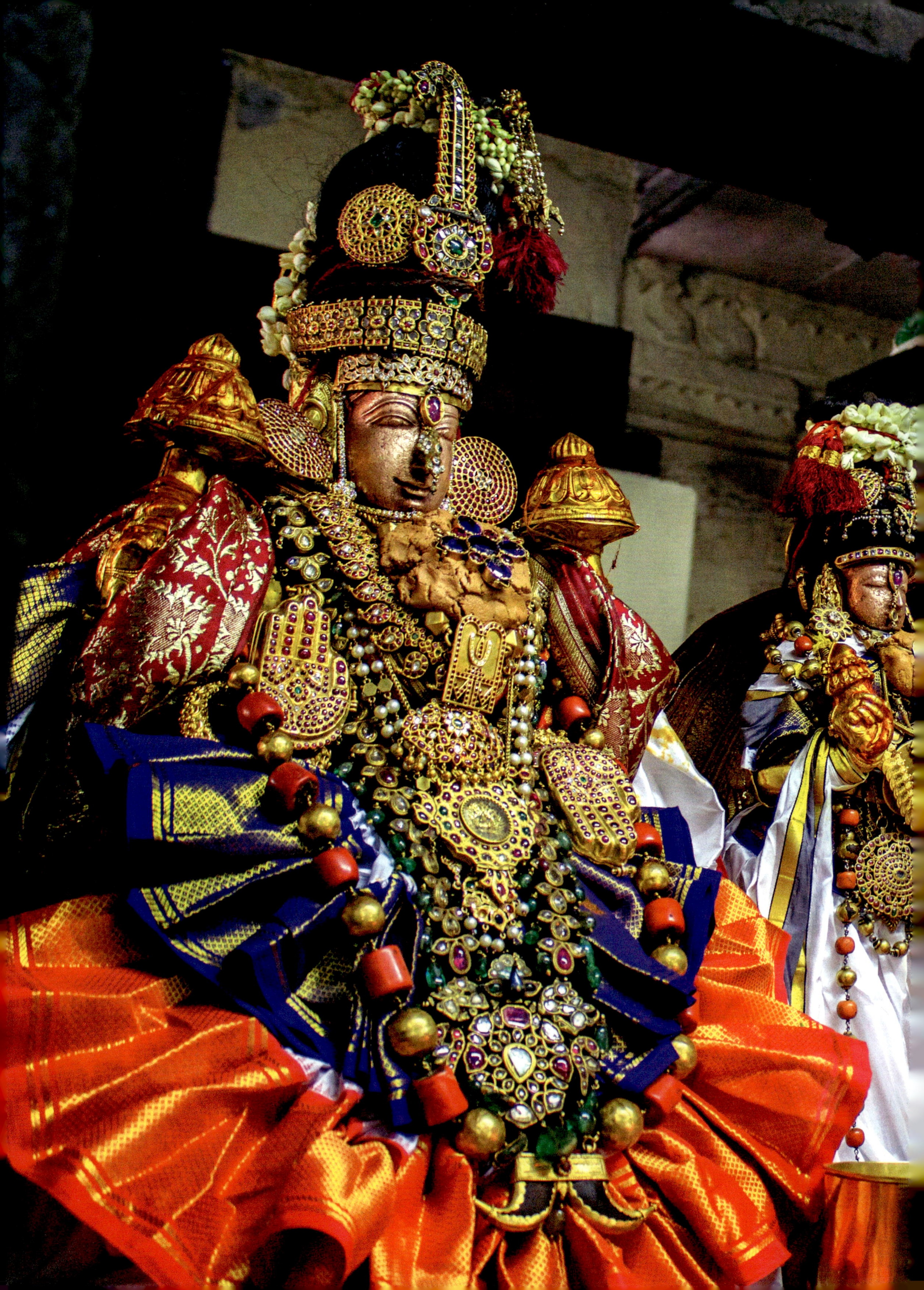

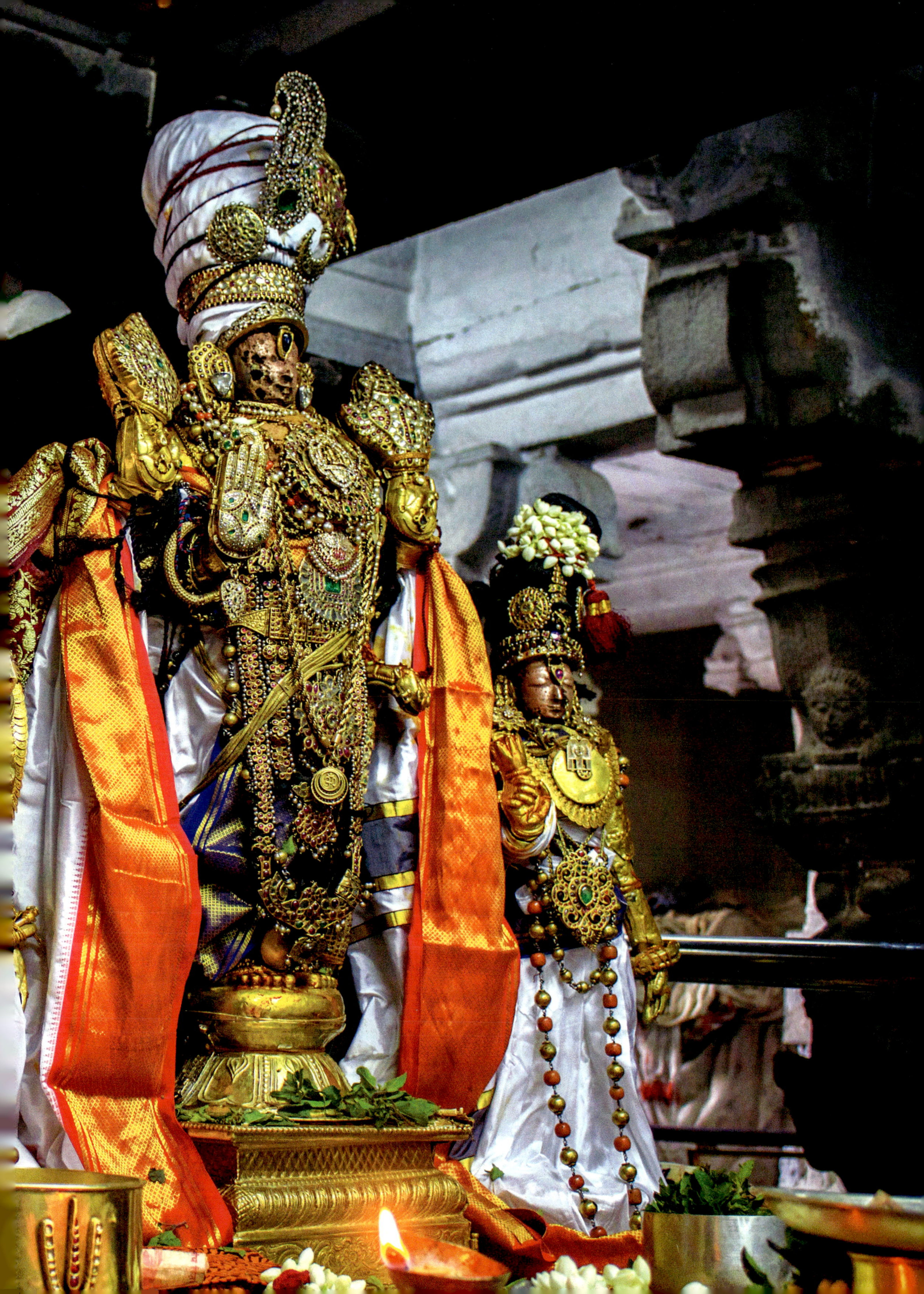

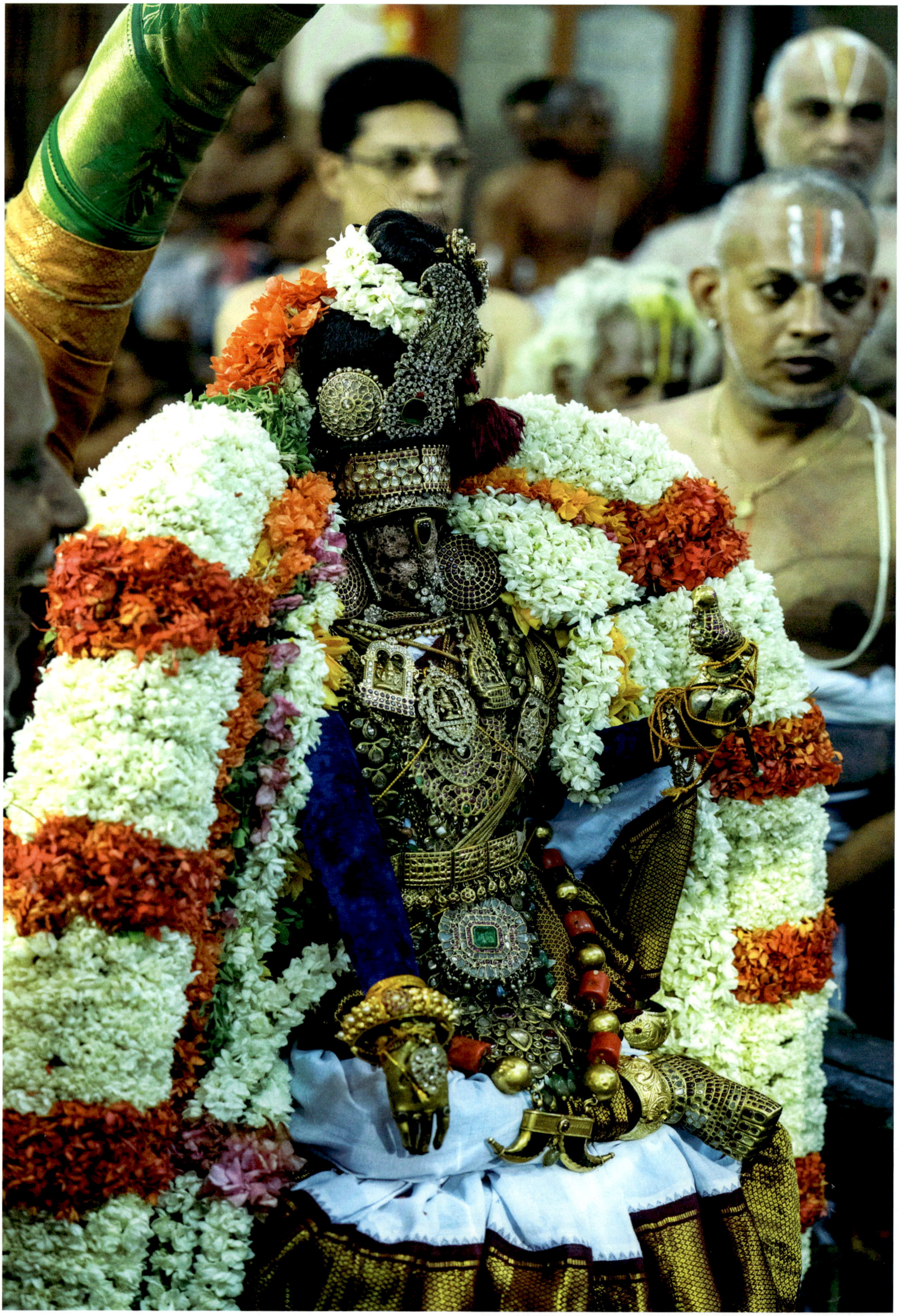

ఉత్సవాలు

ఏడాది పొడవునా వరదరాజ పెరుమాళ్ ఆలయంలో చాలా పెద్ద సంఖ్యలో ఉత్సవాలు, ఊరేగింపులు మరియు ఇతర వేడుకలు జరుగుతాయి. ఈ ఆలయంలో జరిగే అన్ని ఉత్సవాలను ఇక్కడ వివరించడం లేదా ఉదాహరించడం సాధ్యం కాదు. కొన్ని ముఖ్యమైన ఉత్సవాలను మాత్రమే ఈ క్రింది పేరాల్లో ప్రస్తావించడం జరిగింది. ఆచారములతో కూడిన మరికొన్ని ఉత్సవాలు వేరే సందర్భంలో వివరించబడ్డాయి. ఇక్కడి పండుగలలో అతి ముఖ్యమైనది మరియు గొప్పది పది రోజులపాటు జరిగే వార్షిక బ్రహ్మోత్సవం, ఇది తమిళ మాసమైన వైగాశి-వైశాఖ (మే-జూన్)లో జరుగుతుంది. సాహిత్య పరమైన మరియు శాసన పరమైన ఆధారములనుబట్టి ఈ వేడుక అనేక శతాబ్దాల పురాతనమైనది. వేదాంత దేశికులవారు తన అందమైన కవిత వరదరాజ పంచసతిలో అశ్వము, గరుడ, రథం, పల్లకీ వంటి వివిధ వాహనాలను ప్రస్తావించినారు. క్రీ॥శ॥ 14వ శతాబ్దంయొక్క సమాచార శాసనంలో ఊరేగింపు జరిగే మార్గాలు మరియు దేవతామూర్తులకు సంబంధించిన వివిధ ప్రాంతాలను గురించిన ప్రస్తావన వున్నది. దీనిలో ఏనుగు, అశ్వము, మరియు గరుడ వాహనాలపైనా మరియు రథము పైనా జరిగే ఊరేగింపుల వర్ణన వున్నది.

వరదరాజ పెరుమాళ్ బ్రహ్మోత్సవంయొక్క పది రోజులలో వివిధ వాహనాలపై ఉదయం మరియు సాయంత్రం ఊరేగింపుగా వస్తారు. అయితే, బ్రహ్మోత్సవం జరగడానికి ముందు పాటించ వలసిన కొన్ని ముఖ్యమైన ఆచారాలు ఉన్నాయి. బ్రహ్మోత్సవం ప్రారంభమయ్యే ముందు రోజు, ఆళ్వార్ ఉత్సవం అని కూడా పిలువబడే సేనై ముదలియార్ ఉత్సవంతో ప్రారంభమవుతుంది. సాయంత్రం, హోమం కోసం, దేవతలకు నివేదన చేసే పీఠం చేయడానికిగాను పవిత్రమైన మట్టిని (భూమి) సేకరించడానికి ఈ స్వామి వారిని ఊరేగింపుగా బయటకు తీసుకువెళతారు. ఈ పండుగ విజయనగర చక్రవర్తి సదాశివరాయ పాలనయొక్క 1558 C.E. నాటి శాసనంలో పేర్కొనడం ఆసక్తికరం. మరుసటి రోజు (ఇది బ్రహ్మోత్సవం యొక్క మొదటి రోజు), ఉదయాన్నే, వరదరాజ పెరుమాళ్ శ్రీదేవి మరియు భుదేవి (ఉభయ నాచియార్)లతో కలిసి ఆయన గర్భగుడి నుండి వాహన మండపానికి వెళతారు. అప్పుడు ధ్వజారోహణం జరుగుతుంది, ఇది బ్రహ్మోత్సవం ప్రారంభాన్ని సూచిస్తుంది.

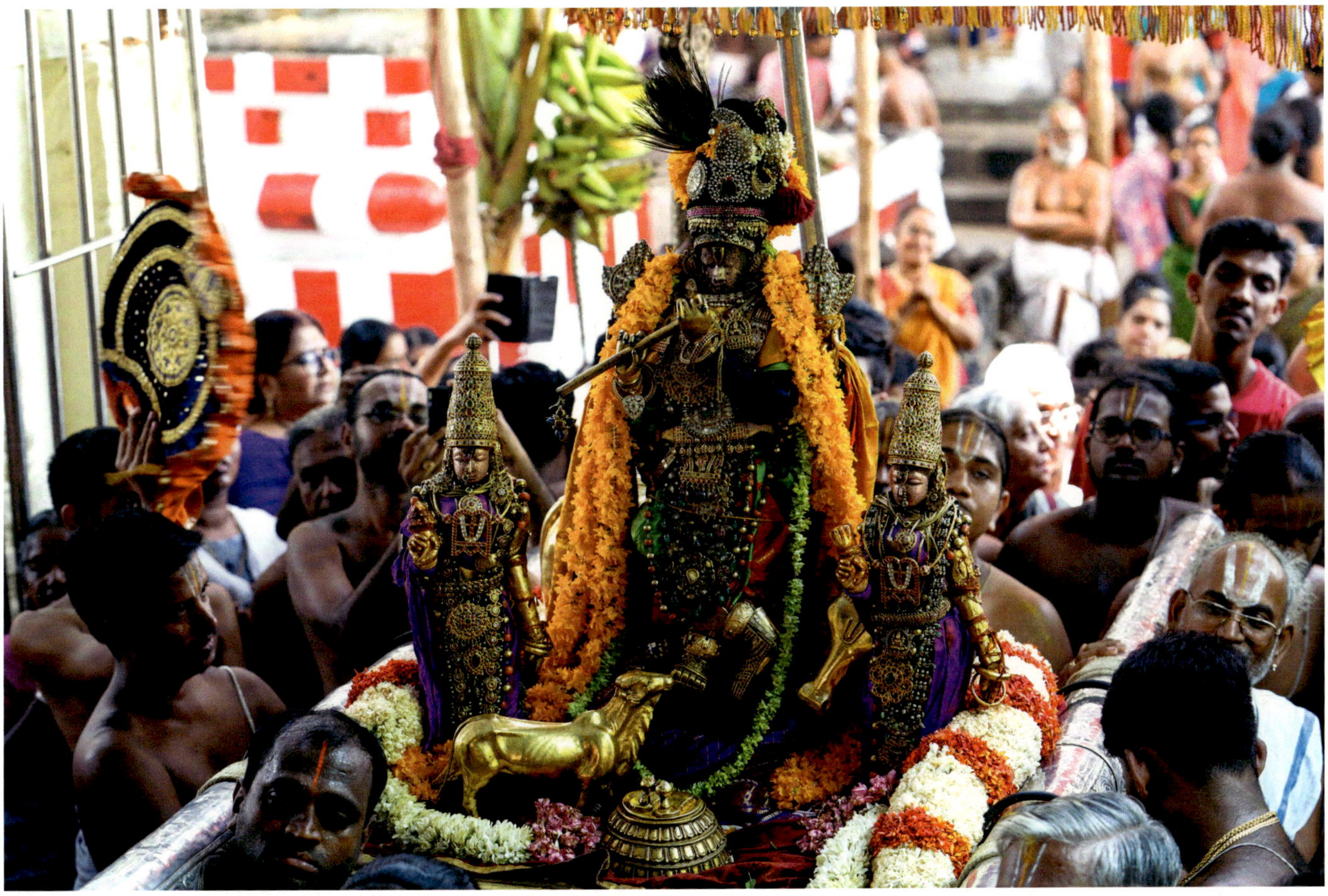

తదనంతరం, బ్రహ్మోత్సవముల మొదటి రోజు ఉదయం కొన్ని కిలోమీటర్ల దూరంలో ఉన్న గంగైకొండన్ మండపానికి స్వామివారు ఊరేగింపుగా వెళ్లినప్పుడు బంగారు ఛత్రము వాహనం మీదా, అదే రోజు సాయంత్రం సింహ వాహనం మీదా అధిరోహిస్తారు. రెండవ రోజు ఉదయం శ్రీ స్వామి వారు హంస వాహనం మీదా ఆ సాయంత్రం సూర్య ప్రభ వాహనంమీద వస్తారు. ఇక మూడో రోజు ఉదయం సాయంత్రం చాలా ప్రసిద్ధమైన గరుడ వాహనం మరియు హనుమంత వాహనము మీద స్వామివారు ఊరేగుతారు. వరదరాజ పెరుమాళ్ స్వామివారు నాలుగవరోజు ఉదయం శేష వాహనంలోనూ మరియు అదే రోజు సాయంత్రం చంద్రప్రభ వాహనంలోనూ విచ్చేస్తారు. ఐదవరోజు ఉదయం మోహిని అవతారం, ఐదవరోజు సాయంత్రం యాళి వాహనం. ఆరవరోజు ఉదయం ఛత్రముతోకూడిన వాహనము, అదే సాయింత్రం గజ (యానై) వాహనముమీద స్వామివారు వేంచేస్తారు. ఏడవ రోజున సుప్రసిద్ధమైన రథోత్సవం లేదా "తిరుతేర్" జరుగుతుంది. ఆ సాయంత్రం ఇక ఊరేగింపు జరగదు. ఎనిమిదవరోజు ఉదయం ఊగింపు జరగదు. కానీ స్వామి వారికి పవిత్రమైన తొట్టెలో (తోట్టి) పుణ్యస్నానం (తిరుమంజనం) చేయిస్తారు. సాయంత్రం అశ్వ (గుదరై) వాహనం. తొమ్మిదవరోజు ఉదయం ఆలుమ్ పల్లక్కు (ఊయల పల్లకీ) సేవ, ఆ సాయంత్రం పుణ్యకోటి విమానం (ఛత్రము) వాహనం. పదవరోజు ఉదయం కూడా ఊరేగింపు లేదు, కానీ ఆలయంలో ద్వాదశ ఆరాధనం జరుగుతుంది. పిదప ఆ సాయంత్రం వట్టివేర్ ఛత్రము ఊరేగింపు జరుగుతుంది.

దొడ్డయచార్య (దొడ్డాచార్య) 16వ శతాబ్దంలో విజయనగర రాజుల కాలంలోని వారు. వీరు వరదరాజ పెరుమాళ్‌యొక్క భక్తుడు. వీరుచోళసింహపురం (షోలింగర్)నుండి వచ్చారు. ఆయన రామానుజాచార్య మేనల్లుడు అయిన ముదలియందన్ వంశస్థుడు. ఈయనను దశరతి అని కూడా పిలుస్తారు. పదిరోజుల బ్రహ్మోత్సవంలో ముఖ్యమైన ఈ ఆలయంయొక్క గరుడసేవ ఉత్సవం గురించి ఆయన వివరించారు. దొడ్డయచార్య మరియు గరుడసేవ ఉత్సవం మధ్య అవినాభావ సంబంధం ఉంది. ఈయన ప్రతి సంవత్సరం ఈ ఆలయంలోని గరుడ సేవకి హాజరయ్యేవాడు. అతను తరువాత వృద్ధాప్యం కారణంగా షోలింగర్‌లోని తన స్వగ్రామానికి వెళ్లాడు. కానీ అతను దూరంగా ఉన్నప్పటికీ కాంచీపురంలోని గరుడసేవని గరుడపై భగవంతుడిని చూడటానికి ఆరాటపడ్డారు. కాంచీపురంలో గరుడసేవ జరుగుతున్నప్పుడు, దొడ్డాచార్య తక్కన్ కుళం లేదా షోలింగర్‌లోని బ్రహ్మతీర్థం ఒడ్డున ఉన్నారు. వరదరాజు పెరుమాళ్ గరుడ పైన ఉన్న తన ఆలయం నుండి బయటకు వచ్చినప్పుడు, దొడ్డాచార్య అక్కడ లేడని గమనించారు. భక్తునిపైన అపారమైన వాత్సల్యంతో షోలింగర్‌లో ఉన్నభక్తునికి వరదరాజ పెరుమాళ్ గరుడ వాహనంపై దర్శనం ఇచ్చారు. నేటికీ వరదరాజ పెరుమాళ్‌వారు దొడ్డాచార్యకు దర్శనం ఇచ్చే ఇదే పద్ధతి సంప్రదాయంగా కొనసాగుతోంది మరియు దీనిని దొడ్డాచార్య స్వామి సేవ అంటారు. ఊరేగింపు సమయంలో దేవతా మూర్తులపై ఉంచిన భారీ గొడుగులు, పశ్చిమ గోపురం సమీపంలో ఒక నిర్దిష్ట ప్రదేశంలో కొన్ని నిమిషాలు భగవంతుడిని కప్పి, పెరుమాళ్ తన దృష్టితో దొడ్డాచార్యను అనుగ్రహిస్తున్నారని సూచించేలా వేడుక జరుపుతారు. ఆ సమయంలో హారతి ఇస్తారు. ఈ దివ్యమైన దర్శనానికి గుర్తుగా గరుడుని పైనున్న వరదరాజ పెరుమాళ్ కోసం ఒక ఆలయం తక్కన్ కుళం ఒడ్డున నిర్మించబడింది. త్యాగరాజు, ముత్తుస్వామి దీక్షితార్‌తో సహా కర్ణాటక సంగీత స్వరకర్తలు గరుడసేవ గురించి ప్రస్తావించారు.

ఈ ఆలయంలోని కొన్ని శాసనాలు బ్రహ్మోత్సవం సందర్భంగా భగవంతుని నైవేద్యంకోసం దాతలు ఇచ్చిన విరాళాలను వివరించాయి. విజయనగర రాజుల కాలానికి చెందిన 1537 C.E. నాటి శిలా శాసనం ఈ పండుగను ఆళ్వార్ తిరునాళ్‌తో ప్రారంభించారని పేర్కొంది. క్రీ॥శ॥ 1572 నాటి మరో విజయనగర శాసనం ఈ ఆలయానికి 'తిరువయ్యసి తిరునాళ్' అని పిలువబడే ఐదు గ్రామాలను విరాళంగా ఇచ్చిన సంగతి నమోదు చేసి, ఈ వేడుకలో చేసిన ఆహార ప్రసాదాల గురించి మరియు నైవేద్యాలు అర్పించేటప్పుడు ఉత్సవమూర్తుల ఊరేగింపు నిలచిన వివిధ మండపాల గురించి అనేక వివరాలను తెలియజేస్తుంది.

ఒక ప్రత్యేకమైన ఉత్సవం పుష్య మాసం (జనవరి-ఫిబ్రవరి) ('తై' నెల)లో జరుగుతుంది. ఇది ప్రసిద్ధ పరివేట్టై ఉత్సవం. ఇది కనుమ (మాట్టు పొంగల్) రోజున, మకర సంక్రాంతి (పొంగల్) తరువాత జరుగుతుంది. వరదరాజ పెరుమాళ్‌స్వామిని, ఉదయం కాంచీ పురంలోని వారి ఆలయం నుండి మొదలుపెట్టి, సుమారు పదిహేను కిలోమీటర్లు ప్రయాణించి, పాలార్ నది ఒడ్డునవున్న పాత సీవరం (పళయ సీవరం)లోని లక్ష్మీనరసింహస్వామి ఆలయానికి తీసుకుని వెళ్తారు. అక్కడ కొండపైన నిర్మించిన

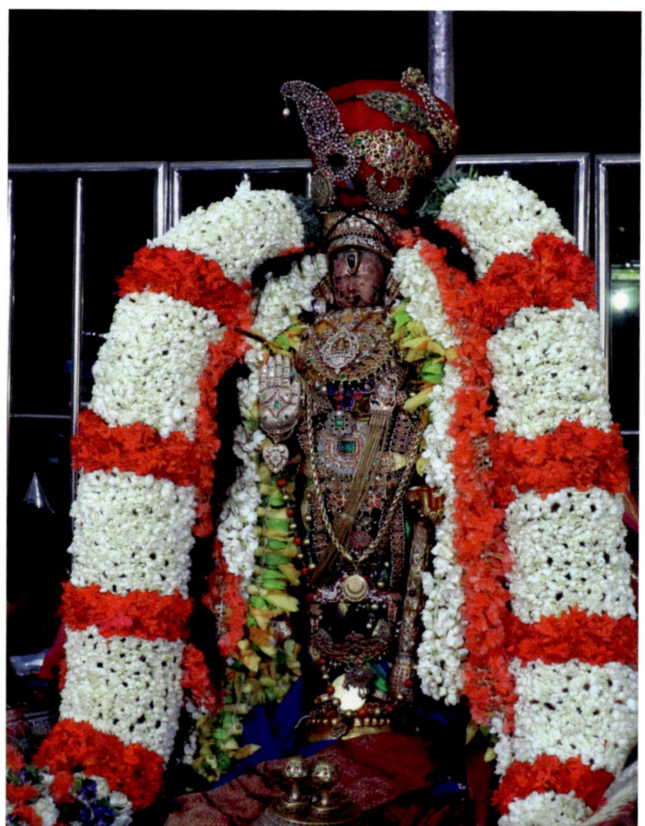

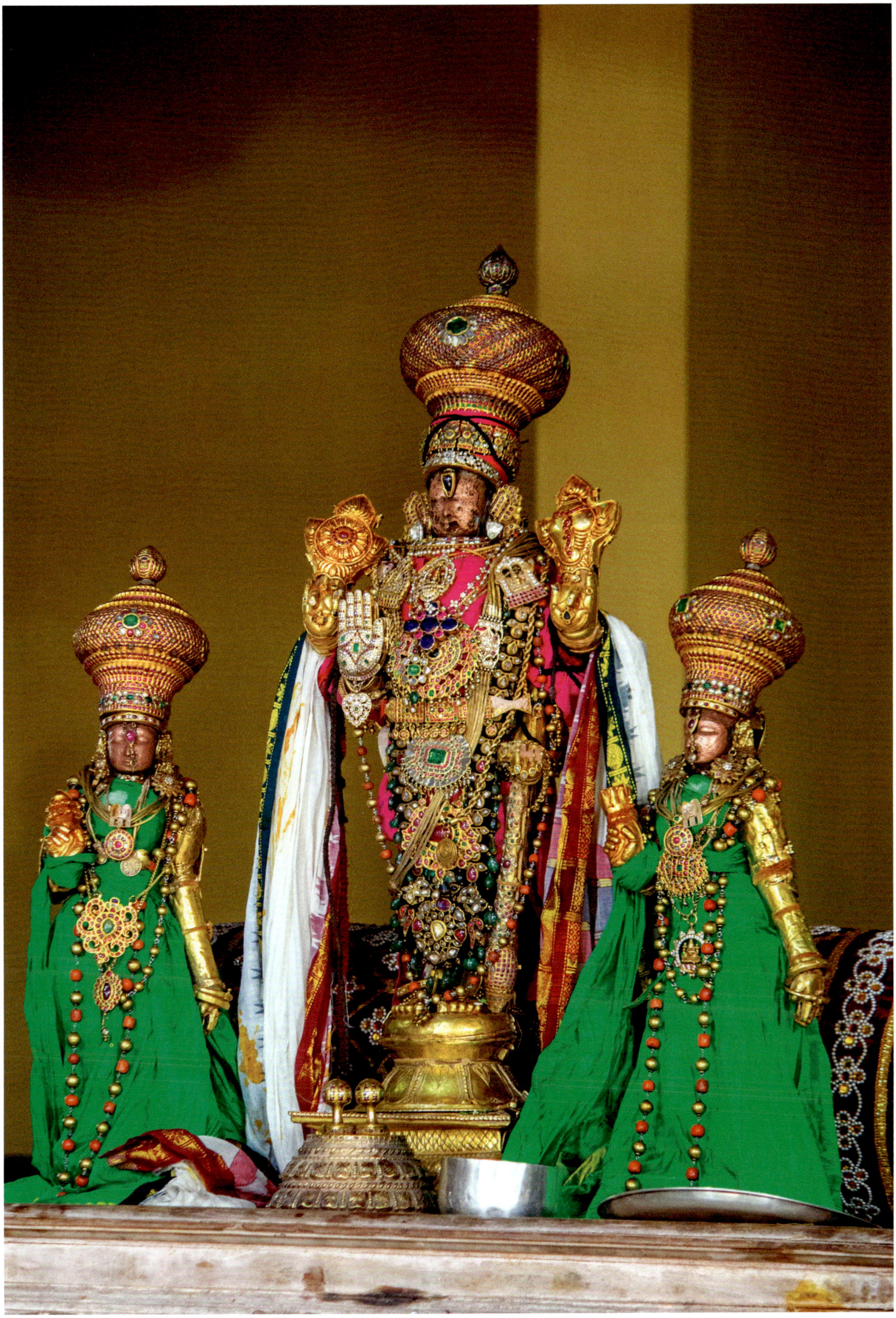

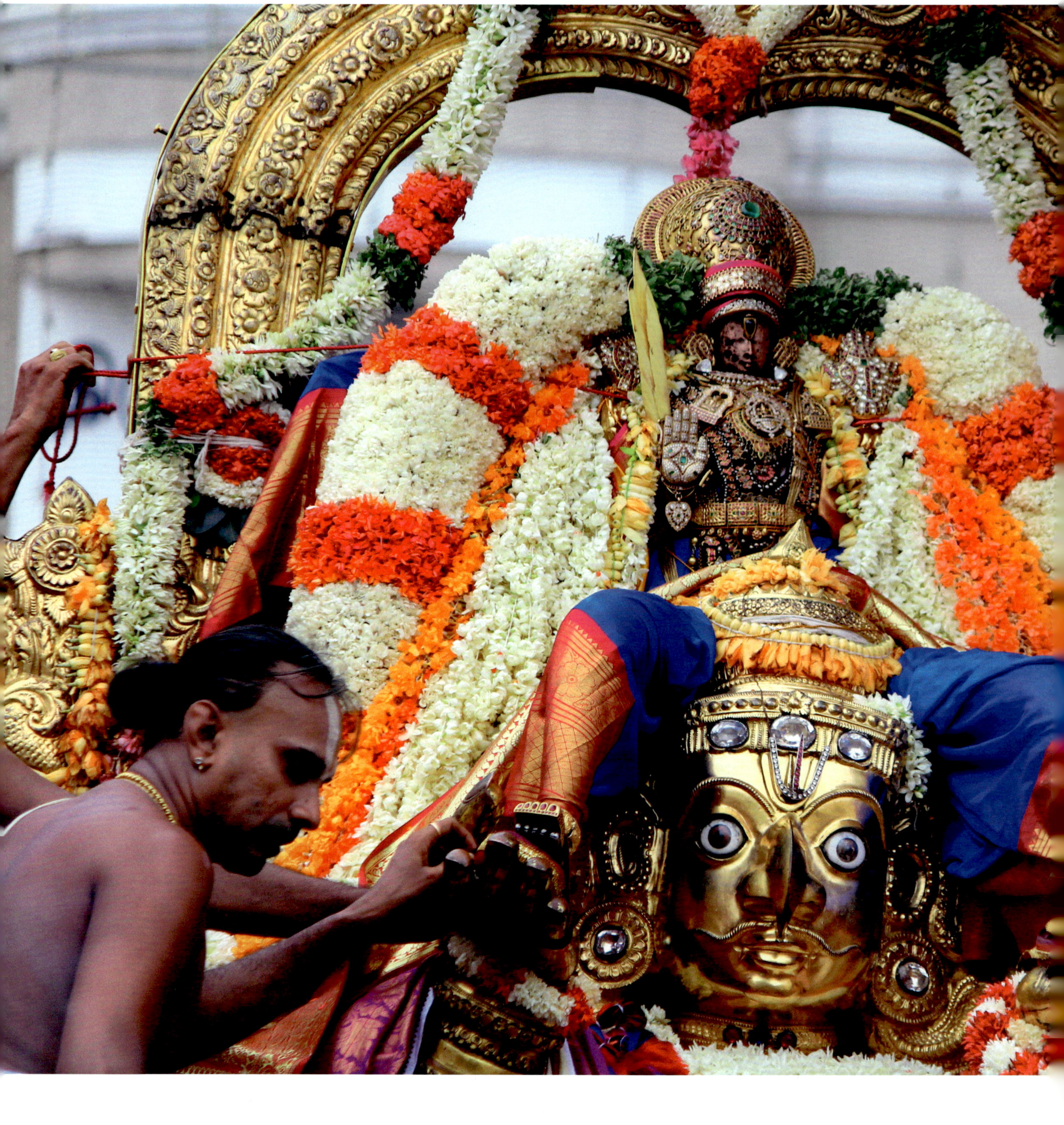

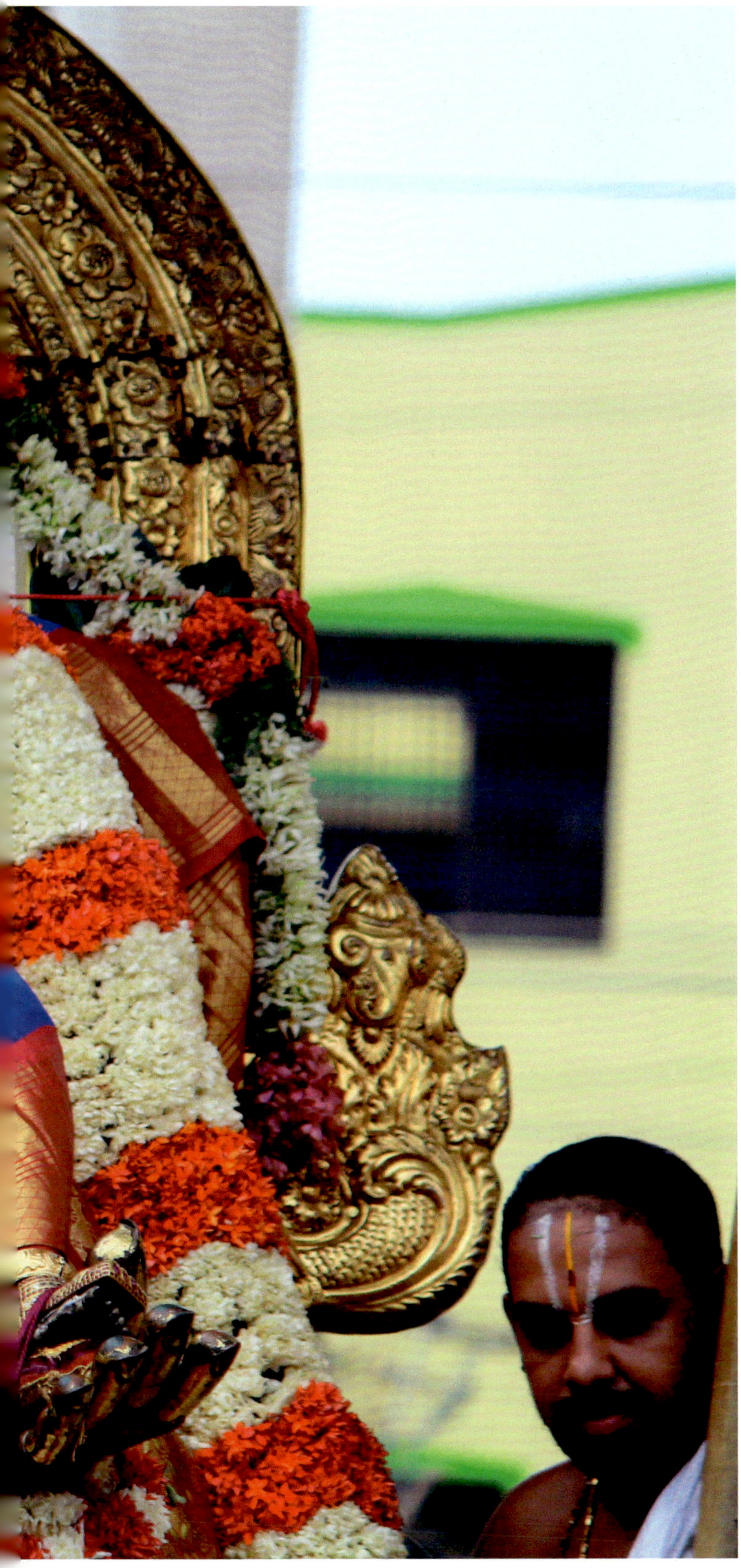

వరదరాజ మండపానికి తీసుకెళ్లి, నిటారుగావున్న మెట్ల వద్దకు చేరుకున్నాక, మధ్యాహ్నం తిరుమంజనం మరియు ఆరాధనల నిమిత్తం, భక్తుల దర్శన నిమిత్తం అక్కడే ఉంటారు. సాయంత్రం తరువాత, వరదరాజ పెరుమాళ్ మరియు లక్ష్మీనరసింహ స్వామి చిత్రాలను కొండ నుండి, పాలార్ నది మీదుగా 'తిరుముక్కుల్'లోని వేంకటేశ పెరుమాళ్ మందిరానికి ఎదురుగావున్న ఒడ్డుకి తీసుకుని వస్తారు. అనేకమంది భక్తులు ఈ ప్రత్యేకమైన రోజున స్వామి వారిని పూజించటానికి వస్తారు. తరువాత, వరదరాజ స్వామి లక్ష్మీనరసింహతోపాటు పళయ (పాత) సీవరంవద్దకు తిరిగి వచ్చి అక్కడి నుంచి కాంచీపురంలో తన నివాసానికి బయలుదేరి వెడతారు. సదాశివరాయ పాలనకు చెందిన 1548 C.E. నాటి విజయనగర రాజశాసనం పరివేట్టై గురించి ప్రస్తావించింది. ఇది ఈ పండుగకు సంబంధించిన వివరం కావచ్చును.

వరదరాజ పెరుమాళ్ ఆలయానికి సంబంధించిన మరో ప్రత్యేకమైన పండుగ, చైత్ర పౌర్ణమి (చిత్తిరై నెలలో) రోజున జరుపుకునే ముఖ్యమైన అయ్యంగార్ కుళం నాదవవి ఉత్సవం. వరదరాజ పెరుమాళ్ ఉత్తరానవున్న నాదవి (నాదవాపి)ను సందర్శించిన సందర్భంగా జరుపుతారు. కంచి - వందవాసి మార్గంలో పాలార్ నదికి సమీపంలో కాంచీపురానికి పది కిలోమీటర్ల దూరంలోవున్న అయ్యంగార్ కుళం గ్రామంలోని సంజీవి రాయర్ ఆలయం ఇది. ఈ ఆలయాన్ని గొప్ప పండితుడు మరియు పాలనా దక్షుడు అయిన కోటికన్యాదానం లక్ష్మీకుమార తాతాచార్య (ఎత్తూర్ లక్ష్మీకుమార తాతాచార్య) అని కూడా పిలుస్తారు. అతను విజయనగర చక్రవర్తి అయిన వెంకటరాయ II (1586-1614 A.D.)యొక్క రాజ గురువు. ఈ చక్రవర్తి చంద్రగిరి (ఆంధ్రప్రదేశ్) రాజధానిగా చేసుకొని పాలించాడు. ఇక్కడ, నాదవిలో, అతని తిరువతర ఉత్సవం తరువాత వరదరాజుకి మొదటి తిరుమంజనం (హస్త నక్షత్రంనాడు బ్రహ్మ ముందు కనిపించిన వరదరాజ పెరుమాళ్) జరుపుకుంటారు. నాదవిని గ్రానైట్ రాయితో చేయబడ్డ అందమైన నిర్మాణమే ఈ ప్రత్యేక ప్రవేశ ద్వారం. శిల్పాలు చెక్కిన స్తంభాలు మరియు ఒక మడపల్లితో పెద్ద భూగర్భమండపంతో అలరారుతోంది. ఈ ఆలయం సంవత్సరంలో చాలా రోజులలో నీటితో నిండి ఉంటాయి. కానీ ఈ పండుగకు ముందు, నీటిని బయటకు తీసివేస్తారు. భక్తులు వరదరాజ పెరుమాళ్‌ను వేసవి నెలలో మండపంయొక్క చల్లని ఆవరణలో తీసుకువెళతారు. వరదరాజ పెరుమాళ్ ఆలయం నుండి అయ్యంగార్ కుళంలోని సంజీవి రాయర్ ఆలయం వరకు, "బ్రహ్మ ఆరాధన" లేదా "వరదరాజుని ఆరాధించే బ్రహ్మ" సాంప్రదాయకంగా జరుగుతూ వస్తోంది. 'తిరువాళ్' అని పిలువబడే ఈ పండుగ గురించి క్రీ॥శ॥ 1595 నాటి ఒక శాసనం తెలియజేస్తోంది.

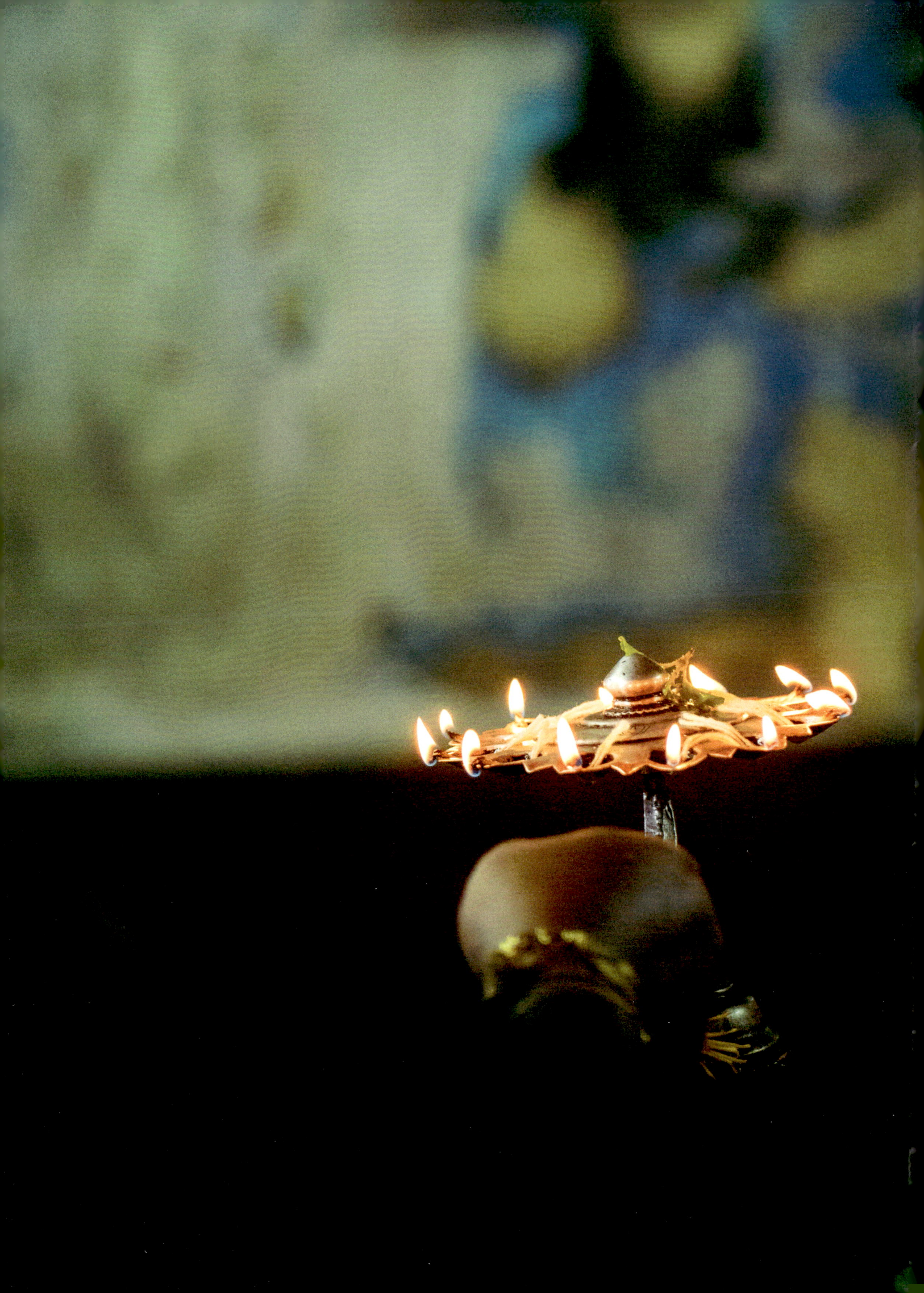

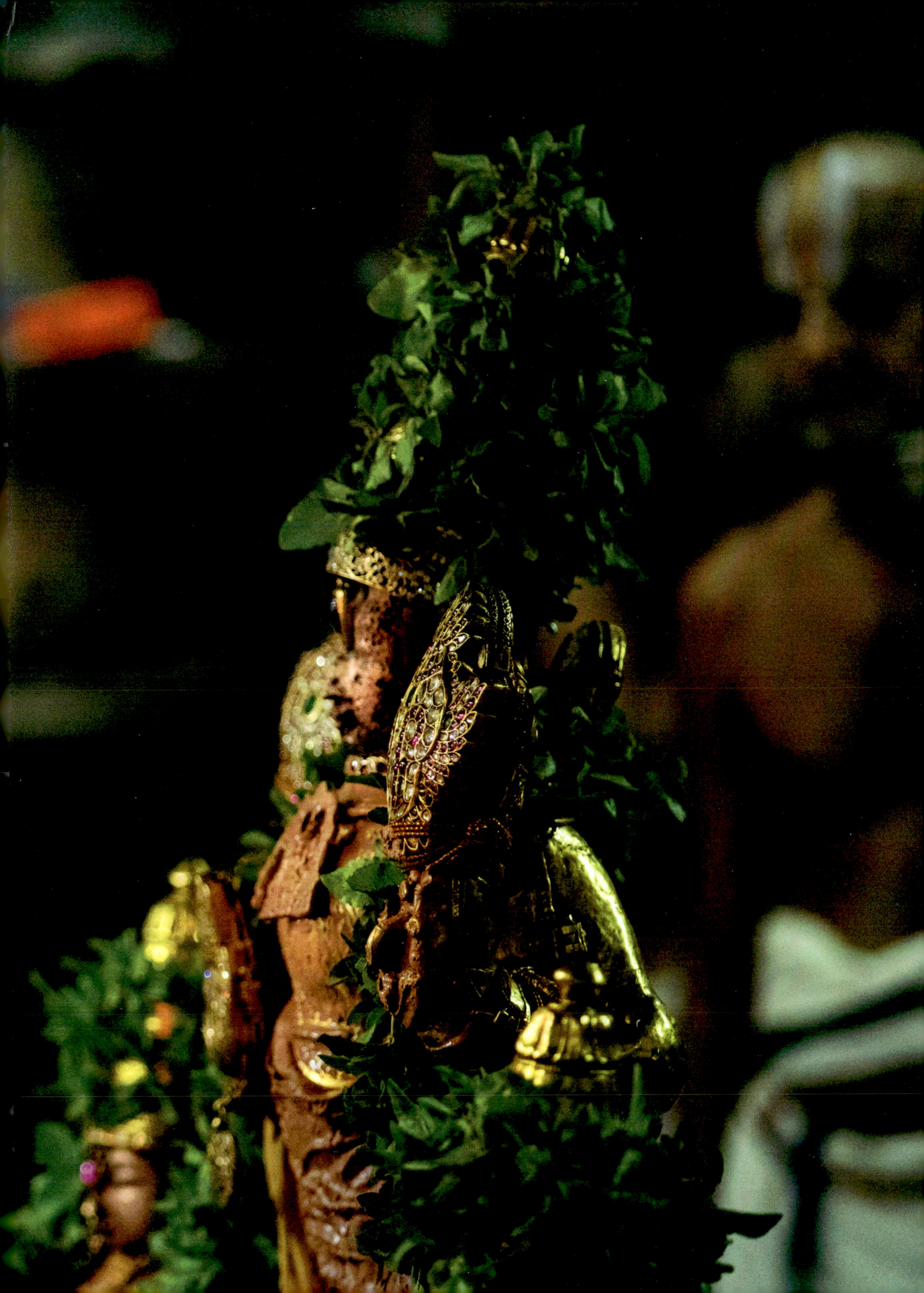

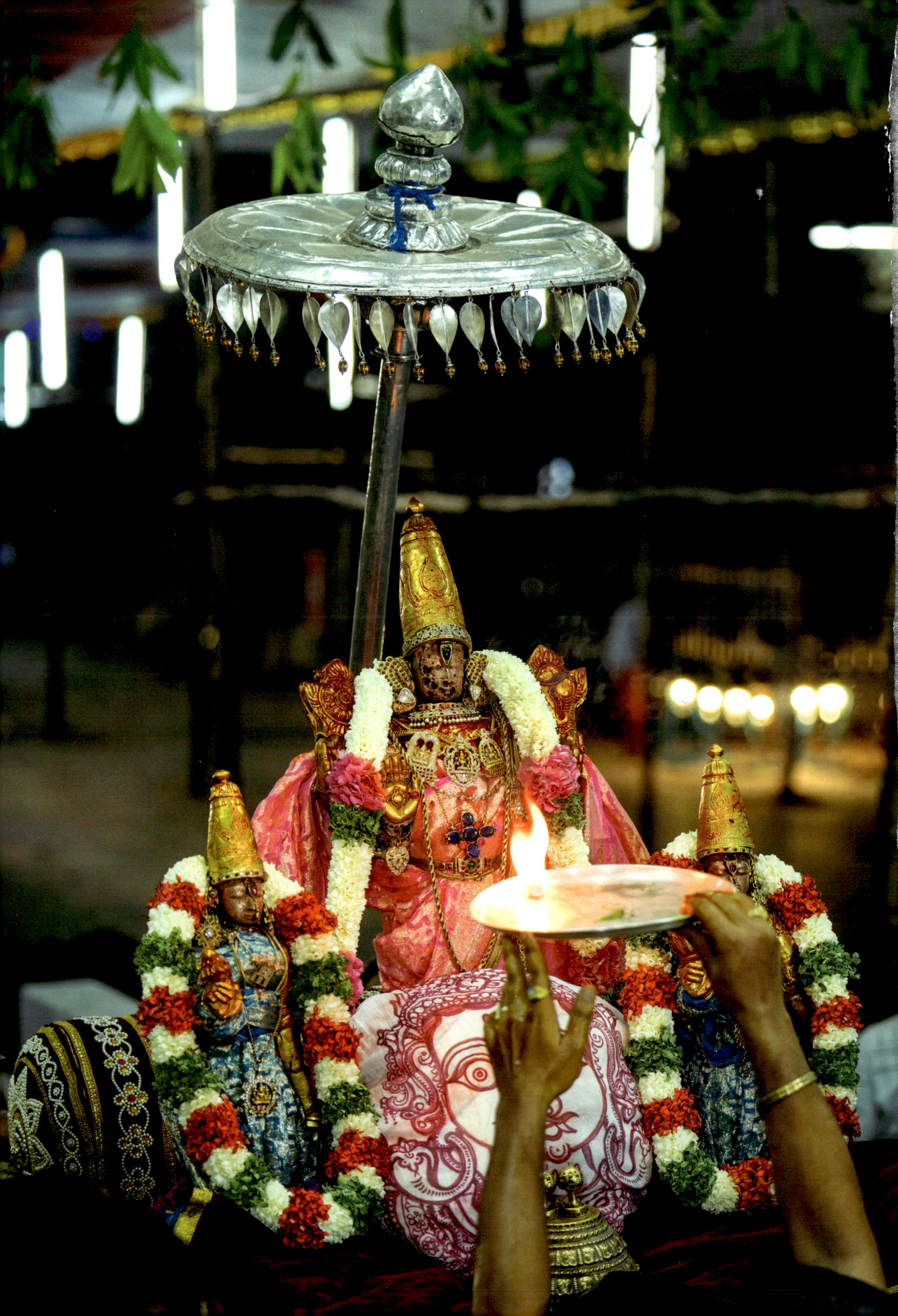